सूक्ष्म अन्नद्रव्ये
नियोजन व व्यवस्थापन

डॉ. हरिहर कौसडीकर

सकाळ प्रकाशन

सकाळ प्रकाशन

सूक्ष्म अन्नद्रव्ये
नियोजन व व्यवस्थापन

प्रथम आवृत्ती - नोव्हेंबर २०१४
सुधारीत आवृत्ती - ऑक्टोबर २०१६
पाचवी आवृत्ती - सप्टेंबर २०१८

संपादन
मनोहर सोनवणे

मुखपृष्ठ -मांडणी
प्रदीप खेतमर
आर्ट ॲडव्हर्टायझिंग

प्रकाशक
सकाळ मीडिया प्रा. लि.
५९५, बुधवार पेठ, पुणे २.

संपर्क :
पुस्तक प्रकाशन विभाग, सकाळ मीडिया प्रा. लि.,
फोन : ८८८८८ ४९०५० / ०२०-२४४०५६७८.

ISBN 978-93-84316-28-0

शुभेच्छा

शाश्वत दर्जेदार कृषी उत्पादनासाठी सूक्ष्म अन्नद्रव्ये वापराचे नियोजन व व्यवस्थापन करणे अतिशय आवश्यक आणि गरजेचे आहे, अन्यथा अपेक्षित कृषी उत्पादन मिळणे शक्य होणार नाही. सूक्ष्म अन्नद्रव्यांच्या पीक पोषणाबाबत एकत्रित स्वरूपात शास्त्रीय माहिती मराठीत पुरेशा प्रमाणात उपलब्ध नाही. त्यामुळे *ॲग्रोवन* या कृषी दैनिकातून 'सूक्ष्म अन्नद्रव्यांचा वापर' या लेख मालिकेद्वारे लिखाण प्रसिद्ध केले आहे. 'सकाळ प्रकाशन'ने पुढाकार घेतल्याने लेख मालिकेचे पुस्तक रूपात संकलन प्रकाशित होत आहे.

या पुस्तकात महाराष्ट्रात घेतल्या जाणाऱ्या विविध पिकांबाबत विविध प्रकारच्या जमिनीत आणि वेगवेगळ्या कृषी हवामान प्रदेशात झालेल्या संशोधनाचे अनेक संदर्भ लक्षात घेऊन माहिती देण्याचा प्रयत्न केला आहे. 'सूक्ष्म अन्नद्रव्ये : नियोजन व व्यवस्थापन' हे पुस्तक कृषी पदवी अभ्यासक, कृषी पदवीधर, शेतकरी, संशोधक तसेच कृषी विस्तार कर्मचारी यांना उपयुक्त ठरेल असा मला विश्वास वाटतो.

या उपक्रमाबद्दल मी पुस्तकाचे लेखक डॉ. हरिहर कौसडीकर व *ॲग्रोवन* तसेच *सकाळ प्रकाशना*चे अभिनंदन करतो.

डॉ. उमाकांत दांगट
कृषी आयुक्त
महाराष्ट्र राज्य

शुभेच्छा

महाराष्ट्रातील विविध प्रकारच्या जमिनीत जस्त, लोह व बोरॉन या सूक्ष्म अन्नद्रव्यांच्या कमतरता आढळून येत आहेत. जमिनीच्या आरोग्य संवर्धनाकरिता सूक्ष्म अन्नद्रव्यांचा वापर अनिवार्य ठरत आहे. पीकवाढीत, उत्पादनात आणि उत्पादनाच्या गुणवत्तेत सूक्ष्म अन्नद्रव्यांचे अनन्यसाधारण महत्त्व आहे. ही सूक्ष्म अन्नद्रव्ये अत्यल्प प्रमाणात लागत असली तरी ती अत्यावश्यक असतात. याबद्दल शास्त्रीय माहिती शेतकऱ्यांना उपलब्ध करून देणे आवश्यक आहे. संतुलित पीक पोषणात सूक्ष्म अन्नद्रव्ये कोणती कार्ये करतात, त्यांच्या कमतरतेमुळे पिकांवर कसा अनिष्ट परिणाम होतो, उत्पादन व उत्पादनाची गुणवत्ता घटत पिकांचे कसे नुकसान होते हे शेतकऱ्यांना सोप्या भाषेत समजून सांगण्यासाठी *'सूक्ष्म अन्नद्रव्यांचा वापर'* ही मालिका *ॲग्रोवन*मधून प्रसिद्ध करण्यात आली. या मालिकेतील लेखांचे संकलित स्वरूप म्हणजे 'सूक्ष्म अन्नद्रव्ये : नियोजन व व्यवस्थापन' हे पुस्तक '*सकाळ प्रकाशन*'द्वारे प्रकाशित करण्यात येत आहे. याबद्दल मी लेखक डॉ. हरिहर कौसडीकर व *ॲग्रोवन* तसेच *सकाळ प्रकाशना*चे अभिनंदन करतो. या पुस्तकाचा शेतकऱ्यांना तसेच कृषी अभ्यासकांना निश्चित उपयोग होईल, अशी मला खात्री आहे.

डॉ. बी. बी. भोसले

संचालक (विस्तार शिक्षण)

व.ना.म.कृ.वि. परभणी

मनोगत

कृषी उत्पादनवाढीसाठी व गुणवत्तेसाठी संतुलित पीक पोषण हा सर्वात मोठा घटक असून यासाठी सूक्ष्म अन्नद्रव्यांचा वापर अविभाज्य भाग आहे. मागील ३० ते ३५ वर्षांच्या कालावधीत पिकांसाठी सूक्ष्म अन्नद्रव्यांचा वापर आणि प्रतिसाद याबाबत कृषी विद्यापीठांनी विविध प्रकारे संशोधन केलेले आहे. परंतु सदर संशोधन व माहिती मराठीतून शेतकरी वर्गामध्ये पोहचवणे गरजेचे वाटले; त्यामुळे *अॅग्रोवन* या कृषी दैनिकातून 'सूक्ष्म अन्नद्रव्यांचा वापर' या लेख मालिकेद्वारे लिखाण प्रसिद्ध केले. एकूण ८२ भागांत हे सदर प्रकाशित झाले. या लेखनाला राज्यातील विविध भागांतून शेतकऱ्यांनी भरभरून प्रतिसाद दिला. त्यांच्या प्रतिसादामुळे व विविध प्रकारच्या प्रश्नांमुळेच सूक्ष्म अन्नद्रव्यांच्या बाबतीत सर्वंकष माहितीचे लिखाण होत गेले व प्रकाशित झाले.

या सर्व लेख मालिकेचे एकत्रित संकलन व्हावे, अशी शेतकऱ्यांनी व कृषिविस्तार कर्मचाऱ्यांनी मागणी व्यक्त केली. राज्यातील शेतकरी व कृषी विभागाच्या विस्तार कर्मचाऱ्यांची गरज लक्षात घेऊन विविध संदर्भांतून शास्त्रीय माहिती एकत्रित करून 'सूक्ष्म अन्नद्रव्ये : नियोजन व व्यवस्थापन' या पुस्तकाचे लिखाण करण्यात आले आहे. या सर्व माहितीकरिता संबंधित संशोधकांचे व लेखकांचे आणि 'सूक्ष्म अन्नद्रव्यांचा वापर' सदर प्रकाशित केल्याबद्दल दैनिक *अॅग्रोवन* (सकाळ)चे आभार. तसेच पुस्तकरूपात हे लेखन प्रकाशित करण्यासाठी घेतलेल्या पुढाकाराबद्दल 'सकाळ प्रकाशन'चे मनःपूर्वक आभार. या पुस्तकाच्या माहितीच्या सुधारणेकरिता वाचकांच्या अभिप्रायांचे स्वागत व अभिनंदन.

'सूक्ष्म अन्नद्रव्ये : नियोजन व व्यवस्थापन' हे पुस्तक कृषी उत्पादनात प्रगती साध्य करण्यासाठी धडपडणाऱ्या सर्वांनाच उपयोगी होईल अशी अपेक्षा करतो.

डॉ. हरिहर कौसडीकर
परभणी.

अनुक्रम

१

सूक्ष्म अन्नद्रव्यांचा वापर का करावा?

सूक्ष्म मूलद्रव्ये पीक पोषणात अत्यंत महत्त्वाचे कार्य करतात. मात्र सर्वसाधारणपणे सूक्ष्म अन्नद्रव्यांच्या वापराकडे पूर्णतः दुर्लक्ष झालेले दिसून येते. ही अन्नद्रव्ये मुख्य तसेच दुय्यम अन्नद्रव्यांशी संबंधित असल्याने त्यांच्या वापराकडे विशेष लक्ष देणे महत्त्वाचे आहे.

सूक्ष्म अन्नद्रव्यांकडे लक्ष द्यायलाच हवे!

पीक पोषण होणे म्हणजे पिकास मुख्य, दुय्यम आणि सूक्ष्म अन्नद्रव्यांचा सेंद्रिय अथवा रासायनिक खतांद्वारे पुरवठा करणे. पीक पोषणासाठी नत्र, स्फुरद व पालाश या मुख्य अन्नद्रव्यांनाच अधिक प्राधान्य दिले जाते. त्या तुलनेत दुय्यम अन्नद्रव्यांकडे (कॅल्शिअम, मॅग्नेशिअम व गंधक) आवश्यक त्या प्रमाणात लक्ष दिले जात नाही; तसेच लोह, मंगल, जस्त, तांबे, मोलाब्द, बोरॉन, क्लोरिन ही सात मूलद्रव्येही पीक पोषणात अत्यंत महत्त्वाचे कार्य करतात; परंतु त्यांचा वापरही अतिशय मर्यादित स्वरूपात होतो. सध्याच्या परिस्थितीतही त्याकडे म्हणावे तसे लक्ष पुरवले जात नाही. सर्वसाधारणपणे सूक्ष्म अन्नद्रव्यांच्या वापराकडे शेतकऱ्यांचे पूर्णतः दुर्लक्ष झालेले दिसून येते; सूक्ष्म अन्नद्रव्ये ही मुख्य तसेच दुय्यम अन्नद्रव्यांशी संबंधित असल्याने त्यांच्या वापराकडेही तितकेच लक्ष देणे महत्त्वाचे आहे. वनस्पती शास्त्रज्ञांना रासायनिक परीक्षणात असे आढळून आले आहे, की कोणती पोषणद्रव्ये महत्त्वाची आहेत ते तीन मुख्य तत्त्वांवर ठरते :

- पोषणद्रव्ये वनस्पतींच्या वाढीसाठी व प्रजननासाठी उपयुक्त असली पाहिजेत, ती तशी नसल्यास वाढ चांगली होत नाही व प्रजनन थांबते.
- आवश्यक त्या पोषणद्रव्यांची उणीव अन्य कुठल्याही अन्नद्रव्यांचा वापर करून भरून काढली जाता येऊ नये.
- सूक्ष्म अन्नद्रव्यांचा वापर न केल्याने होणारे प्रतिकूल परिणाम ताबडतोब दृश्य स्वरूपात नसतात. मात्र, त्यांची कमतरता खूपच नुकसानकारक ठरू शकते. कारण अल्प प्रमाणात लागणाऱ्या सूक्ष्म अन्नद्रव्यांचे पीक पोषणातील कार्य मुख्य अन्नद्रव्यांइतकेच महत्त्वाचे आहे. नत्र, स्फुरद व पालाश योग्य प्रमाणात वापरूनदेखील पिकांपासून पूर्ण क्षमतेएवढे उत्पादन मिळत नाही. कारण प्रत्येक अन्नद्रव्याचे कार्य विशिष्ट प्रकारचे असते. या सूक्ष्म अन्नद्रव्यांच्या उपस्थितीतच पिके नत्र, स्फुरद, पालाश व इतर अन्नद्रव्यांचा कार्यक्षम वापर करतात. म्हणजेच एखादे अन्नद्रव्य हे दुसऱ्या अन्नद्रव्याची जागा घेऊ शकत नाही.

लोह–जस्त–बोरॉनची उपयुक्तता :

योग्य प्रमाणात व कार्यक्षम स्वरूपात सूक्ष्म अन्नद्रव्यांच्या वापरासाठी पीक नियोजन व व्यवस्थापन आवश्यक आहे. उदा. तृणधान्य, टोमॅटो, भुईमूग, ऊस, मका व लिंबूवर्गीय फळझाडे ही लोह या अन्नद्रव्यास जास्त संवेदनशील असल्यामुळे लोहाच्या कमतरतेचा अनिष्ट परिणाम या पिकांवर लवकर होतो. जस्ताची कमतरता असेल तर तृणधान्य, कापूस, सोयाबीन व लिंबूवर्गीय फळझाडांचे जास्त नुकसान होते.

बोरॉनच्या कमतरतेमुळे सूर्यफूल, कापूस, हरभरा, भाजीपाला व लिंबूवर्गीय फळझाडांची योग्य वाढ होत

सूक्ष्म अन्नद्रव्यांच्या कमतरतेची कारणे

- अधिक उत्पादन देणाऱ्या सुधारित व संकरित वाणांचा वापर.
- भरखते/ सेंद्रिय खतांचा कमी वापर.
- रासायनिक खतांचा असंतुलित वापर.
- सूक्ष्म अन्नद्रव्ययुक्त खतांचा नगण्य वापर.
- वर्षातून सतत एकापेक्षा जास्त पिके घेणे म्हणजे बहुपीक पद्धतीचा वापर.
- पिकांची योग्य अशी फेरपालट न करणे.
- संयुक्त किंवा अतिशुद्ध अशा सूक्ष्म अन्नद्रव्येविरहित रासायनिक खतांचा वापर.
- सतत बागायती पिके घेतल्यामुळे जमिनीतील अन्नद्रव्यांचे प्रमाण घटणे.
- पिकातील व जमिनीतील सूक्ष्म अन्नद्रव्यांचा परस्पर संबंध. जमिनीचे उपलब्ध सूक्ष्म अन्नद्रव्यांशी संबंधित गुणधर्म, उदा. जमिनीत पाण्याच्या निचऱ्याचा अभाव, मुक्त चुन्याचे प्रमाण, क्षारयुक्त व चोपण जमीन, जमिनीचा सामू जास्त असणे आणि अल्कधर्मी व खडकाळ जमीन.

नाही. ही अन्नद्रव्ये फवारणीद्वारे दिल्याने उत्पादन चांगले येते. वनस्पतींना मातीतून योग्य प्रमाणात बोरॉन मिळाल्यास कॅल्शिअम - पोटॅशिअम - मॅग्नेशिअम यांचे कार्य व्यवस्थित सुरू राहते. काही प्रमाणात किडींना दूर ठेवण्यास बोरॉनची मदत होते.

महाराष्ट्रातील जमिनीमध्ये सूक्ष्म अन्नद्रव्यांची कमतरता :

माती परीक्षणाच्या अहवालानुसार महाराष्ट्रातील जमिनींमध्ये ३५.४ टक्के जमिनीत उपलब्ध जस्त, २५.७ टक्के जमिनीत उपलब्ध लोह व २५.७ टक्के जमिनीत उपलब्ध बोरॉन या सूक्ष्म अन्नद्रव्यांची कमतरता आढळून आली आहे. मात्र उपलब्ध मँगनीज, तांबे व मोलाब्द पुरेशा प्रमाणात पिकांना पुरवण्याची क्षमता महाराष्ट्रातील जमिनीमध्ये आहे. एकंदरीत महाराष्ट्रातील जमिनीमध्ये एकापेक्षा अधिक सूक्ष्म अन्नद्रव्यांची कमतरता दिसून येत आहे. माती परीक्षण अहवालानुसार त्यांचा योग्य प्रमाणात वापर पीक उत्पादनाची व शेतीमालाची प्रत वाढवण्याच्या दृष्टीने महत्त्वाचा आहे. चाळीस वर्षांपूर्वी एकाच अन्नद्रव्याची (नत्र) कमतरता जाणवत होती, आज त्याच मातीमध्ये सहा अन्नद्रव्यांची (नत्र, स्फुरद, गंधक, लोह, जस्त, बोरॉन) कमतरता दिसून येत आहे. यापुढे योग्य काळजी घेतली नाही, तर सहा अन्नद्रव्यांच्या या यादीत वाढ होईल, हे निश्चित आहे. पिकांना लागणारी अन्नद्रव्ये आणि त्यांचे प्रमाण योग्य असेल तरच पिकांची वाढ चांगली होते.

२

जमिनीतील अन्नद्रव्यांची कमतरता : महत्त्व व परिणाम

सध्या भारतात प्रतिवर्षी प्रति हेक्टरी १६ किलो नत्र, ११ किलो स्फुरद व ४२ किलो पालाश अशा एकूण ६९ किलो तीन मुख्यान्नांचा अतिरिक्त प्रमाणात उपसा होतो. त्यामुळे जमिनीतील अन्नद्रव्यांची कमतरता हा एक गंभीर स्वरूपाचा प्रश्न निर्माण झाला आहे.

भारतातील जमिनीत असलेली अन्नद्रव्यांची कमतरता जमिनीचे आरोग्य बिघडले आहे, हे दर्शवते. केवळ आरोग्यच नाही तर जमिनीतील उपलब्ध अन्नद्रव्यांचा एकूण साठा, पर्यावरणाचा ऱ्हास आणि अधिक पीक उत्पादन घेण्यासाठीच्या मर्यादा यांबाबत देखील अन्नद्रव्यांच्या कमतरतेमुळे गांभीर्याने लक्ष देण्याची गरज आहे. जोपर्यंत अन्नद्रव्यांच्या सर्व स्त्रोतांचा आवश्यकतेनुसार कार्यक्षमरीत्या वापर होणार नाही तोपर्यंत जमिनीतील उपलब्ध पिकातील पोषक अन्नद्रव्यांची कमतरता भरून निघणार नाही. ज्या जमिनीत एक किंवा एकापेक्षा अधिक अन्नद्रव्यांची कमतरता आहे, त्या जमिनीतून अपेक्षित पीक उत्पादनात वाढ मिळणार नाही. यासाठी जमिनीतील कमी झालेला उपलब्ध अन्नद्रव्यांच्या साठ्याची भरपाई करणे आवश्यक आहे. तरच अधिक प्रमाणातील दर्जेदार कृषी उत्पादनाचा उद्देश साध्य करणे शक्य होईल. वरील सर्व घटकांचा अभ्यास करण्यासाठी जमीनरूपी बँकेतील खाती समजणे आवश्यक आहे. विविध पिके आणि पीक पद्धतींद्वारे किती प्रमाणात अन्नद्रव्यांचा उपसा होतो याबद्दल शास्त्रीय माहिती उपलब्ध आहे. सध्या भारतातील जमिनींमधून अधिक प्रमाणात अन्नद्रव्यांचा उपसा होतो, याबद्दल शास्त्रीय माहिती उपलब्ध आहे. सध्या भारतातील जमिनीमधून अधिक प्रमाणात अन्नद्रव्यांचा उपसा होणे चालूच आहे. त्या प्रमाणात जमिनीमध्ये भरपाई मात्र होत नाही, हे चित्र निश्चितच धोकादायक आहे.

मागील पन्नास वर्षात प्रति वर्षी सुमारे १० दशलक्ष टन नत्र, स्फुरद, पालाशचा अतिरिक्त उपसा जमिनीतून झाला आहे. त्याची भरपाई होणे बाकी आहे. सध्याही तीच परिस्थिती आहे. यामुळेच जमिनीतील अन्नद्रव्ये उपलब्ध स्वरूपांत पिकांना पुरविण्याची क्षमता (जमिनीची सुपिकता) कमी झाली आहे.

जमिनीची धूप होत असल्यानेही अन्नद्रव्यांचा ऱ्हास होतो आहे. पिकांद्वारे होणारा उपसा प्रथम क्रमांकावर असून जमिनीची धूप हे दुसरे कारण आहे. कारण जमिनीची धूप होत असल्याने ८ दशलक्ष टन

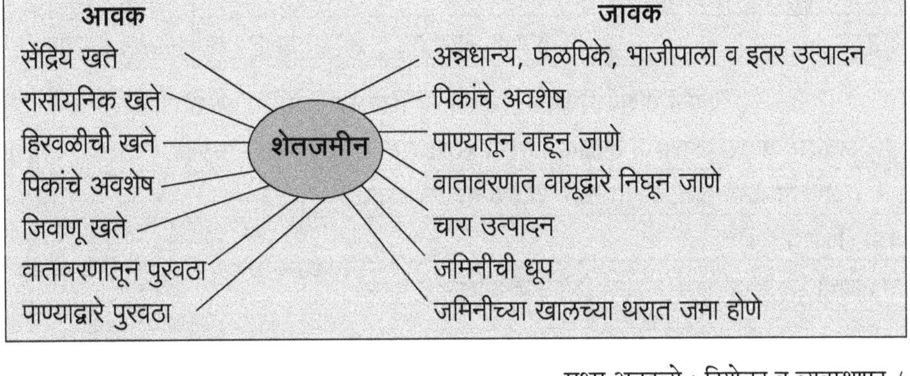

पीक पोषक अन्नद्रव्यांचा ऱ्हास होत आहे. पाण्यातून जमिनीच्या खालच्या थरात जमा होणारी अन्नद्रव्ये व वातावरणात वाफेद्वारे उपसा होणाऱ्या अन्नद्रव्यांच्या नुकसानीबद्दल आकडे उपलब्ध नाहीत.

कोरडवाहू शेतजमिनीत विविध खतांद्वारे १.० दशलक्ष टन अन्नद्रव्ये (नत्र, स्फुरद, पालाश) दिली जातात तर पिकांद्वारे ७.४ दशलक्ष टन उपसली जातात, म्हणजे ६.४ दशलक्ष टन अतिरिक्त अन्नद्रव्ये जमिनीतून घेतली जातात. त्यांची भरपाई करणे आवश्यक आहे. या क्षेत्रात भारतात वापरण्यात येणाऱ्या खतांपैकी केवळ १० टक्के खतांचा वापर केला जातो, परंतु एकूण प्रमाणाच्या ३० टक्के अन्नद्रव्ये उपसा केली जातात.

अशाप्रकारे शिल्लक साठा ऋणमध्ये आहे, म्हणजे आपणास जमिनीला इतक्या प्रमाणात अन्नद्रव्यांचा पुरवठा करणे आवश्यक आहे किंवा त्या प्रमाणात पिकांनी अधिक उपसा केला आहे.

सध्या भारतात प्रतिवर्षी प्रति हेक्टरी १६ किलो नत्र, ११ किलो स्फुरद व ४२ किलो पालाश अशा एकूण ६९ किलो तीन मुख्यान्नांचा अतिरिक्त प्रमाणात उपसा होतो. त्यामुळे जमिनीतील अन्नद्रव्यांची कमतरता हा एक गंभीर स्वरुपाचा प्रश्न निर्माण झाला आहे. पालाशचे प्रमाण जास्त आहे, कारण, पिके पालाश नत्राच्या दीडपट प्रमाणात शोषण करतात, परंतु त्यांचा वापर नत्र अन्नद्रव्यापेक्षा खूप कमी आहे.

साधारणपणे, नत्रयुक्त खतांच्या वापराची कार्यक्षमता ३०-५० टक्के, स्फुरदयुक्त खतांची कार्यक्षमता ७०-८० टक्के गृहीत धरण्यात येऊन नत्र स्थिरीकरण कडधान्य पिकांखालील क्षेत्रात २५ किलो प्रति हेक्टर नत्र तसेच विविध कडधान्य पिकांच्या अवशेषांतून मिळणारी अन्नद्रव्ये जमा घटकात घेतली पाहिजेत तसेच सिंचनाच्या पाण्यातून मिळणारी अन्नद्रव्ये यांचा देखील विचार होणे आवश्यक ठरते. त्यामुळे शास्त्रीय दृष्टिकोनातून जमिनीतील उपलब्ध अन्नद्रव्ये साठा किंवा शिल्लक यांबाबत माहिती तयार करणे खूप जिकीरीचे व अवघड कार्य आहे. कारण अनेक घटकांचा समावेश या बाबतीत विचारांत घेणे आवश्यक असते. त्यामुळे ढोबळ अर्थाने आकडेवारीची माहिती मार्गदर्शक स्वरुपात लेखात सादर केली आहे. जर जमिनी अन्नद्रव्यांच्या बाबतीत गरीब असतील तर आपण देखील विविध अर्थांनी गरीब होऊ. कारण अन्नद्रव्यांच्या बाबतीत कमतरता असलेल्या जमिनी दर्जेदार व अधिक उत्पादन देऊ शकणार नाहीत. जमिनीची व पिकांची अन्नद्रव्यांची गरज जास्त आहे. परंतु संबंधित अन्नद्रव्यांच्या कमतरता मोठ्या प्रमाणावर दिसून येत आहेत, त्यामुळे केवळ एकाच स्त्रोताचा वापर पुरेसा ठरणार नाही. त्याकरिता अनेकविध अन्नद्रव्यांच्या स्त्रोतांचा वापर करणे, उदाहरणार्थ, हिरवळीची खते, विविध सेंद्रिय खते, जिवाणू खते, रासायनिक खते, पिकांचे अवशेष इत्यादींचा वापर करुन एकात्मिक अन्नद्रव्य व्यवस्थापन करणे ही काळाची गरज आहे. ●●

अन्नद्रव्यांचा वापर, उपसा व शिल्लक (हजार टन)

राज्य	नत्र			स्फुरद			पालाश		
	वापर	उपसा	शिल्लक	वापर	उपसा	शिल्लक	वापर	उपसा	शिल्लक
महाराष्ट्र	९२३	१५५९	-६३६	४५०	६०८	-१५८	१९७	२०९६	-१८९९

अन्नद्रव्ये (नत्र, स्फुरद, पालाश)	वापर	उपसा	शिल्लक
एकूण	१५७१ हजार टन	४२६२ हजार टन	-२६९२ हजार टन

एकूण अन्नद्रव्ये वापर, उपसा व शिल्लक (राष्ट्रीय स्तरावरील)

एकूण अन्नद्रव्ये वापर, उपसा व शिल्लक (राष्ट्रीय स्तरावरील)	नत्र + स्फुरद + पालाश दशलक्ष टन
वापर / जमा अन्नद्रव्ये खते, सेंद्रिय खते, जैविक नत्र स्थिरीकरण	२४
उपसा (पिके व धूप)	३३
अन्नद्रव्यांची भरपाई करणे आवश्यक (शिल्लक अतिरिक्त वापर)	०९

३

सूक्ष्म अन्नद्रव्यांचे कार्य

केवळ मुख्य पोषणद्रव्यांनी वनस्पती योग्य प्रकारे वाढत नाहीत, तर अन्य पोषणद्रव्ये, पूरक, वाहक, नियामक, उत्प्रेरक इत्यादी प्रकारे पिकांना मदत करतात. या सर्वांच्या एकत्रीकरणातून पिकाची योग्य वाढ होते.

प्रत्येक सूक्ष्मद्रव्याचे कार्य वेगळे, महत्त्व वेगळे

सूक्ष्म अन्नद्रव्ये जरी पिकास कमी प्रमाणात लागत असली, तरी त्यांचे महत्त्व प्रमुख अन्नद्रव्यांसारखेच आहे. कारण नुसत्या मुख्य पोषणद्रव्यांनी वनस्पती योग्य प्रकारे वाढत नाहीत; तर अन्य पोषणद्रव्ये साहाय्यक, पूरक, वाहक, नियामक, उत्प्रेरक आदी प्रकारे मदत करतात. या सर्वांच्या एकत्रीकरणातून पिकाची योग्य वाढ होते. पीक पोषणात प्रामुख्याने लोह, मंगल, जस्त, तांबे, मोलाब्द, बोरॉन व क्लोरिन ही सात सूक्ष्म अन्नद्रव्ये अत्यंत महत्त्वाचे कार्य करतात. दिवसेंदिवस सूक्ष्म अन्नद्रव्यांची मातीतील व वनस्पतीतील कमतरता जाणवत आहे.

साधारणतः सूक्ष्म अन्नद्रव्यांचे पिकाच्या शरीरांतर्गत क्रियेत खालील प्रकारे कार्य असते-

मुख्य स्ट्रक्चरल (रचनात्मक - जडणघडण करणारे) पोषणद्रव्ये - कार्बन, हायड्रोजन, ऑक्सिजन.

साहाय्यक स्ट्रक्चरल पोषणद्रव्ये - नायट्रोजन, फॉस्फरस, गंधक.

रेग्युलेटर्स (नियामक) आणि कॅरियर्स (वाहक) - पोटॅशियम, कॅल्शिअम, मॅग्नेशिअम.

कॅटॅलिस्ट (उत्प्रेरक) आणि ॲक्टिव्हेटर्स (प्रेरक) - लोह, मँगनीज, झिंक, कॉपर, बोरॉन, क्लोरिन, मॉलिब्डेनम.

- कर्ब संश्लेषणाचे कार्य
- मुख्य अन्नद्रव्यांच्या चयापचयातील कार्य
- वनस्पतीतील वाढ प्रेरकद्रव्यांची उत्पत्ती
- वनस्पतीमध्ये विकरांना (एन्झाईम) चालना देणे.
- अनेक विकरांचे भाग म्हणून कार्य करणे.
- मुख्य अन्नद्रव्यांचे वनस्पतीमध्ये शोषण होण्यास मदत करणे.
- पोषणद्रव्यांच्या वापराने पिके व फळझाडे कीड व रोग यांना बळी पडत नाहीत.

वेगवेगळ्या सूक्ष्म अन्नद्रव्यांची अत्यंत महत्त्वाची प्रमुख कार्ये सविस्तरपणे अभ्यासल्यानंतर पीक उत्पादन व मालाच्या दर्जात सूक्ष्म अन्नद्रव्यांचे किती महत्त्व आहे, हे स्पष्ट होईल.

लोह (आयर्न/फेरस) :

- हे अन्नद्रव्य पिकांना हरितद्रव्य तयार करण्यास मदत करते.
- लोहाच्या योग्य पुरवठ्याने पिके इतर अन्नद्रव्ये भरपूर प्रमाणात शोषून घेऊ शकतात.
- लोह बऱ्याच संप्रेरकांचे (हार्मोन्स) प्रेरक आहे.
- प्रथिनांच्या संयोजनासाठी ते आवश्यक आहे.

जस्त (झिंक) :

- पीक पोषण संजीवके तयार करणे.
- प्रथिनांच्या निर्मितीस हातभार लावणे.
- बी/धान्य पक्व व निर्मिती करणे.
- जैव-रसायन प्रक्रियेत प्रत्यक्ष वा अप्रत्यक्ष सहभाग हे वैशिष्ट्यपूर्ण कार्य.
- वनस्पतीमधील पुनरुत्पादन क्रिया उत्तम प्रकारे

प्रत्येक सूक्ष्मअन्नद्रव्याची कमतरता पानांवरील लक्षणांवरून ओळखता येते.

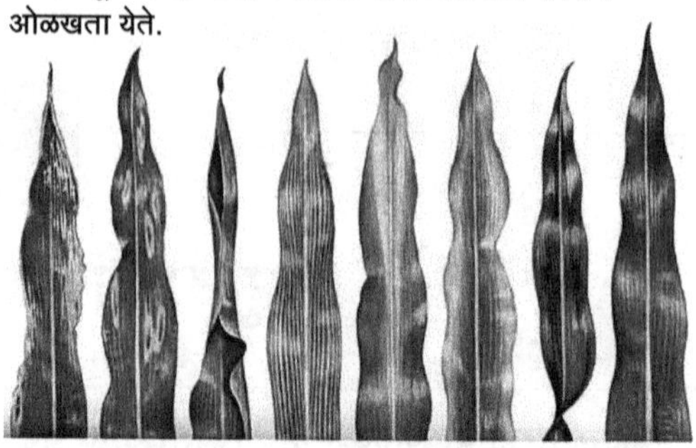

घडवून आणली जाते.

- जस्तामुळे जलशोषणातही झाडांना मदत होते.

तांबे (कॉपर) :

- पीकवाढीच्या आवश्यक प्रक्रियांत कार्यरत प्रेरकांना कार्यशील बनवणे.
- वनस्पतीमध्ये पुनरुत्पादन प्रक्रियेस प्रोत्साहन देणे.
- 'अ' जीवनसत्त्व निर्माण करण्यास मदत करणे.
- फळे पिकवण्याच्या प्रक्रियेत सहभाग करणे.

मंगल (मँगनीज) :

- प्रकाश संश्लेषण प्रक्रियेत मदत करणे.
- कॅरोटीन, रायबोफ्लेवीन, ॲसकॉर्बिक आम्ल या जीवनसत्त्वांची निर्मिती करणे.
- कॅल्शिअम व पोटॅशियम शोषणाच्या प्रमाणावर परिणाम करते.

बोरॉन :

- पेशी विभाजन व निर्मिती, पर्यायाने पिकांची तसेच मुळांची वाढ यात मोठा सहभाग.
- प्रथिने निर्मिती, बी व मधुर फळांच्या निर्माणकार्यात मदत करणे.
- कॅल्शिअमचे शोषण व वापर यात साहाय्य करणे.
- वनस्पतीत शर्करेचे वहन करणे व पेक्टीन तयार करणे.

क्लोरिन :

- झाडाची पाणी साठवण्याची क्षमता वाढवणे.
- प्रकाश संश्लेषण क्रियेत मदत करणे.
- वनस्पतीतील पाचकता व हरितद्रव्याच्या निर्मितीस मदत करणे.
- वनस्पतीअंतर्गत नत्र व गंधक शोषणास मदत करणे.

मोलाब्द (मॉलिब्डेनम) :

- हवेतील नत्र जमिनीत स्थिर करणाऱ्या जीवाणूंच्या वाढीसाठी मदत करणे.
- फॉस्फेट आणि 'क' जीवनसत्त्व तयार करण्यास मदत करणे.

●●

४

सूक्ष्म अन्नद्रव्यांची उपलब्धता

सेंद्रिय खतांमधून संतुलित प्रमाणात सर्वच आवश्यक अन्नद्रव्यांचा (मुख्य, दुय्यम व सूक्ष्म अन्नद्रव्ये) एकत्रित स्वरूपात दीर्घकाळ पुरवठा केला जातो. सेंद्रिय खते जमीन व पिकांचे पोषण करण्यात महत्त्वाची भूमिका बजावतात.

सेंद्रिय खतांद्वारे सूक्ष्म अन्नद्रव्यांचा पुरवठा :

पिकांचे पोषण करण्यासाठी रासायनिक खतांचा वापर सुरू झाल्यापासून जमिनीचे पोषण करण्याकडे शेतकरीवर्गाचे दुर्लक्ष होत आहे. माती ही सजीव असून, त्यामधील सेंद्रिय कर्ब आणि सूक्ष्मजीवांना जमिनीच्या आरोग्याच्या दृष्टिकोनातून अनन्यसाधारण महत्त्व आहे. पूर्वी शेणखताचा वापर नियमितपणे केला जात होता; परंतु अनेक कारणांमुळे सध्या शेणखताचा वापर कमी झाला आहे. ज्या शेतकऱ्यांना जमिनीच्या आरोग्याबाबत काळजी आहे त्यांनी शेणखतास पर्याय म्हणून विविध सेंद्रिय पदार्थांचा वापर करणे सुरू ठेवले आहे. सेंद्रिय खतांमध्ये अन्नद्रव्यांचे प्रमाण रासायनिक खतांच्या तुलनेत कमी असते. परंतु ही खते पिकांना दीर्घकाळ व सावकाश लागू होतात व त्यांचा जमिनीच्या प्राकृतिक गुणधर्मावर अनुकूल परिणाम होतो. तसेच अन्नद्रव्यांची जमिनीतील उपलब्धतादेखील वाढते.

तक्ता क्र. १ मध्ये विविध सेंद्रिय खतांमधील

तक्ता क्र. १ : विविध सेंद्रिय खतांमधील सूक्ष्म अन्नद्रव्यांचे सरासरी प्रमाण

सेंद्रिय खते/पदार्थ	सूक्ष्म अन्नद्रव्यांचे प्रमाण (मि.ग्रॅ. प्रति कि.ग्रॅ. किंवा ग्रॅम प्रति टन)				
	लोह	मंगल	जस्त	तांबे	मोलाब्द
निंबोळी पेंड	२०८५	६५	१७	१०	२५
सरकी पेंड	१६९	१४	३७	९	१.६
मोहरी पेंड	१०६२	२७	२१	१८	२.०
भुईमूग पेंड	६६७	३७	४८	१६	५.४
गांडूळ खत	३१३०	२२१	४४	३६	१.६
कोंबडी खत	२४००	२३४	१९४	४०	१०.०
शेळी लेंडीखत	१८७४	७११	१२०	६७	१२.०
हिरव्या पाल्याचे कंपोस्ट खत	६५६	१७७	१२	११	६.०
शेणखत (एफ.वाय.एम.)	२७४५	४६६	५९	२९	११.०

सूक्ष्म अन्नद्रव्यांचे सरासरी उपलब्ध प्रमाण दिले आहे, सर्वच सेंद्रिय खते अथवा पदार्थांमधून संतुलित प्रमाणात सर्वच आवश्यक अन्नद्रव्यांचा (मुख्य, दुय्यम आणि सूक्ष्म अन्नद्रव्ये) एकत्रित स्वरूपात दीर्घकाळपर्यंत पुरवठा केला जातो. त्यामुळेच सेंद्रिय खते ही जमिनीचे आणि पिकांचे पोषण करण्याकरिता महत्त्वाची भूमिका बजावतात. उदाहरणार्थ : एक टन निंबोळी पेंडीपासून नत्र, स्फुरद, पालाश, गंधक व इतर अन्नद्रव्यांसोबतच आपणास २०८५ ग्रॅम लोह, ६५ ग्रॅम मंगल, १७ ग्रॅम जस्त, १० ग्रॅम तांबे आणि २.५ ग्रॅम मोलाब्द मिळतात. तसेच एक टन शेणखत (फार्म यार्ड म्यॅन्युएर-एफवायएम)पासूनदेखील २७४५ ग्रॅम लोह, ४६६ ग्रॅम मंगल, ५९ ग्रॅम जस्त, २९ ग्रॅम तांबे आणि ११ ग्रॅम मोलाब्द यांचा पुरवठा होतो.

●●

५

सूक्ष्म अन्नद्रव्ये : कमतरता व लक्षणे

सूक्ष्म अन्नद्रव्यांची कमतरता खूपच नुकसानकारक ठरू शकते. अल्प प्रमाणात लागणाऱ्या सूक्ष्म अन्नद्रव्यांचे पीक पोषणातील कार्य मात्र मुख्य अन्नद्रव्यांइतकेच महत्त्वाचे असते, म्हणूनच जाणून घेऊया त्यांच्या कमतरतेची लक्षणे व परिणाम.

पोषणद्रव्ये, त्यांची कमतरता व त्यांची लक्षणे समजून घेऊन पिकाला अचूकपणे आवश्यक तेवढी पोषणद्रव्ये दिल्यास उत्पादन वाढेल व त्याची प्रत सुधारेल. विविध प्रकारची पिके विविध सूक्ष्म अन्नद्रव्यांच्या कमतरतेला संवेदनशील असतात. कारण वेगवेगळ्या पिकांची सूक्ष्म अन्नद्रव्यांची गरज वेगवेगळी असते. प्रत्येक अन्नद्रव्याचे कार्य हे विशिष्ट प्रकारचे असते. म्हणजेच एखादे अन्नद्रव्य हे दुसऱ्या अन्नद्रव्याची जागा घेऊ शकत नाही, हे आपण आधी पाहिलेच आहे. सूक्ष्म अन्नद्रव्यांचा वापर न केल्याने होणारे दुष्परिणाम ताबडतोब दृश्य स्वरूपात नसतात, मात्र त्यांची कमतरता खूपच नुकसानकारक ठरू शकते. कारण अल्प प्रमाणात लागणाऱ्या सूक्ष्म अन्नद्रव्यांचे पीक पोषणातील कार्य मात्र मुख्य अन्नद्रव्यांइतकेच महत्त्वाचे असते. म्हणूनच पिकास अन्नद्रव्ये पुरवताना कोणतेही अन्नद्रव्य प्रमाणापेक्षा कमी अथवा जास्त प्रमाणात न पुरवता ते समतोल प्रमाणात पुरवावे.

सूक्ष्म अन्नद्रव्यांच्या कमतरतेची लक्षणे व परिणाम :

लोह (आयर्न) :

- लोहाची कमतरता सर्वप्रथम कोवळ्या पानांवर दिसून येते. पानाच्या शिरांमधील भाग पिवळा पडतो, मात्र शिरा हिरव्या राहतात हे प्रमुख लक्षण आहे.
- लोहाची कमतरता असताना नत्र देऊनही पानांना हिरवा रंग येत नाही. पाने खोलगट होतात.
- कमतरता तीव्र असल्यास संपूर्ण शिरादेखील पिवळ्या पडतात व संपूर्ण पाने फिकट पिवळी व पांढरी होऊन गळून पडतात. पीक नियमित फुलोऱ्यात येत नाही. फळांचा आकार लहान होतो.
- नवीन फांद्या वाकड्या होतात.

जस्त (झिंक) :

- जस्ताच्या कमतरतेमुळे पाने लहान, अरुंद व निमुळती होतात. शेंड्याची वाढ मर्यादित होऊन त्याचे पर्णगुच्छात रूपांतर होते. पानांत हरितद्रव्याचा अभाव दिसतो.
- जुन्या पानांच्या शिरांमधील भाग पिवळा पडतो.
- पानांच्या पृष्ठभागावर साखर साचते, पाने ठिकठिकाणी जळतात व भरपूर प्रमाणात पानगळ होते. झाडाला फुलोरा कमी प्रमाणात येतो.
- फळांचा आकार लहान होतो व फळे अपरिपक्व राहतात. कमतरता तीव्र असल्यारा झाडाची वाढ थांबते. पीक फुलावर येण्यास व फळ पक्व होण्यास उशीर होतो.

बोरॉन :

- बोरॉनच्या कमतरतेमुळे कोवळी मुळे व शेंडे सडतात. नवीन पालवी वाळून मुख्य शेंडा मरतो, त्यामुळे बाजूला डोळे व आखूड कांड्याच्या फांद्या फुटतात. पाने पिवळी पडून जाड, खरखरीत व

कडक होतात. पानांचा आकार बेढब होतो.

- खोडावर भेगा पडून ते ठिसूळ होते. खोडांचा गाभा लाल होऊन खोड तडकते. परागीभवन व फलन यांमध्ये अडथळा येतो, त्यामुळे कच्ची फळे गळून पडतात. फळांची मोठ्या प्रमाणात परिपक्व होण्यापूर्वीच गळती होते. फळे वेड्यावाकड्या आकाराची होतात. फळांवर व फळांत काळे डाग पडतात. फळांचा आकार लहान राहतो व फळांना भेगा पडतात. कॅल्शिअमचे शोषण व वापर यात अडथळा निर्माण होतो.

तांबे (कॉपर) :

- या अन्नद्रव्याची कमतरता नवीन पानांत आढळते.
- प्रथम कोवळी पाने गर्द हिरवी पडतात व नंतर फिकट पिवळी होऊन गळून पडतात.
- पानाच्या टोकाकडून शिरांमधील भाग पिवळा होऊन तो पानाच्या देठाकडे सरकत जातो.
- कमतरता तीव्र असल्यास पाने पिवळी होऊन दुमडतात व वाटोळी होतात.
- पाने देठाजवळ वाकतात. खोडे वेडीवाकडी होतात. बुरशीजन्य रोगांचा प्रादुर्भाव वाढतो.
- फुले उमलताच फुलगळ होते. बुरशीजन्य रोगाचा प्रादुर्भाव वाढतो. तांबे हे हरितद्रव्य तयार करण्याकरिता अप्रत्यक्षरीत्या मदत करते.
- प्रथिने तयार करण्याच्या कार्यातही तांबे मदत करते. त्याच्या कमतरतेमुळे पिकातील प्रथिनांचे प्रमाण घटते.
- कमतरता असल्यास हरितद्रव्याचा ऱ्हास होतो व अन्न तयार करण्याची क्रियाही मंदावते.
- कणसात समाधानकारक दाणे भरत नाहीत.
- फळझाडांमध्ये शेंड्याकडील नवीन पानांचा नाश होऊन शेंडे गळून पडतात व फांद्या वरून खाली वाळत जातात, यालाच आपण डायबॅक म्हणतो.

मँगनीज :

- मँगनीजच्या अभावामुळे प्रकाश संश्लेषण प्रक्रियेत अडथळा निर्माण होतो.
- मँगनीज अन्नद्रव्याच्या कमतरतेमुळे नवीन पानांच्या शिरा हिरव्या राहतात व शिरांमधील भाग पिवळा पडतो व त्या ठिकाणी करपल्याचे डाग पडतात व पान जाळीदार दिसते.
- पानावर काळसर व तेलकट डाग दिसतात.

मोलाब्द (मॉलिब्डेनम) :

- मोलाब्दच्या कमतरतेची लक्षणे सर्वसाधारणपणे तळाकडील जुन्या व त्यांच्यावरील लगतच्या पानांवर आढळतात. पाने पिवळी होऊन त्यावर तपकिरी ठिपके पडतात व पाने रंगीबेरंगी होतात.
- कमतरता तीव्र स्वरूपात असल्यास पानांच्या कडा गुंडाळल्या जाऊन पाने वाळून जातात.
- ज्या जमिनीत मोलाब्दची कमतरता असते अशा जमिनीत कडधान्य पिकांच्या मुळात रायझोबियम जीवाणूंद्वारे होणारी जैविक नत्र स्थिरीकरणाची प्रक्रिया मंदावते.

पिकांच्या पोषणाला लागणाऱ्या अन्नद्रव्यांच्या कमतरता जाणण्यासाठी अनेक पद्धतींचा अवलंब केला जातो. त्या विविध पद्धती खालीलप्रमाणे आहेत-

अन्नद्रव्यांची कमतरता निदान करण्याच्या पद्धती :

- पिकांच्या दृश्य अभाव लक्षणाचे अवलोकन करणे व त्याआधारे निदान करणे.
- शेतातील मातीची तपासणी/ परीक्षण.
- पूर्ण झाडाचे/ झाडाच्या पानांचे रासायनिक पृथक्करण.
- जमिनीत किंवा कुंडीत चाचणी/ परीक्षण करणे.

पपई

केळी

फळपिकांतील अन्नद्रव्यांच्या कमतरता व उपाय		
कमतरतेची लक्षणे/विकृती	**कारणीभूत सूक्ष्म अन्नद्रव्ये कमतरता**	**उपाययोजना**
डाळिंब		
उत्पादनाचा दर्जा व उत्पादन कमी	जस्त, लोह, मंगल, बोरॉन	झिंक सल्फेट + फेरस सल्फेट + मँगनीज सल्फेट, प्रत्येकी ०.२५ टक्के + ०.१५ टक्के बोरिक ॲसिड, एक महिन्याच्या अंतराने दोनदा फवारावे.
फळ तडकणे	बोरॉन	१० ग्रॅम बोरॅक्स प्रति झाड किंवा ०.२ टक्के बोरिक ॲसिड एक महिन्याच्या अंतराने दोनदा फवारावे.
फळांना व आतील दाण्यांना आकर्षक रंग येण्यासाठी	पोटॅश	१ टक्का पोटॅशियम सल्फेटच्या दोन फवारण्या फळ पक्व होण्याच्या काळात द्याव्यात.
केळी		
पर्णगुच्छ तयार होणे, पानांच्या खालचा भाग तपकिरी होणे	जस्त	वाढीच्या काळात ३० ग्रॅम प्रति झाड झिंक सल्फेट द्यावे किंवा ०.५ टक्के झिंक सल्फेट फवारावे.
घड तयार होण्यास वेळ लागणे. फळे आखूड व बारीक होणे	जस्त	२ टक्के झिंक सल्फेट फवारावे.
घडात फण्यांची व फणीत केळांची संख्या वाढवण्यासाठी	जस्त व बोरॉन	जस्त १ टक्के + बोरॉन ०.५ टक्के फवारणी करावी.

६

बोरॉन (बोरान)

पिकांच्या वाढीसाठी बोरॉनची आवश्यकता अत्यंत कमी असल्याने बोरॉनचे वर्गीकरण सूक्ष्म मूलद्रव्यामध्ये केलेले आहे. पिकांच्या वाढीसाठी हे आवश्यक पोषणद्रव्य आहे. या मूलद्रव्याची आवश्यकता, त्याच्या कमतरतेची कारणे, उपाय, योग्य वापर याविषयी जाणून घेऊया.

फूल–फळधारणेसाठी बोरॉन :

बोरॉन हे पिकांना लागणाऱ्या प्रमुख अन्नद्रव्यांपैकी एक आहे. बोरॉनची कमतरता असल्यास परागीकरण अपूर्ण होऊन बियांच्या निर्मितीवर विपरीत परिणाम होतो.

अलीकडच्या काळात बहुपीक पद्धतीमुळे जमिनीच्या सुपीकतेमध्ये होणारी घट, भर खते व सेंद्रिय खते यांचा अत्यल्प व असंतुलित वापर आणि जमीन व खतांचे अयोग्य व्यवस्थापन यांमुळे जमिनीत अन्नद्रव्यांची कमतरता जाणवत आहे. पिकांमध्ये इतर सूक्ष्म अन्नद्रव्यांप्रमाणे बोरॉनचीही कमतरता दिसून येत आहे. बोरॉन हे पिकांना लागणाऱ्या प्रमुख अन्नद्रव्यांपैकीच एक आहे. पिकांच्या वाढीसाठी बोरॉनची आवश्यकता अत्यंत कमी असल्याने बोरॉनचे वर्गीकरण सूक्ष्म मूलद्रव्यामध्ये केलेले आहे. लोह, जस्त, मंगल, तांबे यांप्रमाणेच बोरॉनही पिकांच्या वाढीसाठी आवश्यक पोषणतत्त्व आहे. पिकांमध्ये बोरॉनचे प्रमाण २० ते १०० दशलक्ष भाग एवढे असते; तर ज्या जमिनीत बोरॉनची मात्रा ०.५ मि.ग्रॅ./कि.ग्रॅ.पेक्षा कमी असते, त्या जमिनीस 'बोरॉन कमतरतेची मृदा' असे संबोधतात.

पीक पोषणात बोरॉनचे कार्य : पेशीभित्तिका निर्मिती व पेशी विभाजन :

कॅल्शिअमप्रमाणेच बोरॉन हा घटक पेशीभित्तिका निर्मिती करण्यासाठी व त्यांना आकार देण्यासाठी मदत करतो. कॅल्शिअमचे वहन बोरॉनमार्फत होते, त्यामुळे पेशीभित्तिकांना मजबुती येते. बोरॉनमुळे पेशी विभाजनाला गती मिळते. झाडांचे शेंडे, मुळे, नवीन पालवी आणि कळ्यानिर्मिती इत्यादी महत्त्वाचे अवयव तयार करण्यात व त्यांची व्यवस्थित वाढ होण्यात बोरॉन मदत करतो. बोरॉनची कमतरता असणाऱ्या जमिनीत पिकांची वाढ खुंटते किंवा पिके खुरटी दिसतात.

शर्करेचे वहन :

प्रकाशसंश्लेषणाद्वारे तयार झालेल्या शर्करेचे वहन, वाढीच्या अवयवांना व इतर गरजेच्या क्रियांना

बोरॉनची पिकांना गरज का आहे?

- मुळांची चांगली वाढ होण्याकरिता पिकांना बोरॉन आवश्यक
- पिकांमध्ये लवकर पक्वता आणण्यासाठी, साखरेचे रूपांतर प्रथिनांमध्ये करण्यासाठी
- फूल, फळधारणा लवकर व उच्च प्रतिची होण्यासाठी
- पिकांना परागीकरणात मदत करणाऱ्या परागकण निर्मितीमध्ये बोरॉनचा मोलाचा वाटा
- पिकांना नत्राची उपलब्धता करण्यासाठी बोरॉन महत्त्वाचे

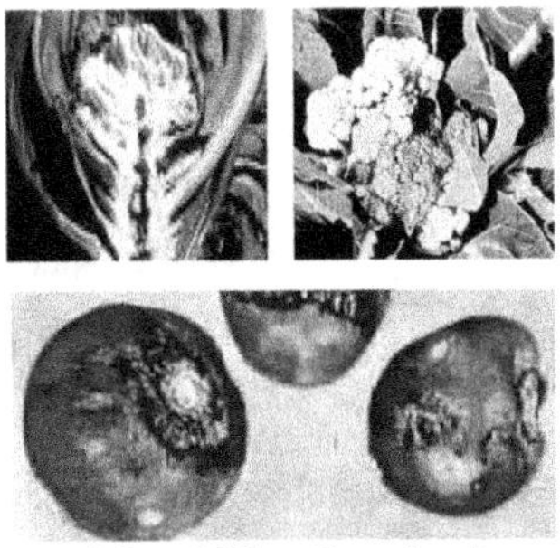

फुलकोबी व टोमॅटोवर दिसून येणारी बोरॉनची कमतरता.

शर्करा पुरवण्याचे कार्य बोरॉनमुळे होते. मुळे व शेंड्यांच्या वाढीसाठी शर्करा आवश्यक असते, या कार्यात बोरॉन शर्करा पुरवण्याचे कार्य करतो, परिणामी पिकांची मुळे व शेंडे यांची चांगली वाढ होते.

फूल व फळधारणा :

पिकांना त्यांच्या पुनरुत्पादन प्रक्रियेमध्ये बोरॉनची गरज जास्त असते. बोरॉनमुळे फुले व कळ्या लवकर तयार होतात. बिया व फळे यांची वाढ होते. बोरॉनची कमतरता असल्यास परागीकरण अपूर्ण होते.

पिकांमध्ये संप्रेरकांची निर्मिती करणे :

पिकांच्या वाढीसाठी लागणाऱ्या संप्रेरकांची निर्मिती करणे हे बोरॉनचे मुख्य कार्य म्हणता येईल. फुले निर्मिती, फळांची वाढ, पेशीभित्तिका आणि उतींची निर्मिती करणे आणि मुळांच्या वाढीसाठी लागणाऱ्या संप्रेरकांची निर्मिती बोरॉनमुळे होते.

पिकांमध्ये दिसणारी बोरॉनच्या कमतरतेची लक्षणे :

मका :

झाडे खुरटी दिसतात, खोडांची वाढ कमी होते, कणसांची वाढ लांबट होते व दाणे भरत नाहीत. पानांवर पांढऱ्या रेषा दिसतात. शेंडेमर होते.

कापूस :

बोंडांची बुडे कमकुवत होऊन बोंडे गळतात, त्यांना इजा होऊन त्यातून काळसर द्रव बाहेर पडतो. बोंडाच्या आतून खालील बाजूस त्याचा रंग फिक्का होतो. बोंडे अपूर्ण उघडली जातात.

भुईमूग :

झाडांची वाढ खुंटते. शेंगा न भरता त्या मोकळ्याच राहतात आणि काळसर पदार्थ तयार होतो, त्यालाच आपण 'डेड हार्ट' असे म्हणतो.

ज्वारी :

पिकाची पाने जास्त पसरत नाहीत, पाने राखाडी दिसतात व आरपार दिसणाऱ्या रेषा उमटतात. कणसांत व्यवस्थितपणे दाणे भरत नाहीत.

सोयाबीन :

झाडाची पाने पिवळी होतात. शिरांचा मधला भाग पिवळसर दिसतो. पाने खालच्या बाजूस गोळा होतात. पानांच्या शिरा जळून जातात. फुलधारणा होत नाही व खोडाची वाढ कमी होते.

सूर्यफूल :

पाने मर रोग झाल्यासारखी दिसतात. फुलांची वाढ कमी होते. फुले गळून पडतात.

गहू :

ओंब्यांची वाढ व्यवस्थित होत नाही व दाणे भरत नाहीत. पाने पांढरी दिसतात.

आवळा :

फुले गळून पडतात. फळांची वाढ कमी होते.

द्राक्षे :

बोरॉनच्या कमतरतेची लक्षणे :

- पिकांची वाढ कमी होते, पाने पिवळी होतात.
- परागीकरणाची क्रिया अपूर्ण राहिल्यामुळे पिकांमध्ये वांझपणा येतो. पिकांमध्ये शर्करा व पाणी शोषणावर नकारात्मक परिणाम होतो.
- शर्करेचे वहन होत नाही.
- कमतरतेमुळे बिया पक्व होत नाहीत.
- पिके कॅल्शिअमचे शोषण करू शकत नाहीत.

घडातील मण्यांचा आकार लहान- मोठा दिसतो, मणी गळून पडतात. मुख्य फांदी वाळून जाते. पानांचा आकार लहान होतो, पानांवर लालसर विटकरी डाग दिसतात.

फुलकोबी :

गड्डा विखुरलेल्या स्वरूपात असतो, आकार लहान व विटकरी रंगाचा दिसतो. जर गड्ड्याच्या आतून- बाहेरून विटकरी व लालसर रंग जास्त दिसत असेल, तर आंबट वास येतो.

मुळा :

मुळांवर काळे डाग दिसतात, मुळांना तोडून पाहिले असता विटकरी रंग दिसतो.

जमिनीच्या प्रकारानुसार बोरॉनची उपलब्धता :

वालुकामय जमिनीत बोरॉनची कमतरता जास्त असते, कारण अशा जमिनीत बोरॉन पाण्यासोबत वाहून जात असल्याने उपलब्ध बोरॉन पिकांना मिळत नाही; परंतु चिकणमातीयुक्त जमिनीत बोरॉन व सेंद्रिय पदार्थ मातीच्या कणांनी धरून ठेवले जातात. पावसाच्या पाण्याने किंवा पिकांना पाणी दिल्यानंतर ते वाहून जात नाहीत.

पिकांना बोरॉन BO^3-3, H_3BO_3 स्वरूपात उपलब्ध होतो. जमिनीत बोरॉन सेंद्रिय घटकांद्वारे साठवला जातो, त्यामुळे जमिनीच्या ३० ते ६० सें.मी. खोलीच्या भागात ज्या ठिकाणी सेंद्रिय घटक जास्त असतात, त्या ठिकाणी बोरॉनची उपलब्धता जास्त असते. ज्या ठिकाणी पाण्याची कमतरता असते, अशा ठिकाणी बोरॉन सेंद्रिय घटकापासून विद्राव्य स्वरूपात येत नाही, त्यामुळे पिकांच्या मुळांना बोरॉन उपलब्ध होत नाही. म्हणून पिकांना बोरॉन उपलब्ध होण्यासाठी जमिनीत पुरेसा ओलावा असणे गरजेचे आहे. कमी पावसाच्या प्रदेशात पाऊस पडल्यानंतर निसर्गतःच बोरॉनची कमतरता दूर होते.

नत्राप्रमाणेच बोरॉन मातीच्या कणांना घट्ट धरून राहात नाही, त्यामुळे भरड्या व वालुकामय जमिनीत बोरॉन खालच्या थराला जाऊन मुळांच्या खालच्या बाजूस जाऊन बसतो; परंतु चिकण माती असणाऱ्या जमिनीत असा प्रश्न निर्माण होत नाही, त्यामुळे तेथे बोरॉनची कमतरता जास्त दिसून येत नाही. ज्या जमिनीचा सामू ७.५ किंवा ७.५च्यावर असतो, अशा जमिनीत बोरॉनची कमतरता आढळते; परंतु आम्लधर्मी जमिनीत बोरॉनची उपलब्धता अधिक आढळते.

बोरॉनच्या उपलब्धतेवर परिणाम करणारे घटक :

बोरॉनची उपलब्धता होण्यासाठी जमिनीतील सेंद्रिय घटकांचे प्रमाण, जमिनीचा पोत, सूक्ष्म जीवाणूंचे प्रमाण आणि जमिनीची मशागत हे घटक महत्त्वाचे ठरतात.

जमिनीतील सेंद्रिय घटकांचे प्रमाण :

जमिनीत बोरॉन हा सेंद्रिय घटकांद्वारे धरून ठेवला जातो. हळूहळू पिकांना पुरवला जातो. सेंद्रिय घटकांचे विघटन होऊन बोरॉन जमिनीत उपलब्ध होऊन पिकांच्या मुळाद्वारे शोषला जातो. ज्या जमिनीत सेंद्रिय घटक व पाण्याचे प्रमाण कमी व उष्णता जास्त असते, अशा वातावरणातील जमिनीत बोरॉनची उपलब्धता कमी होते.

जमिनीचा पोत :

भरड्या किंवा वालुकामय जमिनीत बोरॉनची कमतरता जास्त असते, कारण अशा जमिनीत बोरॉन पाण्यासोबत वाहून जात असल्याने उपलब्ध बोरॉन पिकांना मिळत नाही; परंतु चिकणमातीयुक्त जमिनीत बोरॉन व सेंद्रिय पदार्थ मातीच्या कणांनी धरून ठेवले जातात. पावसाच्या पाण्याने किंवा पिकांना पाणी दिल्यानंतर ते वाहून जात नाहीत.

जमिनीचा सामू :

बोरॉनची उपलब्धता व पिकांद्वारे होणारे शोषण हे मुख्यत्वे जमिनीच्या सामूवर अवलंबून असते. आम्लधर्मी जमिनीत बोरॉन जास्त विद्राव्य स्वरूपात असून, तो बारीक आम्लाच्या स्वरूपात उपलब्ध असतो; परंतु जास्त सामू असणाऱ्या जमिनीत बोरॉन अविद्राव्य स्वरूपात असल्यामुळे पिकांना उपलब्ध होत नाही. बोरॉनची उपलब्धता ५.५ ते ६.५ या सामूच्या प्रमाणात जास्त असते.

अ. क्र.	बोरॉनचे स्रोत	पाण्यात विद्राव्य	बोरॉनचे प्रमाण
१	बोरॅक्स	विद्राव्य	११ %
२	बोरिक	ॲसिड विद्राव्य	१७ %
३	सोडिअम	टेट्राबोरेट विद्राव्य	१० ते २० %
४	सोल्युबोर	विद्राव्य	१९ ते २० %
५	अनहायड्रस	बोरॅक्स विद्राव्य	२१.५ %

जमिनीतील सूक्ष्म जीवाणूंचे प्रमाण :

ज्या जमिनीत सूक्ष्म जीवाणूंची संख्या जास्त असते, अशा जमिनीत सेंद्रिय पदार्थांचे विघटन लवकर होते व पिकांना बोरॉन लवकर उपलब्ध होतो. तसेच, ज्या जमिनीत पाणी, हवा आणि तापमान योग्य प्रमाणात असते, अशा जमिनीत सूक्ष्म जीवाणूंची संख्या व सेंद्रिय पदार्थांच्या विघटनाची क्रिया अधिक असते. या उलट पाण्याचा अति वापर, कमी तापमान, पाण्याचा अति ताण यांमुळे जीवाणूंच्या कार्यक्षमतेवर नकारात्मक परिणाम होतो.

जमिनीची मशागत :

जमिनीच्या योग्य मशागतीमुळे पाणी, हवा व तापमान यांचे गुणोत्तर चांगल्या प्रमाणात राहते, त्यामुळे सेंद्रिय पदार्थांचे विघटन लवकर होण्यास मदत होऊन बोरॉनची उपलब्धता वाढते. जमिनीची मशागत केली नाही, तर सेंद्रिय पदार्थ जमिनीवर वरच्या भागातच राहतील, त्यांचे विघटन लवकर होणार नाही. त्यामुळे सेंद्रिय पदार्थांचे लवकर विघटन होण्यासाठी जमिनीची उलट- पालट होणे गरजेचे असते.

बोरॉनचे स्रोत व वापर :

शिफारशीनुसार सेंद्रिय खते जमिनीत मिसळावीत. माती परीक्षणावरून त्यानुसार बोरॉनयुक्त खते व सोबत कॅल्शिअमयुक्त खतांचा वापर करणे फायदेशीर ठरते. पाणी देण्यासाठी योग्य पद्धतीची निवड करावी आणि पाण्याचा निचरा होईल याची दक्षता घ्यावी.

वरील स्रोत जमिनीत मिसळून दिल्यास त्यांचा पिकांना जास्त उपयोग होऊ शकतो, त्यानुसार माती परीक्षणावरून बोरॉनची कमतरता असलेल्या जमिनीत बोरॅक्स पाच ते दहा कि.ग्रॅ. प्रतिहेक्टरी द्यावे. तसेच, बोरॉन हे फवारणी पद्धतीने दिल्यासही त्याचा पिकांना फायदा होतो. यासाठी सोल्युबोर या स्रोतांचा वापर करताना २०० ते ५०० ग्रॅम प्रति १०० लिटर पाण्यात (२० ते ५० ग्रॅम प्रति १० लिटर पाणी) मिसळून प्रतिहेक्टरी फवारणी करावी.

बोरॉन वापराबाबतच्या टिप्स :

सामान्यपणे सध्या विविध प्रकारच्या जमिनीत व पिकांमध्ये बोरॉन सूक्ष्म अन्नद्रव्यांची कमतरता दिसून येत आहे. बोरॉनची कमतरता असलेल्या जमिनीत व बोरॉनची गरज अधिक असलेल्या विशिष्ट पिकांना बोरॉन पुरवणे अत्यंत आवश्यक आहे. तरच पिकांचे अपेक्षित व दर्जेदार उत्पादन मिळवता येईल.

महत्त्वाच्या बाबी :

- बोरॉनचा वापर शक्यतोवर माती परीक्षणाच्या

बोरॉनच्या कमतरतेमुळे टरबुजाची फळे अशी तडकतात, तर पाने रंगहीन होतात.

बोरॉन कमतरतेस संवेदनशील पिके		
अतिसंवेदनशील पिके	मध्यम संवेदनशील पिके	कमी संवेदनशील पिके
फूलकोबी, गुलाब, सूर्यफूल	पत्ताकोबी, मुळा, टोमॅटो, पालक, कापूस, मका, गाजर, द्राक्षे, हरभरा, उडीद, मोहरी, कांदा	सोयाबीन, बटाटा, ज्वारी, साळ (धान), गहू, लिंबूवर्गीय फळझाडे

विविध पिकांसाठी इतर अन्नद्रव्यांसोबत बोरॉन वापराच्या शिफारशी	
पिके	शिफारशी
फुलकोबी व पत्ताकोबी	जमिनीद्वारे- ८ कि.ग्रॅ. बोरॅक्स प्रतिहेक्टर किंवा ०.३ टक्का बोरिक ॲसिडची (३०० ग्रॅम बोरिक ॲसिड १०० लिटर पाण्यात) फवारणी दोनदा करावी. (लागवडीनंतर आणि फूल/गड्डा तयार झाल्यावर दोन आठवड्यांनी)
वाटाणा	जमिनीद्वारे - १० कि.ग्रॅ. बोरॅक्स प्रतिहेक्टर
नारळ	२५ ग्रॅम प्रति झाड प्रतिवर्षी
भुईमूग	जमिनीद्वारे - ५ कि.ग्रॅ. बोरॅक्स प्रतिहेक्टर किंवा १ टक्का बोरिक ॲसिडची फवारणी फुलोरा येण्यापूर्वीच करावी
टोमॅटो	जमिनीद्वारे १० कि.ग्रॅ. बोरॅक्स प्रतिहेक्टर रोपांची लागवड करताना वा फळे तडकणे टाळण्यासाठी ०.३ टक्के बोरॅक्सची (३०० ग्रॅम बोरॅक्स १०० लिटर पाण्यात) फवारणी दोनदा (फळ लागताना व परत १५ दिवसांनी) करावी.
आंबा आणि पेरू	०.३ टक्का बोरॅक्सची (३०० ग्रॅम बोरॅक्स १०० लिटर पाण्यात) फवारणी फुलोऱ्यानंतर एका महिन्याने करावी
लिंबूवर्गीय फळझाडे	५०० ग्रॅम बोरॅक्स ४५० लिटर पाण्यातून फवारणी करावी किंवा जमिनीतून १२ कि.ग्रॅ. बोरॅक्स प्रतिहेक्टर द्यावे.

आधारेच करावा. बोरॉन हे सूक्ष्म अन्नद्रव्य पिकांमध्ये अचल असल्यामुळे बोरॉन कमतरतेची लक्षणे सर्वप्रथम शेंड्यावर दिसून येतात. बोरॉनचे पिकांमधील गरजेचे प्रमाण व कमतरतेचे प्रमाण यांमधील अंतर खूपच कमी असल्याने बोरॉनचा वापर तज्ज्ञांच्या सल्ल्यानुसारच करावा.

- बोरॉन कमतरता असणाऱ्या किंवा चुनखडीयुक्त जमिनीत बहुतेक पिकांसाठी जमिनीद्वारे बोरॉनचा वापर बोरॅक्स खताच्या स्वरूपात १५ ते २० कि.ग्रॅ. प्रतिहेक्टर या प्रमाणात पिकांची पेरणी अथवा लागवड करतानाच करावा.
- विविध ठिकाणच्या संशोधनाधारे बोरॉनची कमतरता असलेल्या जमिनीत बोरॉनचा वापर १५ कि.ग्रॅ. बोरॅक्स प्रतिहेक्टर, प्रतिवर्षी केवळ खरीप हंगामामध्ये (पिकांच्या खरीप, रब्बी हंगामांसाठी केवळ एकदाच) करणे फायदेशीर आढळून आला आहे.
- बोरॉनचा वापर इतर सूक्ष्म अन्नद्रव्ये, स्फुरद व पालाश यांच्या स्वरूपात फायदेशीर आणि कार्यक्षम ठरतो.

फवारणीद्वारे देणे :

- पिकांच्या वाढीच्या संवेदनशील अवस्थेत बोरॉनचा वापर एक ते दोन वेळेस फवारणीद्वारे ०.२ ते ०.३ टक्का (२०० ते ३०० ग्रॅम प्रति १०० लिटर पाण्यात) या प्रमाणात करावा.

बोरॉनचे प्रमाण अतिरिक्त असल्यास :

- जास्त बोरॉन वापरामुळे इतर अन्नद्रव्यांच्या उपलब्धतेवर प्रतिकूल परिणामदेखील दिसून येऊ शकतो. त्यामुळे बोरॉनचा वापर काळजीपूर्वक व तज्ज्ञांच्या मार्गदर्शनाखाली करावा.
- सर्वसाधारणपणे आम्लयुक्त व चुनखडीयुक्त जमिनीत बोरॉनची कमतरता आढळते. बोरॉन कमतरता असलेल्या जमिनीत सेंद्रिय खतांच्या वापरामुळे पिकांना जमिनीद्वारे दिलेल्या बोरॉनयुक्त खतांची कार्यक्षमता वाढवता येते; परंतु क्षारयुक्त व चोपण जमिनीत बोरॉनची उपलब्धता जास्त होऊन पिकांमध्ये बोरॉनच्या अतिरिक्त प्रमाणात वाढ होते. अशा क्षारयुक्त व चोपण जमिनीतील बोरॉन उपलब्धतेचे प्रमाण जास्त झाल्यास सेंद्रिय खतांचा वापर करावा. त्यामुळे पिकांची वाढ व उत्पादनावर होणारा प्रतिकूल परिणाम टाळता येतो.

बोरॉनला पिकांचा प्रतिसाद :

- विविध पिके बोरॉन वापरास वेगवेगळ्या प्रकारचा प्रतिसाद देतात. उदा. खरीप हंगामातील प्रतिसादानुसार पिकांचा क्रम उतरत्या क्रमाने- कांदा, मका, रताळे, भुईमूग आणि रब्बी हंगामातील प्रतिसादानुसार पिकांचा क्रम उतरत्या क्रमाने- मोहरी, कांदा, सूर्यफूल, मका असा आहे.
- तृणधान्य पिकांमध्ये मका, कडधान्य पिकांमध्ये हरभरा आणि तेलवर्गीय पिकांमध्ये मोहरी ही पिके बोरॉन वापरास सर्वाधिक प्रतिसाद देतात. बोरॉन वापरामुळे पिकांच्या अधिक उत्पादनाखेरीज तेलवर्गीय पिकांत तेलाचे प्रमाण, कडधान्य पिकांमध्ये प्रथिनांचे प्रमाण आणि बटाटे पिकात स्टार्चचे प्रमाण लक्षणीय स्वरूपात वाढते.

वेलवर्गीय पिकांच्या उत्पादन वाढीसाठी बोरॉन :

बोरॉनच्या वापरामुळे वेलवर्गीय पिकांच्या उत्पादनात २८ ते ३६ टक्के वाढ दिसून येते. फळे तडकणे, वेडीवाकडी होणे, फळांची साल रखरखीत किंवा खडबडीत होणे, ही बोरॉन कमतरतेची लक्षणे आहेत.

विविध ठिकाणच्या संशोधनाआधारे, वेलवर्गीय पिकांच्या उत्पादनात बोरॉन या सूक्ष्म अन्नद्रव्याचा विशेष सहभाग असल्याचे आढळून आले आहे. विशेषतः वेलांची योग्य वाढ, फळांची संख्या, फळांचा आकार आणि फळांची गुणवत्ता यासाठी बोरॉन या सूक्ष्म अन्नद्रव्याचा फवारणीद्वारा वापर फायदेशीर दिसून आला आहे.

- अन्नद्रव्य व्यवस्थापनात बोरॉन या अन्नद्रव्याच्या पुरवठ्यासाठी लागवडीनंतर २५ ते ४५ दिवसांपर्यंत ०.२५ टक्के (२५ ग्रॅम १० लिटर पाण्यात) बोरिक ॲसिडच्या तीन फवारण्या केल्याने काकडी पिकांत प्रतिहेक्टरी ४८.६ टन ते ६२.५ टन इतकी उत्पादन वाढ दिसून आली आहे. सरासरी फळांची संख्या १०.५ ते १२.२ प्रतिवेल आणि फळांची सरासरी वजनात ३६८ ग्रॅम ते ४१२ ग्रॅम इतकी वाढ होते.
- काकडीप्रमाणेच भोपळा, कारली, टरबूज, खरबूज, काशिफळ आणि दोडके या पिकांतदेखील बोरॉनच्या वापरामुळे २८ ते ३६ टक्के उत्पादनात वाढ दिसून येते. बोरॉनच्या वापराची कार्यक्षमता वाढवण्याकरिता ०.५ टक्के (५० ग्रॅम १० लिटर पाण्यात) युरियाचा वापर केल्यास पिकांत बोरॉनचे शोषण वाढते.
- बोरॉनमुळे फळांची संख्या वाढते, तसेच फळांचा आकार व वजन वाढवण्यासाठी आवश्यक संप्रेरकांची निर्मिती केली जाते. यासाठी बोरिक ॲसिड (१७ टक्के बोरॉन), बोरॅक्स (११ टक्के बोरॉन) किंवा सोल्युबोर (२० टक्के बोरॉन) यांपैकी कोणत्याही एका संयुगाचा वापर फवारणीकरिता करता येतो. या संयुगासोबतच युरियाचा वापर (०.५ टक्के) केल्यास बोरॉनचे शोषण वाढल्याचे दिसून आले आहे.

- वेलवर्गीय पिकात बोरॉनचा वापर आर्थिकदृष्ट्या फायदेशीरदेखील आहे. पिकांच्या विकासाकरिता व वाढीसाठी बोरॉनचे वहन जुन्या पानांतून नवीन पानांत होत नसल्याने सतत मुळांद्वारा शोषण होणे आवश्यक असते.
- बोरॉनची कमतरता झाडाच्या प्रत्येक भागावर दिसून येऊ शकते. उदा. फळे तडकणे, वेडीवाकडी होणे, फळांची साल रखरखीत किंवा खडबडीत होणे ही बोरॉन कमतरतेची फळावरील लक्षणे आहेत.
- जमिनीद्वारा वेलवर्गीय पिकांकरिता बोरॉनचा वापर करावयाचा असल्यास बोरॅक्स १० कि.ग्रॅ. प्रतिहेक्टर वापरावे. जमिनीद्वारा वापराकरिता माती परीक्षणाचा आधार घ्यावा. फवारणीद्वारा वापर करतानादेखील योग्य प्रमाणातच करावा. बोरॉनचे प्रमाण अधिक झाल्यास पिकावर अनिष्ट परिणाम होऊ शकतो.

●●

७

जस्त (झिंक)

जस्त हे एक महत्त्वाचे अन्नद्रव्य आहे. जर उत्पादनात वाढ व जमिनीची सुपीकता टिकवायची असेल तर नत्र, स्फुरद आणि पालाश यांबरोबर जस्ताचा वापर करणे आवश्यक आहे.

जस्ताचे पीक पोषणातील महत्त्व :

भारतातील अन्य राज्यांतील मातीमध्ये जस्ताची कमतरता गंभीर स्वरूप धारण करत असताना महाराष्ट्रातही जस्ताच्या कमतरतेचे प्रमाण वाढत आहे. अशा परिस्थितीतच जमिनीची सुपीकता टिकवतानाच उत्पादनात वाढ मिळवण्यासाठी माती तपासणीनंतर शिफारशीनुसार नत्र, स्फुरद आणि पालाश यांबरोबर जस्ताचा वापर करणे आवश्यक आहे.

जस्त (झिंक) हे एक महत्त्वाचे सूक्ष्म अन्नद्रव्य आहे. ज्या ठिकाणी भात व गहू ही पिके मोठ्या प्रमाणावर घेतली जातात, त्या ठिकाणी जस्त या अन्नद्रव्याची कमतरता ही मोठ्या प्रमाणात आढळून आली. जस्त कमी प्रमाणात लागत असले, तरी पीक पोषणात याचे महत्त्व प्रमुख अन्नद्रव्यांइतकेच आहे. जस्त या अन्नद्रव्यावर संशोधनाची सुरुवात प्रथम १९६६मध्ये डॉ. वाय. एल. नेने यांनी केली. जस्ताच्या कमतरतेमुळे भात या पिकामध्ये ‘खैरा’ रोग होतो, हे प्रथमतः डॉ. नेने यांनी दाखवून दिले.

वाढत्या बागायतीमुळे, बहुपीक पद्धतीमुळे जमिनीच्या सुपीकतेचे प्रमाण घटत आहे. त्याला पिकांची फेरपालट न करणे, भरखते व सेंद्रिय खतांचा कमी वापर, सूक्ष्म अन्नद्रव्ययुक्त खतांचा अतिशय कमी वापर या घटकांचा हातभार लागत आहे. पीक पद्धतीमध्ये योग्य उपाययोजना केल्या नाहीत, तर जस्ताबरोबर इतरही अन्नद्रव्यांचे प्रमाण येत्या काही वर्षांमध्ये कमी होत जाणार आहे. त्याकडे दुर्लक्ष केल्यास वाढत्या लोकसंख्येच्या अन्नाची गरज भागू शकणार नाही.

पिकांच्या पोषणासाठी जस्ताचे कार्य

- जस्त जीव-रसायन प्रक्रियेत प्रत्यक्ष वा अप्रत्यक्ष सहभाग घेते.
- वनस्पतीमधील पुनरुत्पादन क्रिया उत्तम प्रकारे घडवून आणली जाते.
- जस्तामुळे झाडांना जलशोषणातही मदत होते.
- पीक पोषण संजीवके तयार करणे.
- प्रथिनांच्या निर्मितीस हातभार लावणे.
- बी/ धान्य पक्व व निर्मिती करणे.

दिवसेंदिवस वाढणारी जस्ताची कमतरता!

संपूर्ण भारतात मातीच्या नमुन्याचे परीक्षण केले असता पिकांना उपलब्ध होणाऱ्या जस्ताचे प्रमाण हे आंध्र प्रदेश, बिहार, हरियाणा, मध्य प्रदेश, पंजाब, तमिळनाडू आणि उत्तर प्रदेश या राज्यांमध्ये गंभीररीत्या कमी स्वरूपाचे आढळले आहे. महाराष्ट्रामध्येही जस्ताच्या कमतरतेचे प्रमाण वाढत आहे. राज्यातील मातीचे नमुने तपासून पाहिले असता असे आढळून आले, की महाराष्ट्रातील ३५.४ टक्के जमिनीमध्ये, तर मराठवाड्याचा विचार करता २६.१ टक्के जमिनीमध्ये उपलब्ध जस्ताची कमतरता आहे. जर उत्पादनात वाढ व जमिनीची सुपीकता टिकवायची असेल, तर नत्र, स्फुरद आणि पालाश याबरोबर जस्ताचा वापर करणे आवश्यक आहे.

जस्ताच्या कमतरतेमुळे दिसून येणारी लक्षणे व उपाय :

जस्ताच्या कमतरतेची लक्षणे लवकर दिसून येत नसली, तरीही त्यामुळे पिकांच्या उत्पादनात सुमारे ५० टक्क्यांपर्यंत घट होते. जस्ताच्या कमतरतेची लक्षणे पानांवर खालीलप्रमाणे आढळून येतात :

- पिकांची पाने लहान व अरुंद दिसतात. भरपूर प्रमाणात पानगळ होते.
- करपलेले ठिपके, तांबडे डाग, पानांच्या कडा व शिरांवर ही सर्व लक्षणे दिसतात.
- बहुवर्षीय पिकांमध्ये शेंड्याची वाढ मर्यादित होऊन त्याचे पर्णगुच्छात रूपांतर होते.
- पानांत हरितद्रव्याचा अभाव दिसतो. जुन्या पानांच्या शिरांमधील भाग पिवळा पडतो व शिरा हिरव्याच असतात.
- पानांच्या पृष्ठभागावर साखर साचते, पाने ठिकठिकाणी जळतात.
- झाडाला फुलोरा कमी प्रमाणात येतो.
- जस्ताच्या कमतरतेमुळे फळांचा आकार लहान होतो व फळे अपरिपक्व राहतात.
- कमतरता तीव्र असल्यास झाडाची वाढ थांबते.
- पीक फुलावर येण्यास व फळ पक्व होण्यास उशीर होतो.

समजून घ्या जस्ताची कमतरता :

आपल्याकडील शेतकरीवर्गाने पोषणद्रव्ये व त्यांचे कार्य समजून घेतले पाहिजे व त्यानंतर अभाव लक्षणे समजून घेऊन पिकाला अचूकपणे आवश्यक तेवढी पोषणद्रव्ये दिल्यास उत्पादन वाढेल व त्याची प्रत सुधारेल. विविध प्रकारची पिके वेगवेगळ्या सूक्ष्म अन्नद्रव्यांच्या कमतरतेसाठी संवेदनशील असतात, कारण प्रत्येक पिकाची सूक्ष्म अन्नद्रव्यांची गरज वेगवेगळी असते.

लिंबूवर्गीय फळे

गहू

कापूस

द्राक्ष

मोसंबी

जस्ताच्या कमतरतेवर परिणाम करणारे मृदेचे घटक

जमिनीमध्ये जस्ताचे प्रमाण ०.६ मि.ग्रॅ./ कि.ग्रॅ.पेक्षा कमी असल्यास ती मृदा जस्त कमतरतेची मृदा समजली जाते.

सामू : जस्ताची उपलब्धता मुख्यत्वेकरून सामूवर आधारित असते. चोपण विम्लधर्मी, चुनखडीयुक्त, ज्या जमिनीत पाण्याचा निचरा चांगला होत नाही अशा मृदेमध्ये जस्त कमी प्रमाणात आढळते.

सेंद्रिय पदार्थ : ज्या जमिनीमध्ये सेंद्रिय पदार्थ कमी असतात, त्या जमिनीत जस्ताचे प्रमाण कमी असते. मातीमध्ये सेंद्रिय पदार्थ जास्त असताना जस्ताची उपलब्धताही जास्त होते. कारण सेंद्रिय पदार्थ हे पिकांना जस्त उपलब्ध करून देतात.

जमिनीचा पोत : वालुकामय (भरड्या) मृदेमध्ये जस्ताचे प्रमाण कमी असते, त्यामुळे हलक्या जमिनीत जस्ताचे प्रमाण साधारणपणे कमी असते.

स्फुरदाचे मृदेतील प्रमाण : जमिनीमध्ये जर स्फुरदाचे प्रमाण जास्त असेल (निसर्गतः किंवा अति प्रमाणात स्फुरदयुक्त खतांचा वापर), तर पिकांसाठी उपलब्ध होणाऱ्या जस्ताच्या उपलब्धतेवर परिणाम होतो.

थोडक्यात हलकी, चोपण, विम्लधर्मी व चुनखडीयुक्त जमिनी आणि सेंद्रिय पदार्थ कमी असलेल्या मृदेमध्ये पिकांसाठी व जेथे ज्वारी, मका, सोयाबीन व गहू ही पिके सतत घेतली जातात, अशा जमिनीमध्ये उपलब्ध जस्ताचे प्रमाण कमी आढळते.

जस्ताच्या कमतरतेस संवेदनशील पिके :

भात, ज्वारी, बाजरी, मका, गहू, कापूस, सोयाबीन व लिंबूवर्गीय झाडे इत्यादी.

झिंक (जस्ताच्या) वापरास पिकांचा प्रतिसाद :

मृदेची विविधता, मृदेतील उपलब्ध असलेले जस्ताचे प्रमाण आणि पिकांच्या वाणातील फरक या कारणांमुळे पिकांच्या जस्ताच्या वापराला वेगवेगळा प्रतिसाद दिसून येतो. जस्ताच्या वापरावर केल्या गेलेल्या विविध संशोधनाने असे सिद्ध झाले आहे, की नत्र, स्फुरद आणि पालाश यांबरोबर जस्ताचा वापर केल्यास उत्पादनात ४० टक्क्यांपर्यंत अधिक वाढ होऊ शकते. भात, गहू, मका ही पिके जस्ताच्या वापराला चांगला प्रतिसाद देतात.

जस्ताची कमतरता व सुधारणा :

- भारतीय मृदेत जस्ताच्या कमतरतेचे वाढते प्रमाण लक्षात घेता उत्पादनवाढीसाठी जस्तयुक्त खतांचा वापर करणे गरजेचे आहे. जस्ताच्या कमतरता दूर करण्यासाठी भारत सरकारने विविध प्रमाणित स्रोत निश्चित केले असले, तरी झिंक सल्फेट हा स्वस्त व परिणामकारक स्रोत आहे.
- विशेषतः चुनखडी असणाऱ्या जमिनीत सूक्ष्म अन्नद्रव्ये खते दिल्यानंतर त्यातील बराचसा भाग जमिनीत बद्ध होतो, त्यामुळे पिकास फारच कमी उपलब्ध होतो. म्हणून चुनखडीचे प्रमाण जास्त असणाऱ्या जमिनीत सूक्ष्म अन्नद्रव्ये ही चिलेटेड स्वरूपातदेखील देता येतात, तसेच फवारणीद्वारेदेखील या संयुगांचा उपयोग करता येऊ शकतो.

जस्त वापरण्याचे प्रमाण, पद्धती आणि वेळ :

- जमिनीद्वारे अथवा फवारणीद्वारे अशा दोन्ही प्रकारे जस्तयुक्त रासायनिक संयुगाचा वापर

जस्ताच्या कमतरतेवर वापरले जाणारे काही स्रोत

जस्तयुक्त खतांचा प्रकार/स्रोत	जस्ताचे शेकडा प्रमाण
झिंक सल्फेट मोनोहायड्रेट	३३
झिंक सल्फेट हेप्टाहायड्रेट	२१
झिंक चिलेट	१२
झिंकटेड युरिया	०२

करता येतो.

- जस्ताचा पुरवठा करण्यासाठी वापरल्या जाणाऱ्या इतर पद्धतींपेक्षा जमिनीद्वारे पिकांच्या पेरणीपूर्वी किंवा पुनर्लागवडीपूर्वी जस्ताचा वापर करावा. झिंक सल्फेट किंवा जमिनीत बियांच्या खाली जस्ताचा वापर करणे फायदेशीर ठरते.
- माती परीक्षणानुसार प्रतिहेक्टरी २० ते ४० कि.ग्रॅ. झिंक सल्फेट जमिनीतून द्यावे.
- फवारणीद्वारे वापर करावयाचा असल्यास झिंकयुक्त (जस्तयुक्त) रासायनिक संयुगाचा/ झिंक सल्फेटची ०.५ ते एक टक्के द्रावणाची (५० ते १०० ग्रॅम प्रति १० लिटर पाणी) पिकाच्या वाढीच्या संवेदनशील अवस्थेमध्ये दोन ते तीन वेळा फवारणी करावी.

उत्पादनवाढीसाठी जस्त महत्त्वाचे :

बहुविध पीक पद्धती आणि असंतुलित खत व्यवस्थापनामुळे जमिनीच्या जस्त उपलब्धतेवर विपरीत परिणाम दिसून येत आहेत, त्यामुळे जमिनीतील जस्ताची कमतरता कृषी उत्पादनवाढीमधील महत्त्वाचा अडथळा समजला जात आहे.

जस्त हे जमिनीत कमतरता असणाऱ्या अन्नद्रव्यांच्या यादीमध्ये नत्र व स्फुरदानंतर तिसरे अन्नद्रव्य म्हणून गणले जाते, त्यामुळे पिकांच्या उत्पादनावर विपरीत परिणाम होत असल्याचे दिसून आले आहे.

जस्त अन्नद्रव्याचे उत्पादनात महत्त्व :

- जस्तामुळे पिकांमध्ये वाढ संप्रेरके तयार होतात.
- कर्बोदकांचे रूपांतरण होण्यास मदत होते.
- जस्ताच्या कमतरतेमुळे प्रकाशसंश्लेषण आणि वनस्पतीद्वारे व वनस्पतीअंतर्गत नत्राचा वापरदेखील कमी होतो.
- जमिनीत जस्ताची कमतरता असल्यास किंवा झाल्यास झाडांना फुलोरा येणे आणि फळांचा विकास होणे यामध्ये अडथळा निर्माण होतो, तसेच वाढीचा आणि परिपक्वता कालावधीदेखील वाढतो, त्यामुळे उत्पादनात घट होते; तसेच उत्पादनाचा दर्जा खालावतो. यासोबतच अन्य अन्नद्रव्यांचा झाडांद्वारे वापर होण्याची क्षमता कमी होते.
- जस्तामुळे कर्बोदके, प्रथिने, पिष्टमय पदार्थ, तेलाचे प्रमाण यांमध्ये वाढ होऊन दर्जेदार अन्नधान्य तयार होते; तसेच पिके विविध प्रकारचा ताण (पाण्याचा, रोगाचा आणि उष्णतेचा ताण) सहन करू शकतात, त्यामुळे होणारा प्रतिकूल परिणाम टाळता येतो. पिकांवर जस्त कमतरतेचे दृश्य परिणाम किंवा लक्षणे दिसून येत नसले तरी जस्त कमतरतेमुळे उत्पादनात ५० टक्क्यापर्यंत घट होऊ शकते.
- विविध पिकांमध्ये व फळझाडांमध्ये विशेषतः लिंबूवर्गीय फळझाडांमध्ये आणि केळीमध्ये लिटल लिफ आणि पर्णगुच्छ अशा प्रकारची लक्षणे दिसून येतात. मका पिकामध्ये जुन्या पानांवर पांढरे ठिपके किंवा चट्टे मुख्य शीर आणि पानांच्या कडा यांमध्ये दिसून येतात, यालाच आपण मक्यामध्ये 'व्हाइट बड' असे म्हणतो.

एकाच प्रकारची बहुपीक पद्धती :

- बहुपीक पद्धतीमुळे जस्ताची कमतरता आढळून येत असली उत्तर प्रदेश, पंजाब आणि बिहार

एकाच प्रकारच्या बहुपीक पद्धतीमुळे दिसते जस्ताची कमतरता

उदा. सध्या सतत ऊस, केळी आणि कापूस पीक घेतलेल्या जमिनीत जस्ताची कमतरता आढळून येत आहे.

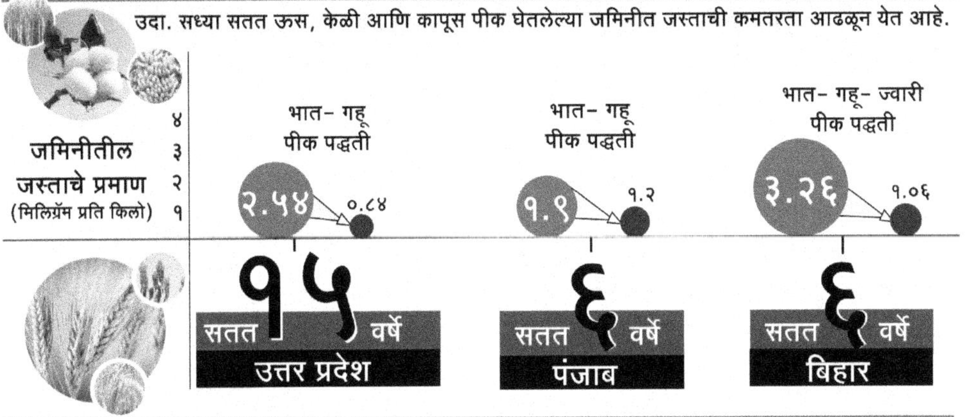

सामान्यपणे अति उत्पादन देणाऱ्या पिकांच्या जातींमुळे एका पिकामार्फत ०.१२ मिलिग्रॅम प्रति किलो उपलब्ध जस्त दरवर्षी जमिनीतून कमी होत आहे.

येथील एकपीक पद्धतीमुळेदेखील मातीमध्ये जस्ताची कमतरता दिसून येत आहे. अधिक विश्लेषण वरील आलेखामध्ये केले आहे.

जस्त अन्नद्रव्याचे शोषण :

- विविध पिकांमध्ये जस्त अन्नद्रव्याची सीमान्त पातळी १२ ते २० दशलक्ष भाग (पीपीएम) इतक्या प्रमाणात आढळून येते, त्यापेक्षा जस्ताचे प्रमाण कमी झाल्यास पिकात जस्त कमतरतेची लक्षणे दिसून येतात.
- विविध प्रकारची पिके व जमिनीच्या प्रकारानुसार माती परीक्षणाद्वारे जमिनीतील जस्त अन्नद्रव्याची सीमान्त पातळी ०.६ ते १.२ दशलक्ष भाग (पीपीएम) इतकी ठरवण्यात आली आहे. यापेक्षा जस्ताचे प्रमाण कमी झाल्यास त्या जमिनीला 'जस्त कमतरतेची मृदा', असे म्हणतात. अशा प्रकारच्या जमिनीत जस्त वापरास सर्वाधिक प्रतिसाद मिळतो. कमी सेंद्रिय कर्ब असणाऱ्या, जमिनीचा सामू अल्कधर्मी असणाऱ्या ४३ टक्के जमिनीमध्ये जस्त या अन्नद्रव्याची उपलब्धता कमी आहे.
- विविध पीक पद्धतींमध्ये जस्त अन्नद्रव्याचे शोषण हे दरवर्षी १८७ ते ७२८ ग्रॅम प्रतिहेक्टर इतक्या प्रमाणात होत असते. अन्नद्रव्य व्यवस्थापनात सेंद्रिय खतांचा वापर केल्यास जमिनीतील जस्ताची कमतरता भरून काढण्यास मदत होते. कारण सामान्यपणे शेणखतामध्ये १४.५ पीपीएम, कंपोस्ट खतामध्ये ९.४ पीपीएम, कोंबडी खतामध्ये ३६ ते ५० पीपीएम आणि प्रेसमडमध्ये १५० ते २७० पीपीएम इतके जस्ताचे प्रमाण आढळते. सर्वसाधारणपणे चांगले कुजलेले शेणखत किंवा कंपोस्ट खत दहा टन प्रतिहेक्टर या प्रमाणात दिल्यास पिकांची जस्ताची गरज भागवली जाते.
- केवळ आणि जास्त प्रमाणात स्फुरदयुक्त खतांच्या वापरामुळे जमिनीतील जस्ताची उपलब्धतता कमी होते, असे आढळून आले आहे.

प्रमाणात वापर महत्त्वाचा :

- सर्वसाधारणपणे जस्ताचा वापर जमिनीद्वारे केल्यास फायदेशीर ठरतो, परंतु कमतरता आढळल्यास उभ्या पिकात ०.५ टक्के झिंक सल्फेटची (५०० ग्रॅम प्रति १०० लिटर पाण्यात) फवारणी करावी. अन्नधान्य पिकांमध्ये सरासरी जस्त वापरामुळे दोन ते तीन क्विंटल प्रतिहेक्टर उत्पादनात वाढ होते.
- जस्तयुक्त खतांचा जास्त प्रमाणात वापर केल्यास इतर अन्नद्रव्यांच्या उपलब्धतेवर व पिकांद्वारे करण्यात येणाऱ्या शोषणावर विपरीत किंवा प्रतिकूल परिणाम होतो, त्यामुळे जस्तयुक्त

खतांचा वापर प्रमाणशीरच करावयास हवा. सर्व पिकांसाठी जमिनीद्वारे पाच कि.ग्रॅ. जस्त प्रतिहेक्टर (२५ कि.ग्रॅ. झिंक सल्फेट प्रतिहेक्टर) एकदा दिल्यास त्याचा शेष परिणाम अनुकूल स्वरूपात दोन ते तीन पिकांवर दिसून येतो. उदा. साळ. गहू पीक पद्धतीमध्ये साळीला दिलेल्या जस्ताचा परिणाम गहू पिकावरदेखील अनुकूल स्वरूपात दिसून येतो.

- उपलब्ध जस्त कमी होणाऱ्या अशा जमिनीत सतत शेणखत किंवा सेंद्रिय खते यांचा वापर करण्यात यावा, ज्यामुळे जस्ताची होणारी कमतरता भरून काढण्यास मदत होईल. सेंद्रिय खतासोबत जस्तयुक्त खते वापरल्यास खतांची तसेच जमिनीत उपलब्ध जस्ताची कार्यक्षमता वाढते. बीजप्रक्रिया करणे तसेच रोपे जस्त सल्फेटच्या द्रावणात बुडवून लावणे, याबद्दल विशेष संशोधन प्रयोग चालू आहेत. अशाप्रकारे जस्ताबद्दल सर्व प्रकारची शास्त्रीय माहिती घेऊन शेतकऱ्यांनी तज्ज्ञांच्या मार्गदर्शनाखाली जस्ताचा वापर प्रमाणशीरच करावा आणि उत्पादनात वाढ करावी.

●●

८

लोह (आयर्न)

पिकाच्या पोषणामध्ये इतर मुख्य अन्नद्रव्यांच्या उपलब्धतेसाठी लोह कारणीभूत असते. लोह पिकांना अत्यंत कमी प्रमाणात लागते. लोहाच्या कमतरतेचा पिकांवर विपरीत परिणाम होतो, त्यामुळे ती दूर करण्यासाठी उपाययोजना आवश्यक ठरते.

पीक पोषणात लोहाचे महत्त्व :

पीक पोषणामध्ये लोह आवश्यक असून, अन्य मुख्य अन्नद्रव्यांच्या उपलब्धतेसाठी ते कारणीभूत असते. लोहाचे पीक पोषणातील महत्त्व, पिकातील लोहाच्या कमतरतेची लक्षणे आणि लोहाच्या उपलब्धतेवर परिणाम करणारे जमिनीतील घटक यांविषयी माहिती घेऊ.

शेतीमध्ये नवीन वाण येत असून बहुपीक पद्धतीचा वापर वाढत आहे, त्यासाठी खतांचा असंतुलित व अयोग्य पद्धतीने वापर केला जातो. त्यामुळे एकापेक्षा अधिक अन्नद्रव्यांची कमतरता दिसून येत आहे. लोह हे पिकांना लागणाऱ्या आवश्यक अन्नद्रव्यांपैकी असून, पिकांना अत्यंत कमी प्रमाणात लागते. जमिनीमध्ये लोह फेरस (Fe^{++}) व फेरिक (Fe^{+++}) या स्वरूपात असतो. पिकांना फेरस (Fe^{++}) स्वरूपात लोह उपलब्ध होतो; तसेच ज्या जमिनीत लोहाचे प्रमाण ४.५ दशलक्ष भागापेक्षा कमी असते, अशा जमिनीस 'लोह कमतरतेची मृदा', असे म्हणतात.

पिकांमध्ये लोहाचे प्रमाण सरासरी ५० ते २०० दशलक्ष भाग एवढे असते, तर ज्या पिकांमध्ये लोहाचे प्रमाण ५० दशलक्ष भागापेक्षा कमी असते, अशी पिके लोहाची कमतरता दर्शवतात.

पिकांमध्ये असलेल्या एकूण प्रमाणापैकी ८० टक्के लोह हे अन्नद्रव्य हरित लवकांमध्ये असते. पिकाच्या पानांत हरितलवके तयार होण्यासाठी व त्यांच्या वाढीसाठी लोह महत्त्वाचे असते, त्याचबरोबर पिकांना महत्त्वाच्या असणाऱ्या प्रकाशसंश्लेषण व श्वसन प्रक्रियेदरम्यान होणाऱ्या अणुरेणू विनिमय प्रक्रियेमध्ये लोहाची आवश्यकता असते. कडधान्य पिकांच्या मुळांमध्ये लेगहिमोग्लोबीन तयार होण्यास लोह महत्त्वाचे असते.

त्याचप्रमाणे विविध संप्रेरकांची निर्मिती व त्यांचे पिकांत वहन होण्यासाठी लोहाची गरज असते. लोहामुळे पिकांना इतर महत्त्वाच्या अन्नद्रव्यांचे शोषण होण्यास मदत होते. लोहामुळे नत्र स्थिरीकरण होण्यास मदत होते.

केळीवरील लक्षणे

संत्र्यावरील लक्षणे

भुईमुगावरील लक्षणे

मक्यावरील लक्षणे

टोमॅटोवरील लक्षणे

लोहाच्या कमतरतेमुळे पिकांत आढळून येणारी लक्षणे

- पिकांमध्ये लोहाची कमतरता प्रथम शेंड्याच्या नवीन पानांवर दिसून येते.
- लोह हरितलवके तयार होण्यास आवश्यक असून, लोहाच्या कमतरतेमुळे पानाच्या शिरांतील भाग पिवळा पडतो व हळूहळू सर्वच पान पिवळे होते.
- लोहाच्या तीव्र कमतरतेमुळे पिकांची पाने कागदासारखी पातळ होतात व पांढरी पडतात.
- लोहाच्या कमतरतेमुळे पिकांमध्ये लेगहिमोग्लोबीन तयार होत नाही, परिणामी पिकांची वाढ योग्य प्रमाणात होत नाही.
- प्रकाशसंश्लेषण व श्वसनप्रक्रिया मंदावते, त्यामुळे पिकांची वाढ चांगली होत नाही, परिणामी उत्पादनात घट होते.
- मका, सोयाबीन, ऊस, लिंबूवर्गीय फळझाडे, भुईमूग, कापूस व पेरसाळ या पिकांत लोह अत्यंत महत्त्वाचा घटक आहे. या पिकांना लोहाची गरज जास्त असते.

जमिनीतील लोहाच्या उपलब्धतेवर परिणाम करणारे घटक :

जमिनीचा सामू : जमिनीचा सामू हा अन्नद्रव्यांच्या उपलब्धतेवर परिणाम करणारा अत्यंत महत्त्वाचा घटक आहे.

- ज्या जमिनीचा सामू जास्त असतो आणि क्षारयुक्त व चोपण अशा जमिनीत लोहाची कमतरता आढळते.
- ज्या जमिनीचा सामू ६ ते ६.५ असतो, अशा जमिनीत पिकांना लोहाची उपलब्धता चांगली होते.
- आम्लयुक्त (सामू पाच व पाचपेक्षा कमी) जमिनीत पिकांना लोहाची उपलब्धता जास्त असते.

सेंद्रिय घटकांचा अभाव : ज्या जमिनीत सेंद्रिय घटकांचे प्रमाण कमी असते, अशा जमिनीत पिकांना लोहाची कमतरता आढळते. कारण, सेंद्रिय घटकांद्वारे जमिनीत लोह टाकले जाते, तसेच सेंद्रिय घटकांच्या विघटनामुळे सेंद्रिय आम्ले तयार होत असतात. त्यामुळे अविद्राव्य लोह विद्राव्य स्वरूपात येऊन पिकांना उपलब्ध होण्यास मदत होते. म्हणून जमिनीत शेणखत व कंपोस्ट खत इत्यादी सेंद्रिय घटक टाकणे फायदेशीर ठरते.

जमिनीत पाण्याचे अयोग्य व्यवस्थापन :

- जमिनीतून पाण्याचा योग्य निचरा होत नसेल किंवा जमिनी टणक बनल्या असतील, तर लोहाची उपलब्धता कमी होते. ज्या जमिनीत पाणी साठून राहते अशा जमिनीत पिकांच्या मुळांना श्वसन प्रक्रियेत अडथळा होतो, त्यामुळे जमिनीत कार्बन-डाय-ऑक्साईडचे प्रमाण वाढते. परिणामी पिकांवर याचा विपरीत परिणाम होतो.
- चोपण व टणक जमिनीत क्षारांचे प्रमाण जास्त असल्याने लोहाचा क्षारांसोबत संयोग होऊन उपलब्धता कमी होते. जमिनीत पिके लोह कमतरतेची लक्षणे दाखवतात.

स्फुरदाचे प्रमाण : ज्या जमिनीत स्फुरदाची उपलब्धता जास्त असते किंवा स्फुरदयुक्त खतांचा जास्त वापर असतो, अशा जमिनीत पिकांद्वारे लोह कमी शोषला जातो व उपलब्धता कमी होते.

इतर अन्नद्रव्यांसोबत असलेला परस्पर संबंध : जस्त, मँगनीज, पालाश व मोलाब्दाचे प्रमाण जास्त असलेल्या जमिनीमध्ये लोहाच्या उपलब्धतेवर प्रतिकूल परिणाम होतो, उत्पादनात घट होते.

क्षारपड जमिनी : क्षारयुक्त जमिनीत असलेल्या कार्बोनेट व बायकार्बोनेट, तसेच चुनखडीमुळे उपलब्ध स्वरूपातील लोह, क्षार व चुनखडीबरोबर संयोग होऊन लोह अविद्राव्य होतो व उपलब्धता कमी होते.

लोह कमतरतेवरील उपाययोजना :

लोह हे पिकांच्या पोषणासाठी अत्यंत आवश्यक असून, महाराष्ट्रातील विविध विभागांमध्ये त्याची कमतरता दिसून येते. लोहाच्या कमतरतेचे परिणाम मुख्य अन्नद्रव्यांच्या उपलब्धतेवर होत असल्याने

लोह कमतरतेची सोयाबीनमधील लक्षणे.

त्याकडे लक्ष देणे आवश्यक आहे. माती परीक्षणामध्ये लोहाची कमतरता असल्याचे दिसल्यास (लोहाचे प्रमाण ४.५ दशलक्ष भागापेक्षा कमी असल्यास) व पिकामध्ये कमतरतेची लक्षणे दिसून आल्यास खालील उपाययोजना कराव्यात.

भूसुधारकाचा वापर : जमिनीचा सामू योग्य नसल्यास लोहाच्या उपलब्धतेवर परिणाम होतो. त्यामुळे क्षारयुक्त व सामू आठपेक्षा अधिक असलेल्या जमिनीत जमिनीचा सामू कमी करण्यासाठी जिप्समचा वापर करावा. आम्लयुक्त जमिनीत चुन्याचा वापर करावा. त्यामुळे आम्लयुक्त जमिनीत लोहाच्या अति उपलब्धतेमुळे पिकांना अपाय होणार नाही.

सेंद्रिय घटकांचा वापर : सेंद्रिय घटक व पिकांचे अवशेष जमिनीत टाकले असता विघटन क्रियेमुळे सेंद्रिय आम्ले तयार होतात. त्यामुळे लोहाची विद्राव्यता वाढून उपलब्धतेचे प्रमाण वाढते. तसेच सेंद्रिय घटकांमुळे लोहाचे स्थिरीकरण कमी होते व जमिनीची भौतिक स्थिती सुधारते. पाण्याचा निचरा चांगला होतो.

खतांचा संतुलित वापर : स्फुरद, पालाश, जस्त, मोलाब्द व मँगनीज खतांचा वापर संतुलित व शिफारशीनुसार केल्यास लोहाच्या उपलब्धतेवर अनुकूल परिणाम होतो. वरील पोषणतत्त्वयुक्त खते

लोह उपलब्ध होण्यासाठी स्रोत/खते

स्रोत	शेकडा प्रमाण
फेरस सल्फेट (हिराकस)	१९ - २१%
फेरस अमोनिअम सल्फेट	१४%
आयर्न EDTA	१२%

वरील सर्व घटक लक्षात घेऊन व्यवस्थापन केल्यास लोहाची उपलब्धता व लोहयुक्त खताची कार्यक्षमता वाढते. त्याचा लाभ पीक उत्पादन वाढण्यासाठी होतो.

देते वेळी लोह खतांसोबत मिसळून देऊ नयेत. त्यामुळे खतांमध्ये रासायनिक क्रिया होते व त्यांचे प्रमाण बिघडते. ही खते पिकांना कमी-अधिक प्रमाणात उपलब्ध होतात. त्यामुळे शिफारशीनुसार खतांचा वापर करणे फायदेशीर ठरते.

जमिनीचे व्यवस्थापन : जमिनीत पाणी साठू देऊ नये. त्यासाठी जमिनीला निचऱ्याची व्यवस्था करावी व चर काढावेत. तसेच जमीन टणक होऊ नये म्हणून मशागत करून जमिनीत हवा खेळती राहील, याची दक्षता घ्यावी.

लोह अन्नद्रव्याचा वापर :

- ज्या जमिनीत लोहाची कमतरता आढळून येते अशा जमिनीसाठी मृद्‌परीक्षण अहवालानुसार खतांचे नियोजन करावे.
- सर्वसाधारणपणे जमिनीत हेक्टरी २० कि.ग्रॅ. ते ३० कि.ग्रॅ. फेरस सल्फेट द्यावे. तसेच क्षारयुक्त किंवा चुनखडीयुक्त जमिनीतील पिकांवर लोह सल्फेट (हिराकस) ०.५ ते १.० टक्का (५० ते १०० ग्रॅम प्रति १० लिटर पाण्यात) या प्रमाणात फवारावे.

●●

९

मँगनीज

मंगल (मँगनीज) या सूक्ष्म अन्नद्रव्याची पिकांना अत्यंत कमी प्रमाणात गरज असते. पिकांमधील प्रकाश संश्लेषण व विविध जैवरासायनिक क्रिया व्यवस्थितरीत्या होण्यासाठी हे अन्नद्रव्य उपयोगी ठरते.

पीक पोषणात मँगनीज (मंगल) महत्त्वाचे :

पिकांना परिपूर्ण वाढीसाठी आवश्यक सात सूक्ष्म अन्नद्रव्यांपैकी मँगनीज (मंगल) हे एक महत्त्वाचे सूक्ष्म अन्नद्रव्य आहे. पिकांना याची अत्यंत कमी प्रमाणात गरज असते. पिकांमधील प्रकाशसंश्लेषण व विविध जैवरासायनिक क्रिया व्यवस्थितरीत्या होण्यासाठी मँगनीज अन्नद्रव्य गरजेचे असते.

मँगनीजसाठी संवेदनशील पिके :

सोयाबीन, गहू, मुळा, पालक व कांदा इत्यादी पिके मँगनीज कमतरतेस संवेदनशील आहेत; तर टोमॅटो, काकडी, वाटाणा, बटाटा, मका व फळझाडे पिके मध्यम संवेदनशील आहेत.

जमिनीतील मँगनीजची उपलब्धता :

- ज्या जमिनीत उपलब्ध मँगनीजचे प्रमाण दोन दशलक्ष भागापेक्षा कमी असते अशा जमिनीस 'मँगनीज कमतरतेची जमीन' असे संबोधतात. जमिनीत मँगनीज योग्य प्रमाणात उपलब्ध असले तरीही जमिनीच्या विविध रासायनिक गुणधर्मांमुळे पिकांद्वारे ते शोषले जात नाही.
- मँगनीज पिकांना जमिनीत Mn^{2+} या स्वरूपात उपलब्ध होते, कारण ज्या जमिनीचा सामू ६.५ ते ७.५ इतका असतो, त्या जमिनीत Mn^{2+} या स्वरूपात उपलब्ध असते.
- मँगनीजचे उपलब्ध स्वरूप हे सूक्ष्म जीवाणूंच्या कार्यावरदेखील अवलंबून असते. सूक्ष्म जीवाणूंचे कार्य जमिनीच्या सामूवर व सेंद्रिय कर्बावर

आधारित असते. जमिनीतील सूक्ष्म जीवाणूंमुळे अनुपलब्ध मँगनीजचे रूपांतरण उपलब्ध स्वरूपात होऊन पिकांना मिळू शकते.

- तसेच, मँगनीजचे विविध स्वरूपांतील रूपांतरण होण्याचे प्रमाण पिकांच्या मुळांद्वारे बाहेर पडणाऱ्या पदार्थांवरदेखील अवलंबून असते. मुळांद्वारे बाहेर पडणाऱ्या मॅलिक आम्लामुळे मँगनीजची जमिनीत विद्राव्यता वाढते व पिकांना अन्नद्रव्य सहज उपलब्ध होते.

जमिनीत मँगनीजचे जास्त प्रमाणात वहन होत नाही, त्यामुळे मँगनीजयुक्त खते ज्या ठिकाणी जमिनीत पडतात त्याच ठिकाणी ते उपलब्ध व स्थिर होतात. म्हणून मँगनीज पिकांच्या मुळांच्या सान्निध्यात पडणे महत्त्वाचे ठरते, जेणेकरून मुळांद्वारे मँगनीजचे शोषण सहज व जास्त प्रमाणात होईल.

पिकांतील मँगनीजचे वहन :

पिकांमध्ये पाणी वाहून नेणाऱ्या नलिका पाण्यासोबत विद्राव्य झालेल्या अन्नद्रव्यांचे वनस्पतीच्या मुळापासून ते खोडापर्यंत वरच्या दिशेने वहन करण्याचे काम करतात, तर अन्न वाहून नेणाऱ्या नलिका पाणी, खनिजद्रव्य आणि क्षार यांचे वनस्पतीच्या सर्व भागांत वहन करण्याचे कार्य करतात. अशा प्रक्रियेमध्ये मंगलचे वहन होते.

मँगनीज उपलब्धतेवर परिणाम करणारे घटक :

जमिनीमध्ये मँगनीज उपलब्ध असले तरी काही वेळेला त्याचा लाभ पिकांना होत नाही. जमिनीचे काही

पिकांमधील मँगनीज कमतरतेची लक्षणे	
पीक	मँगनीज कमतरतेची लक्षणे
सोयाबीन	नवीन पानांचा रंग फिकट पिवळा पडतो व पानांच्या शिरा हिरव्याच राहतात, पिकांची वाढ खुंटते व पाने पक्व होण्याआधीच गळतात.
मका	पिकाची वाढ खुंटते किंवा पीक लहान राहते, पानांच्या शिरांतील भाग पिवळा पडतो.
ऊस	पानांचा रंग फिकट हिरवा व पिवळसर दिसतो, पानांच्या कडेवर पिवळ्या व पांढऱ्या रंगाच्या रेषा दिसतात.
भुईमूग	नवीन पाने पिवळसर दिसतात, पानांच्या कडेवर विटकरी रंगाचे ठिपके दिसतात.
सूर्यफूल	नवीन पाने बारीक राहतात व प्रथम पिवळी, नंतर पांढरी पडतात. पानांच्या शिरांतील भागावर विटकरी रंगाचे ठिपके दिसतात, त्यानंतर पिकांच्या मधल्या भागातील व खालच्या भागातील पानांवर पसरतात.
टोमॅटो	पानांचा आकार लहान राहतो व शिरांतील भागावर नारंगी पिवळसर रंग दिसतो व तो कडांवरही पसरतो त्यानंतर विटकरी रंगाचे ठिपके दिसतात.
गहू	पिकांच्या शेंड्याकडील पाने पिवळी दिसतात. पानांच्या टोकापर्यंत पिवळ्या रेषा दिसतात, तसेच पिकांच्या पानांवर पिवळे ठिपके पडतात.
आंबा	पाने प्रथम फिकट हिरवी नंतर पिवळी दिसतात, परंतु शिरा हिरव्याच राहतात. नंतरच्या काळात पानांवर तपकिरी रंगाचे ठिपके दिसतात.
पेरू	शेंड्याकडील पानांचा रंग पिवळा पडतो व फुलधारणेवरही परिणाम होतो.
लिंबूवर्गीय पिके	जास्त कॅल्शिअमचे प्रमाण असणाऱ्या जमिनीत मँगनीज कमतरता आढळते, पानांच्या शिरांतील भाग जस्त व लोहाप्रमाणेच पिवळा पडतो, परंतु पानांच्या आकारावर काहीही परिणाम होत नाही.

तक्ता क्र. १ : मँगनीजच्या उपलब्धतेवर परिणाम करणारे महत्त्वाचे घटक :	
घटक	मँगनीजच्या उपलब्धतेवर परिणाम
जमिनीचा सामू	जमिनीचा सामू हा घटक मँगनीजच्या उपलब्धतेवर व तसेच विद्राव्यतेवर परिणाम करणारा महत्त्वाचा घटक आहे. ज्या जमिनीचा सामू आम्लयुक्त (उदा. ६ पेक्षा कमी असतो.) अशा जमिनीत मँगनीजची उपलब्धता जास्त असते. तर सामू ५.५ पेक्षा कमी असेल, तर मँगनीज पिकांना जास्त प्रमाणात घातक बनतो. ज्या जमिनीचा सामू ७.५ पेक्षा जास्त असतो, अशा जमिनीतील पिके मँगनीजची कमतरता दर्शवतात. कारण जमिनीचा सामू ७.५ पेक्षा जास्त असेल, तर मँगनीजची उपलब्धता कमी असते.
जमिनीचा प्रकार	रेताड व वालुकामय मृदेमध्ये मँगनीजची कमतरता जास्त असते. कारण अशा जमिनीत सिलीका (वाळू)चे प्रमाण जास्त असते व चिकणमाती आणि पोयटाचे प्रमाण कमी असते. त्यामुळे अशा जमिनीत मँगनीजची कमतरता जास्त असते. चुनखडीयुक्त मृदेमध्ये मुक्त चुन्याचे प्रमाण जास्त असते व जमिनीचा सामू ७.५ पेक्षा जास्त असतो. त्यामुळे मँगनीज उपलब्ध होत नाही. कारण, मुक्तचुन्यासोबत मँगनीज संयोग होऊन त्याचे स्थिरीकरण होते व मँगनीज पिकांना उपलब्ध होऊ शकत नाही.
सेंद्रिय पदार्थाचे प्रमाण	ज्या जमिनीत सेंद्रिय घटकाचे प्रमाण जास्त असते. म्हणजेच ०.६ टक्के पेक्षा जास्त आणि जमिनीचा सामू उदासीन असतो (६.५ ते ७.५) अशा जमिनीत मँगनीजची कमतरता होऊ शकत नाही.

गुणधर्म (उदा. मातीचा सामू, जमिनीचा प्रकार), तसेच मातीमध्ये असलेल्या सेंद्रिय पदार्थांचे प्रमाण यांचाही परिणाम मँगनीजच्या उपलब्धतेवर होत असतो.

मँगनीज स्रोत वापरण्याची पद्धत :

- मँगनीज (मंगल) स्रोतांचा वापर जमिनीद्वारे व फवारणी अशा दोन्ही प्रकाराने करता येतो.
- जमिनीद्वारे सेंद्रिय खतांसोबत मिश्रण करून मँगनीज सल्फेट १५ ते २० कि.ग्रॅ. प्रतिहेक्टर पेरणी अथवा लागवड करताना द्यावे.
- पिकांच्या वाढीच्या संवेदनशील अवस्थांमध्ये फवारणीद्वारे देता येते. ०.३ ते ०.५ टक्के या प्रमाणात मँगनीज सल्फेटचा (३०० ते ५०० ग्रॅम प्रति १०० लिटर पाण्यातून) वापर पूर्ण पीकवाढीच्या संवेदनशील अवस्था कालावधीत २ ते ३ वेळा करावा.

पिकांमध्ये मँगनीजचे कार्य :

- पिकांमध्ये घडून येणाऱ्या प्रकाशसंश्लेषण, श्वसन आणि विविध सेंद्रिय पदार्थ रूपांतरण यासाठी मंगल किंवा मँगनीज अन्नद्रव्य कार्य करते.
- विविध जैवरासायनिक प्रक्रिया व अभिक्रिया यांना चालना देणे, तसेच विकरांना प्रवृत्त करणे, हे काम मँगनीज (मंगल) अन्नद्रव्यामार्फत केले जाते. कार्बोदके व प्रथिने तयार करणे, अशा प्रक्रियेमध्येदेखील मंगलचे महत्त्वपूर्ण कार्य आहे.

मँगेनीज कमतरता : केळी

मँगेनीज कमतरता : संत्रा

तक्ता क्र. २ : मँगनीज उपलब्ध करणारे स्रोत व प्रमाण :		
अ. क्र.	स्रोत	प्रमाण (टक्क्यात)
१)	मँगनीज सल्फेट	२६ ते २८ टक्के
२)	मँगनीज क्लोराईड	१७ टक्के
३)	मँगनीज चिलेट	१० ते १२ टक्के

१०

तांबे (कॉपर)

तांबे हे अन्नद्रव्य प्रथिने व विकर निर्मितीमध्ये तसेच जैवरासायनिक क्रियांना गती देण्यासाठी महत्त्वाचे असते. तांब्याच्या कमतरतेमुळे वनस्पतींच्या उती कणखर होत नाहीत. तांबे हे मातीमध्ये मिसळून व फवारणीद्वारे पिकांना देता येते.

पिकांच्या कणखरतेसाठी महत्त्वाचा घटक :

वनस्पतीच्या श्वसनक्रिया, प्रकाशसंश्लेषण, प्रथिने तयार होण्यास आणि संप्रेरके तयार होण्यासाठी काही प्रथिनांमध्ये तांबे आवश्यक असते. या अन्नद्रव्याअभावी नत्र चयापचयात बिघाड झाल्यास प्रथिने निर्मितीवर प्रतिकूल परिणाम होतो. वनस्पतीच्या उतींना कणखरपणासाठी तांबे महत्त्वाचे असते.

तांबे (कॉपर) हे पिकांना पोषणासाठी लागणाऱ्या सात सूक्ष्म अन्नद्रव्यांपैकी महत्त्वाचे सूक्ष्म अन्नद्रव्य आहे. पिकांना तांबे अतिशय कमी प्रमाणात लागत असल्यामुळे या अन्नद्रव्याचे वर्गीकरण सूक्ष्म अन्नद्रव्यांमध्ये केले आहे. कांदा, पालक, सूर्यफूल, टोमॅटो या पिकांना तांबे अन्नद्रव्याची गरज जास्त असते.

जमिनीत तांब्याची उपलब्धता :

- सर्वसाधारणपणे जमिनीत तांब्याचे प्रमाण २ ते १०० दशलक्ष भाग इतके आहे. सरासरी प्रमाण ३० दशलक्ष भाग असते.
- जमिनीमध्ये तांबे खनिजांच्या स्वरूपात, मातीमध्ये कणांच्या स्वरूपात आणि सेंद्रिय पदार्थांसोबत संयुक्त स्वरूपात उपलब्ध असते.
- सर्वसाधारणपणे ज्या जमिनीत सिलिका (वाळू), खनिजे किंवा कार्बोनेटचे प्रमाण जास्त असते अशा जमिनीत तांब्याची उपलब्धता कमी असते.
- उपलब्ध तांब्याचे प्रमाण ०.३ दशलक्ष भागापेक्षा कमी असलेल्या जमिनीस 'तांबे कमतरता जमिनी', असे संबोधतात.
- तांब्याच्या उपलब्धतेसाठी वेगवेगळे घटक कारणीभूत असतात. जमिनीमध्ये खनिजांपासून, भरखतांपासून, वातावरणातून जमिनीपर्यंत (प्रदूषणामुळे) तांबे उपलब्ध होते.

तांबे अन्नद्रव्याचे पीक पोषणातील कार्य :

- **वनस्पती शरीरकार्यातील महत्त्व :**

पिकांच्या वेगवेगळया परंतु महत्त्वाच्या जैवरासायनिक क्रियेमध्ये तांबे महत्त्वाचे असते. पिकांची सर्वसाधारण वाढ आणि पुनरुत्पादन क्रिया या वनस्पतीमध्ये असणाऱ्या प्रथिने, विकरांमुळे होत असतात. वनस्पतीच्या श्वसनक्रिया, प्रकाशसंश्लेषण, प्रथिने तयार होण्यास आणि संप्रेरके तयार होण्यासाठी काही प्रथिनांमध्ये तांबे (ताम्र प्रथिने किंवा विकर)

तांबे या अन्नद्रव्याच्या कमतरतेची लक्षणे

संत्रा | संत्रा फळ | ऊस | टोमॅटो | गहू

पिकांचा कणखरपणा :

वनस्पतीच्या उतींना कणखरपणा येण्यासाठी तांबे महत्त्वाचे असते. तांबे कमतरता असणाऱ्या वनस्पतीच्या उती कणखर होत नाहीत. परिणामी पाने व खोड लवकर मोडतात. पाणी वाहून नेणाऱ्या नलिकांवरही तांबे कमतरतेमुळे प्रतिकूल परिणाम होतो व पिकांमध्ये पाण्याचे वहन न झाल्यामुळे पिके वाळली जातात, तसेच पेशीच्या वाढीसाठीही तांबे अन्नद्रव्य महत्त्वाचे असते. तांबे अन्नद्रव्य परागकणांच्या निर्मितीमध्ये अप्रत्यक्षरीत्या व प्रत्यक्षरीत्या त्यांच्या परिपूर्ण वाढीसाठी गरजेचे असते. वनस्पतींना तांबे कमी पडल्यास परागकण वांझ/ अनुत्पादित राहतात.

अन्नद्रव्य आवश्यक असते. त्याचप्रमाणे तांबे हरितद्रव्य निर्मितीमध्येही गरजेचे असते.

- **कर्बोदके तयार होण्यासाठी :**

तांबे हे अन्नद्रव्य प्रथिने व विकर निर्मितीमध्ये तसेच जैवरासायनिक क्रियांना गती देण्यासाठी महत्त्वाचे असते. तांबेयुक्त प्रथिने किंवा विकराच्या कमतरतेमुळे वनस्पतीच्या प्रकाशसंश्लेषण व श्वसनक्रियेवर प्रतिकूल परिणाम होतो. त्यामुळे वनस्पती कर्बोदके व्यवस्थित तयार करू शकत नाहीत. याचा विपरीत परिणाम वनस्पतीच्या वाढीवर होतो. त्यामुळेच तांबे कमतरता असणाऱ्या जमिनीत पिके पिवळी किंवा पांढरी दिसतात. तांबे या अन्नद्रव्याअभावी नत्र चयापचयात बिघाड झाल्यास प्रथिने निर्मितीवर प्रतिकूल परिणाम होतो, तसेच तांबे सहजीवी नत्र स्थिरीकरण प्रक्रियेला चालना देतात.

- **पुनरुत्पादन :**

गहू या पिकामध्ये तांबे या अन्नद्रव्याच्या कमतरतेमुळे ओंबी सर्वसाधारण येते. ओंबीची निर्मिती व वाढ यावर प्रतिकूल परिणाम होतो, परागकणांचे उत्पादित (वांझ) राहिल्याने दाणे व्यवस्थितरीत्या भरत नाहीत.

- **संप्रेरकांचे संतुलन :**

विशेषतः आयएए संप्रेरकाच्या (हार्मोनच्या) कमतरतेमुळे बियाण्यांची उगवणशक्ती कमी होते. पिकांमध्ये अनियमितता निर्माण होते.

- **रोगप्रतिकारक शक्तीसाठी :**

वनस्पतीमध्ये तांब्याची कमतरता असल्यास पिके वेगवेगळ्या बुरशीजन्य रोगांना बळी पडतात. उदा. भुरी रोग.

तांबे घटकाचे शोषण व पूर्तता :

तांबे या घटकाच्या पीकनिहाय कमतरता जाणून घेणे आवश्यक आहे. तांबे या घटकाचे पिकामध्ये शोषण आणि त्याच्या पूर्ततेविषयी माहिती घेऊ.

तांबे हे अन्नद्रव्य पिकांच्या मुळांद्वारे बाहेर पडणाऱ्या पदार्थांमुळे किंवा जमिनीत ह्यूमस (सेंद्रिय पदार्थ) बरोबर संयुक्त स्वरूपात असते. मायकोरायझा या बुरशीद्वारे तांबे, जस्त आणि स्फुरद यांचे शोषण होते. स्फुरद आणि तांब्याचे शोषण मायकोरायझाद्वारे होणे हे मायकोरायझाच्या दृष्टीने व स्फुरद शोषणाच्या दृष्टीने महत्त्वाचे असते. स्फुरद शोषण क्रियेमुळेच पिकांच्या मुळांची वाढ चांगली होते व पिकांची मुळे जमिनीचा जास्तीत जास्त भाग व्यापून तांब्याचे शोषण अधिक प्रमाणात करतात.

तांबे उपलब्धतेवर परिणाम करणारे घटक :

जमिनीचा प्रकार :

रेताड व वालुकामय मृदेमध्ये तांब्याची अन्नद्रव्याची कमतरता जास्त असते. कारण अशा जमिनीत सिलिकाचे (वाळू) प्रमाण जास्त असते व चिकणमाती आणि पोयटाचे प्रमाण कमी असते. त्यामुळे जमिनीत मूलतः तांबे खनिज कमी असते व तांबेयुक्त खतांचा वापर केल्यास लगेच त्याचा निचरा होतो. त्यामुळे अशा जमिनीत तांबे अन्नद्रव्याची कमतरता जास्त असते. चुनखडीयुक्त मृदेमध्ये मुक्त चुन्याचे प्रमाण जास्त असते व जमिनीचा सामू ८.० पेक्षा जास्त असतो. त्यामुळे तांबे उपलब्ध होत नाही, तसेच तांबे मुक्त चुन्यासोबत संयोग होऊन त्याचे स्थिरीकरण होते व

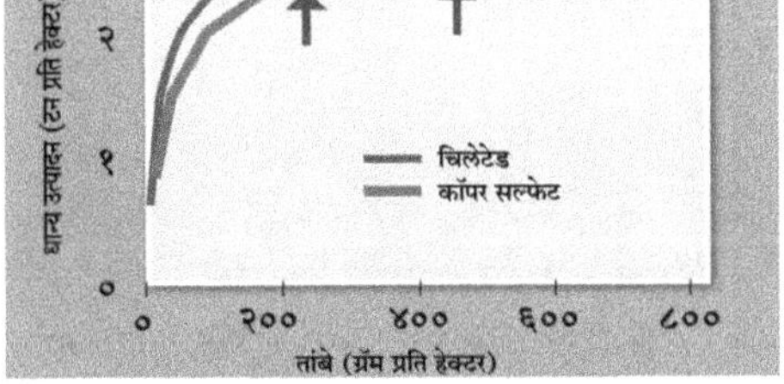

तांबे उपलब्ध होणारे स्रोत व प्रमाण	
स्रोत	शेकडा प्रमाण
कॉपर चिलेट	१२ टक्के
कॉपर सल्फेट	२४ टक्के

पिकांना उपलब्ध होऊ शकत नाही.

जमिनीचा सामू :

जमिनीचा सामू जसजसा वाढत जातो तसे तांबे चिकणमातीला व सेंद्रिय पदार्थाबरोबर संयुक्त स्वरूप वाढते. त्यामुळे पिकांना व जमिनीत तांब्याचे उपलब्ध प्रमाण कमी होते. सामू ७.५ पेक्षा जास्त असलेल्या जमिनीतील पिके तांब्याची कमतरता दर्शवतात.

पीकनिहाय तांब्याच्या कमतरतेची लक्षणे :

वेगवेगळी पिके तांबे या अन्नद्रव्याच्या कमतरतेची लक्षणे दर्शवतात. काही प्रमुख पिकांतील तांब्याच्या कमतरतेची लक्षणे खालीलप्रमाणे आहेत :

- **मका** : तांबे अन्नद्रव्याच्या कमतरतेची लक्षणे मका पिकात प्रथम नवीन पानांवर दिसतात. पानांच्या शिरांमधील भाग पिवळा पडणे, पान आखूड होणे, पानांच्या कडा सैल होणे व सुकणे ही लक्षणे दिसून येतात, तसेच ज्या जमिनी तांबे या अन्नद्रव्याच्या अति कमतरतेच्या आहेत अशा जमिनीत मका पिकाची नवीन पाने फिकट पिवळी पडतात व कडा वाळतात, तसेच पीक पक्व होत नाही किंवा पक्व होण्यास उशीर लागतो.
- **गहू** : नवीन पानांचा रंग फिकट हिरवा होतो व पाने सुकतात. नंतर पाने गुंडाळली जातात आणि पाने पिवळी पडतात, जुनी पाने मागील बाजूस वाकतात व पाण्याचा अभाव दिसतो. पिकांत फुटवे जोर धरत नाहीत व पीक रोगांना बळी पडते. ओंबीची वाढ व्यवस्थित होत नाही व दाणे एकसारखे भरत नाहीत. त्यामुळे उत्पादनात घट होते.
- **साळ** : पिकाची पाने निळसर हिरवी दिसतात व नंतर शेंड्याकडील भाग पिवळा किंवा पांढरा पडतो. नवीन पाने गुंडाळलेली राहतात व सुईच्या टोकाप्रमाणे दिसतात. पिकांमध्ये दाणे भरत नाहीत.
- **ऊस** : पिकांच्या वरच्या भागातील पानांमध्ये पिवळसर रेषा दिसतात, काही पाने गुंडाळलेली दिसतात. हात लावल्यास ही पाने मऊ वाटतात. कांडे सुकून जातात व पीक लवकर मोडते.
- **केळी** : पाने पांढरी किंवा पिवळी पडतात व पाने झडतात. फळधारणा कमी होते. फळांवर ठिपके दिसतात.
- **लिंबूवर्गीय पिके** : खोडावर डिंक्या रोग येतो. झाडांची वाढ कमी होते. फळांमध्ये रस कमी भरतो व फळांचा आकार योग्य प्रमाणात होत नाही.
- **भुईमूग** : शेंड्याकडील पाने पिवळी पडतात व आकाराने लहान येतात, उत्पादनात मोठी घट होते.
- **सूर्यफूल** : नवीन पाने सुकतात, पानांच्या कडा करपतात व पाने आकाराने लहान येतात. फुलांचा आकार लहान येतो व दाणे पूर्ण भरत नाहीत. पिकात फुलधारणा होत नाही.

तांबे वापरण्याचे प्रमाण आणि पद्धत :

तांबे हे मातीमध्ये मिसळून किंवा फवारणीद्वारे पिकांना देता येते. जमिनीद्वारे कॉपर सल्फेट (मोरचूद) ५ ते १० कि.ग्रॅ. पेरणी अथवा लागवड करतानाच सेंद्रिय खतांसोबत देणे किंवा पिकांच्या वाढीच्या संवेदनशील अवस्थांमध्ये ०.३ ते ०.५ टक्के मोरचूद (३०० ते ५०० ग्रॅम १०० लिटर पाण्यातून) द्रावणाची पिकांवर दोन ते तीन वेळा फवारणी करणे.

११

मोलाब्द (मॉलीब्डेनम)

मोलाब्द हे अन्नद्रव्य पिकातील विविध जैवरासायनिक अभिक्रिया घडवून आणण्याचे महत्त्वाचे कार्य करते. मोलाब्दच्या कमतरतेकरता जमिनीद्वारे अथवा फवारणीद्वारे मोलाब्दयुक्त रासायनिक संयुगांचा वापर करता येतो.

मोलाब्द सूक्ष्म अन्नद्रव्याचे पीक पोषणातील महत्त्व :

- मोलाब्द (मॉलिब्डेनम) हे सर्वांत जड अन्नद्रव्य असून, पिकांमध्ये सर्वांत कमी प्रमाणात शोषण केले जाते.
- कडधान्य पिकात मोलाब्दची बीजप्रक्रिया केल्यास पीक उत्पादनात लक्षणीय वाढ दिसून येते.
- कोरडवाहू क्षेत्रात मोलाब्दचा फवारणीद्वारे वापर केल्यास चांगला प्रतिसाद मिळतो.
- जमिनीद्वारे मोलाब्द वापराचा विशेष परिणाम बऱ्याच दिवसांपर्यंत आढळून येऊ शकतो. सर्वच पिकांकरिता वेगवेगळ्या प्रकारच्या जमिनीत ०.२ दशलक्ष भाग (मिलिग्रॅम प्रति कि.ग्रॅ.)पेक्षा जास्त मोलाब्द असणे आवश्यक व पुरेसे आहे.
- मोलाब्द अन्नद्रव्याची कमतरता उत्तम निचऱ्याच्या, आम्लधर्मी आणि रेताड हलक्या जमिनीत आढळून येते.
- स्फुरद आणि मोलाब्द या अन्नद्रव्यांची अनुकूल आंतरप्रक्रिया आढळून येते.

विविध जैवरासायनिक अभिक्रियांसाठी मोलाब्द महत्त्वाचे :

मोलाब्द अन्नद्रव्य हे नायट्रोजिनेज, नायट्रेरिडक्टेज आणि सल्फर ऑक्सिडेज या विकरांचा महत्त्वपूर्ण घटक आहे. मोलाब्द अन्नद्रव्य घटक असणारे सर्व विकर (एन्झाईम) पिकातील विविध जैवरासायनिक अभिक्रिया घडवून आणण्याचे महत्त्वपूर्ण कार्य करतात.

- नायट्रोजिनेज विकर हे हवेतील नत्र कडधान्य पिकांच्या मुळांवरील गाठींतील रायझोबिया जीवाणूंद्वारे स्थिर करण्याची प्रक्रिया घडवून आणते. या नत्र स्थिरीकरण प्रक्रियेचे जमिनीची सुपीकता वाढवण्यात व पीक पोषणात अनन्यसाधारण महत्त्व आहे, ज्यामुळे मानव व जनावरे यांची प्रथिनांची गरज पूर्ण होते. नायट्रोजेनिस विकरामध्ये लोह व गंधकयुक्त प्रथिने असतात.
- नायट्रेट रिडक्टेज विकराचा मोलाब्द हा प्रमुख घटक आहे. या विकरामुळे नायट्रेटचे रूपांतर अमोनियामध्ये घडून येते.
- सल्फर ऑक्सिडेज हे विकर मोलाब्द, गंधक व लोहयुक्त प्रथिन आहे, ज्यामुळे गंधकयुक्त अमिनो ॲसिड्स तयार होतात आणि अप्रत्यक्षरीत्या नत्राच्या व गंधकाच्या चयापचयात (जैवरासायनिक अभिक्रिया) मदत होते.

टोमॅटो - मोलाब्द कमतरता

मोलाब्द अन्नद्रव्याची कमतरता व लक्षणे

मोलाब्दची कमतरता असल्यास परागकण तयार होत नाहीत, तयार झाल्यास दीर्घकाळ सजीव राहत नाहीत. फुलोरा उशिरा येतो, त्यामुळे पीक उत्पादनात लक्षणीय घट येते. थोडक्यात, मका पिकामध्ये परागकण तयार होणे आणि वेलवर्गीय फळभाज्यांमध्ये फुलोरा येणे आणि सजीव परागकण तयार होणे हे मोलाब्द अन्नद्रव्यामुळे घडून येते. मोलाब्द कमतरता आणि नत्र या मुख्य अन्नद्रव्याची कमतरता यामध्ये साधर्म्य आढळून येते. फुलकोबी या पिकामध्ये पान पूर्णपणे तयार न होता केवळ मुख्य शिरेचा विकास होतो. जो आकार चाबूक स्वरूपातील असल्याचे वाटते. त्यालाच आपण फुलकोबीमधील 'व्हिपटेल' नावाचा रोग म्हणतो. कडधान्य पिकांना मोलाब्दची गरज जास्त प्रमाणात असते, त्यामुळे कडधान्य पिके मोलाब्द कमतरतेला संवेदनशील आहेत. लिंबूवर्गीय फळझाडांमध्ये मोलाब्द कमतरता 'यलोस्पॉट' या नावाने ओळखली जाते. यामध्ये गडद हिरव्या पानांवर पिवळे ठिपके किंवा चट्टे विखुरलेल्या स्वरूपात आढळून येतात. मोलाब्द वापरामुळे टोमॅटो पिकामध्ये व्हर्टिसिलियम बुरशीमुळे होणारी मर आटोक्यात येते, तसेच जमिनीद्वारे मोलाब्द वापरामुळे निमॅटोडचा प्रादुर्भावदेखील कमी होत असल्याचे विविध संशोधनांच्या आधारे सिद्ध झाले आहे.

मोलाब्दचा वापर :

- मोलाब्दचा रासायनिक खत म्हणूनदेखील वापर करता येतो. जमिनीद्वारे अथवा फवारणीद्वारे अशा दोन्ही प्रकारे मोलाब्दयुक्त रासायनिक संयुगाचा वापर करता येतो.
- जमिनीद्वारे मोलाब्द १०० ते ५०० ग्रॅम प्रतिहेक्टर या प्रमाणात माती परीक्षणानुसार द्यावे.
- फवारणीद्वारे वापर करावयाचा असल्यास मोलाब्दयुक्त रासायनिक संयुगाच्या ०.०५ ते ०.१ टक्के द्रावणाची (पाच ते दहा ग्रॅम प्रति दहा लिटर पाणी) फवारणी पिकाच्या वाढीच्या संवेदनशील अवस्थेमध्ये करावी.

खालील तक्त्यात दिल्याप्रमाणे विविध रासायनिक संयुगांत मोलाब्द आढळून येतो.

मोलाब्द अन्नद्रव्याचे रासायनिक स्रोत

रासायनिक संयुगे (खते)	मोलाब्दचे प्रमाण
सोडिअम मॉलिब्डेट	३९ टक्के
अमोनियम मॉलिब्डेट	५२ ते ५४ टक्के
मॉलिबोलिक ॲसिड	५० टक्के
मॉलिब्डेनम ट्राय-ऑक्साईड	६५ ते ६६ टक्के
मॉलिब्डेनाईट	६० टक्के

१२

सूक्ष्म अन्नद्रव्ये कमतरता निदान

माती परीक्षणासोबतच पानांचे पृथक्करण करून घेतले तर अन्नद्रव्यांची पातळी व आवश्यक खतांचे व्यवस्थापन आपण ठरवू शकतो.

पिकांच्या पोषणाला लागणाऱ्या अन्नद्रव्यांच्या कमतरता माहीत करून घेण्यासाठी अनेक पद्धतींचा अवलंब केला जातो. त्या विविध पद्धती खालीलप्रमाणे आहेत.

- पिकांच्या दृश्य अभाव लक्षणांचे अवलोकन करणे व त्याआधारे निदान करणे.
- शेतातील मातीचे परीक्षण.
- पूर्ण झाडाचे वा झाडाच्या पानांचे रासायनिक पृथक्करण.
- जमिनीत किंवा कुंडीत चाचणी वा परीक्षण करणे.

पिकांच्या दृश्य अभाव लक्षणांचे अवलोकन व त्याआधारे निदान करणे :

सर्वसाधारणपणे अन्नद्रव्याची पिकावरील कमतरतेची लक्षणे पुढीलप्रमाणे दिसतात.

- नत्र, स्फुरद, पालाश, मॅग्नेशिअम, जस्त, मोलाब्द - जुनी पाने
- लोह, मंगल, तांबे, सल्फर - नवीन पाने
- कॅल्शिअम, बोरॉन - शेंड्याची पाने

मातीचा योग्य प्रातिनिधिक नमुना मृद परीक्षण प्रयोगशाळेतून तपासून घ्यावा.

शेतातील मातीचे परीक्षण :

पिकांतील अन्नद्रव्य अभावांचे निदान लक्षणांद्वारे केले जाते, त्यानंतर मातीची तपासणी केली जाते व त्यानुसार जमिनीला खते पुरवली जातात. जमिनीत असणाऱ्या अन्नद्रव्यांच्या सीमांत पातळीच्या (तक्ता क्र. १) आधारे खतांची शिफारस केली जाते. माती परीक्षणाअगोदर मातीचे गुणधर्म आणि अन्नद्रव्य उपलब्धता यांचा परस्पर संबंध (तक्ता क्र. २) या संबंधी अभ्यास केल्यास निरीक्षणाद्वारेच आपण जमिनीत असणाऱ्या अन्नद्रव्ये कमतरतेबाबत अंदाज घेऊ शकतो.

मातीचा नमुना घेणे :

मातीचा नमुना रासायनिक खत देण्यापूर्वी घ्यावा. शक्यतो पावसाळ्यात मातीचा नमुना घेऊ नये. फळबागांसाठी तो ० ते ३० सें.मी. खोलीपर्यंत घ्यावा. फळबाग लागवडीपूर्वी मातीचा नमुना कमीत कमी ६० सें.मी. खोलीपर्यंत ० ते ३० व ३० ते ६० सें.मी. अशा थरांतून घ्यावा.

मातीचा प्रातिनिधिक नमुना योग्य पद्धतीने संकलित न केल्यास निष्कर्ष चुकतात. यामुळे अपेक्षेप्रमाणे पिकांचा प्रतिसाद मिळत नाही व उत्पादनात वाढ होत नाही. अशा वेळी शेतकरी माती तपासणीबाबत उदासीन होतात. त्यासाठी मातीचा योग्य प्रातिनिधिक नमुना जर मृद् परीक्षण प्रयोगशाळेकडे पाठवला, तरच खतांच्या मात्रेबाबत पिकाच्या पानांतील सूक्ष्म अन्नद्रव्यांचे प्रमाण (प्रति

तक्ता क्र. १ : जमिनीतील सूक्ष्म अन्नद्रव्यांचे प्रमाण / सीमांत पातळी (प्रति दशलक्ष भाग)			
सूक्ष्म अन्नद्रव्ये	कमी	मातीत मध्यम	पुरेसे
लोह	<२.५	२.५ ते ४.५	<४.५
मंगल	<२.०	२.० ते ५.०	<५.०
जस्त	<०.६	०.६ ते १.२	<१.२
तांबे	<०.३	०.३ ते ०.५	<०.५
बोरॉन	<०.१	०.१ ते ०.५	<०.५
मोलाब्द	<०.०३	०.०३ ते ०.०६	<०.०६

दशलक्ष भाग) यासाठी योग्य शिफारशी करता येतील. त्याप्रमाणे वापर केल्यास अपेक्षित उत्पादन मिळेल. जमा केलेल्या मातीचा वाळलेला नमुना मेणकापडाच्या पिशवीत व्यवस्थितपणे भरून त्यावर नमुना घेतल्याची तारीख, बगीचाचे स्थळ, मालकाचे नाव इत्यादी माहिती द्यावी.

पूर्ण झाडाचे वा झाडाच्या पानाचे रासायनिक पृथक्करण :

अलीकडे वेळेचे महत्त्व लक्षात घेऊन अन्नद्रव्यांच्या कमतरतेचे अल्पावधीत निदान करण्याच्या उद्देशाने नवी पद्धत शोधून काढली आहे, ती म्हणजे पानांच्या उतीचे पृथक्करण अर्थात प्लांट टिशू ॲनॅलिसिस. उती म्हणजे समान रचना व कार्य असलेल्या पेशींचा समूह. काही प्रगत देशांत ही चाचणी केली जाते. फळ बागायतदारांना याचा फारच चांगला उपयोग होतो. झाडांना देण्यात आलेली व झाडांनी शोषून घेतलेली अन्नद्रव्ये यातील तफावत आता वाढत चालली आहे, त्यामुळे बागेतील अन्नद्रव्यांचा तुटवडा वर्षानुवर्षे वाढत आहेच, शिवाय फळझाडांचे एकूण आयुष्यमान तसेच फळधारणाशक्ती खूपच कमी होत असल्याचे आढळून आले आहे. या सर्व समस्यांचे समाधान अन्नद्रव्ये परीक्षण व त्यावर आधारित खतांच्या

तक्ता क्र. २ : सूक्ष्म अन्नद्रव्यांची कमतरता व जमिनीचे गुणधर्म	
सूक्ष्म अन्नद्रव्ये	कमतरतेस कारणीभूत ठरणारे गुणधर्म
बोरॉन	१. शुष्क व साधारण शुष्क विभागातील जमिनी २. हलक्या, बरड, वाळूसर, डोंगराळ व धूप झालेल्या जमिनी ३. सेंद्रिय पदार्थ कमी असणाऱ्या जमिनी ४. जेथे सतत बटाटा, भुईमूग आणि ऊस ही पिके घेतली जातात
जस्त	१. विम्लधर्मी व चुनखडीयुक्त जमिनी २. ज्या जमिनीत पाण्याचा निचरा चांगला होत नाही ३. स्फुरदाचे प्रमाण जास्त आहे अशा जमिनी ४. जेथे ज्वारी, मका, सोयाबीन व गहू ही पिके सतत घेतली जातात
लोह	१. विम्लधर्मी व चुनखडीयुक्त जमिनी, हलक्या जमिनी २. घट्ट जमिनी व सेंद्रिय पदार्थ कमी असलेल्या जमिनी
मंगल	१. शुष्क विभागातील विम्लधर्मीय व चुनखडीयुक्त जमिनी २. हलक्या वाळुसर व जास्त निचऱ्याच्या जमिनी
तांबे	१. सेंद्रिय पदार्थ कमी व चुनखडी प्रमाण जास्त असणाऱ्या जमिनी २. अल्कधर्मी जमिनीत तांबे कमी प्रमाणात असते
मोलाब्द	१. आम्लधर्मी जमिनीत मोलाब्द कमी आढळते २. उपलब्ध मोलाब्दचे प्रमाण जमिनीच्या सामू सोबत वाढत जाते

तक्ता क्र. ३:पिकाच्या पानांतील सूक्ष्म अन्नद्रव्यांचे प्रमाण (प्रति दशलक्ष भाग)			
सूक्ष्म अन्नद्रव्ये	पिकाचे पानात / पर्ण विश्लेषण		
	कमी	मध्यम	पुरेसे
लोह	< ५०	५० ते २५०	< २५०
मंगल	< २०	२० ते ५००	< ५००
जस्त	< २०	२० ते ५०	< ५०
तांबे	< ४	४ ते २०	< २०
बोरॉन	< २	२ ते १००	< १००
मोलाब्द	< ०.१	०.१ ते २	< २

व्यवस्थापनाद्वारे बऱ्याच प्रमाणात कमी करता येईल. पिकाच्या पानांतील सूक्ष्म अन्नद्रव्यांचे प्रमाण आणि पीक उत्पादनवाढीसाठी आवश्यक सीमान्त पातळी याबाबतची माहिती वरील तक्त्यात (तक्ता क्र. ३) दिली आहे. याद्वारे शेतकऱ्यास कोणत्या पिकात सूक्ष्म अन्नद्रव्यांची कमतरता आहे हे कळू शकेल.

पानांद्वारे झाडातील अन्नद्रव्ये परीक्षण अचूकपणे करण्याकरिता पानाचा नमुना कसा घ्यावा या विषयाची माहिती आवश्यक आहे. यामध्ये पानाचे वय, फांदीवरील नेमके स्थान, पानांची, झाडांची संख्या आदींची मानके ठरलेली आहेत.

जमिनीत किंवा कुंडीत परीक्षण करणे

या पद्धतीत आपण शेतातील माती कुंडीत घेतो. कुंडीमध्ये विविध सूक्ष्म अन्नद्रव्यांशी संवेदनशील पिकांची रोपे लावली जातात. या पिकांना त्या अन्नद्रव्याची कमतरता दर्शक पिके असे संबोधले जाते. उदा. बोरॉनची कमतरता आपल्या जमिनीत आहे की नाही हे ओळखण्यासाठी सूर्यफुलाचे रोप कुंडीमध्ये वाढवले जाते. जर ही कमतरता असेल, तर त्याची लक्षणे सूर्यफूल दाखवते. अशा प्रकारे आपल्याला ज्या अन्नद्रव्याच्या कमतरतेबद्दल माहिती घ्यायची आहे किंवा त्यासंबंधीचे निदान करायचे आहे, त्या अन्नद्रव्याच्या दर्शक पिकाची चाचणी कुंडीतील प्रयोगाच्या आधारे घेता येते. सद्यपरिस्थितीत अधिक व दर्जेदार उत्पादनासाठी सूक्ष्म अन्नद्रव्यांच्या कमतरतेचे निदान आवश्यक ठरत आहे.

पानाचा नमुना कसा घ्याल?

पानाच्या पृथक्करणासाठी झाडाचे कोणते पान चाचणीसाठी घ्यावयाचे हे पिकांवर व त्यांच्या वयावर अवलंबून असते.

- अन्नद्रव्ये परीक्षणाकरिता पानांचा नमुना गोळा करताना ज्या पानांमध्ये अन्नद्रव्यांच्या अभावाची लक्षणे दिसतात ती पाने वगळावीत.
- सर्वसाधारणपणे उन्हात असलेली कोवळी पाने निवडावीत.
- अशक्त व रोगट पाने निवडू नयेत.
- फिकट हिरव्या रंगाची परिपक्व पाने निवडावीत.
- मातीचा नमुना जास्तीत जास्त तंतुमय मुळे असणाऱ्या भागातून घ्यावा.
- संपूर्ण बागेतून कमीत कमी दोन टक्के प्रातिनिधिक झाडावरून नमुना घ्यावा.

अन्नद्रव्यांची कमतरता जाणून घेण्याकरिता पाने व माती परीक्षण दर दुसऱ्या वर्षी करावे.

पानाच्या नमुन्याची साठवण :

जमा केलेल्या पानांचे सर्व नमुने शक्य तितक्या लवकर मेणकापडाच्या पिशवीत बंद करून प्रयोगशाळेत परीक्षणाकरिता आणावेत. नमुना प्रयोगशाळेत पाठवण्यास विलंब होणार असेल तर ती सर्व पाने प्रथम पाण्याने धुऊन घ्यावीत. त्यानंतर साबणाच्या पाणाने (१ मि.लि. / एक लिटर पाण्यात) व त्यानंतर आम्लाच्या (एक मि.लि. हायड्रोक्लोरिक आम्ल प्रति लिटर पाणी) व त्यानंतर दोन वेळा स्वच्छ पाण्याने

तक्ता क्र. ४ : अन्नद्रव्ये कमतरतेची चाचणी घेण्यासाठी पानाचा नमुना घेण्याचे तंत्र		
पीक	पिकाची चाचणी घेण्यासाठी	वेळ/ वय/ झाडावरील ठिकाण
आंबा	पानाच्या देठासह ४ ते ७ महिन्यांचे जुने पान	फांदीच्या मधली पाने
केळी	तिसरे पान पूर्णपणे उघडल्यानंतर मध्यभागात शिरेच्या दोन्ही बाजूसह ३ इंच रुंदीच्या पट्ट्या	२० दिवसांचे
संत्रा/ लिंबू	नुकतेच जुने झालेले पान	४ महिन्यांचे
मोसंबी	नुकतेच जुने झालेले पान	४ महिन्यांचे
पेरू	नुकतेच जुने झालेले पान	शेंड्यांपासून तिसरी पानांची जोडी ऑगस्ट किंवा डिसेंबर
द्राक्षे	शेंड्यांपासून पाचव्या पानाचा देठ	फुले आल्यानंतर
चिकू	नुकतेच जुने झालेले पान	सप्टेंबर महिन्याच्या बहाराचे शेंड्यांपासून १० वे पान
पपई	पानाचा देठ	पाचवे सहावे पान शेंड्यांपासूनचे दुय्यम वाढीचे
बोर	नुकतेच जुने झालेले पान	शेंड्यांपासून सहावे पूर्ण उमललेले पान (३ महिन्यानंतर छाटणी नंतर)
डाळिंब	शेंड्यांपासून आठवे पान	आंबेबहारासाठी - एप्रिल/ मृग, बहारासाठी- ऑगस्ट
सीताफळ	शेंड्यांपासून पाचवे पान	नवीन पालवीनंतर २ महिन्याने
अंजीर	पूर्ण उमललेले नवीन वाढीचे पान	जून- ऑगस्ट

धुऊन घ्यावीत. नंतर ती सावलीत वाळवावीत. असा हा नमुना लिफाफ्यात ठेवून त्यावर नमुना घेतल्याची तारीख, स्थळ व मालकाचे नाव व अन्य बाबींची नोंद करून ठेवावी.

नमुन्यासोबत पाठवायची माहिती :

- मागील दोन वर्षांपासून वापरलेली खते, प्रमाण व फळांचे उत्पादन
- झाडांचा रोगटपणा दर्शवणारी लक्षणे, पाण्याची कमतरता व इतर निरीक्षणे इत्यादी माहिती.

पानातील अन्नद्रव्यांच्या पातळीवरून आपल्याला त्यांची कमतरता व आवश्यकता याबद्दल माहिती मिळते. विविध संशोधकांनी विविध पिकांची चांगली वाढ व विकासासाठी अन्नद्रव्यांचे नेमके प्रमाण किती असावे याबाबत संशोधन केले आहे. माती परीक्षण सोबतच आपण पानांचे पृथक्करण करून घेतले तर अन्नद्रव्यांची पातळी व आवश्यक खतांचे व्यवस्थापन आपण ठरवू शकतो. अन्नद्रव्यांचा वापर योग्य वेळी, योग्य प्रमाणात व योग्य पद्धतीने करण्यासाठी सर्व प्रकारची अन्नद्रव्ये ही माती परीक्षण करून व दीर्घकालीन पिकांच्या पानांचे पृथक्करण करून शिफारशीनुसारच द्यावीत.

पाने व मातीद्वारे अन्नद्रव्ये परीक्षणातील तुलनात्मक फरक :

पाने परीक्षणाद्वारे झाडामध्ये शोषित अन्नद्रव्यांचे, तर माती परीक्षणाद्वारे जमिनीत असलेल्या अन्नद्रव्याचे उपलब्ध स्वरूपातील प्रमाण कळते. माती परीक्षणाद्वारे

तक्ता क्र. ५ : फळझाडाच्या पानातील अन्नद्रव्यांची पुरेशी पातळी प्रमाण

अन्नद्रव्ये	फळझाडे							
	आंबा	केळी	मोसंबी	लिंबू	संत्रा	द्राक्ष	पपई	डाळिंब
				प्रतिशत				
नत्र	१.०-१.५	२.५-३.५	२.२-३.५	२.४-३.०	२.२-२.७	०.९३-१.५१	१.०१-२.५	०.५४-०.९०
स्फुरद	०.०८-०.२	५०.१८-०.४०	०.१२-०.३	०.१५-०.५	०.१-०.३	०.३-०.६	०.२२-०.४	०.१२-०.१८
पालाश	०.४-०.९.	२.३-४.०	१.२-३.०	---	१.०-२.०	१.३२-३.३७	३.३-५.५	०.६१-१.५९
कॅल्शिअम	०.२-०.५	०.७-१.४	०.९-१.०९	१.१-१.४	१.५-४.०	०.३१-०.५७	१.०-३.०	०.७७-२.०२
मॅग्नेशिअम	०.२-०.५	०.२५-०.४०	०.२-०.९	०.३-०.५	०.२-०.५	०.२७-०.५८	०.४-१.२	०.१६-०.४२
प्रति दशलक्ष भाग जस्त	२०-२००	१५-५०	२५-३००	२५-२००	२०-५०	४२-५८	१४-४०	१४-७२
लोह	५०-२५०	१००-३००	६०-१५०	६०-१५०	६०-१००	१३-४५	२५-२००	७१-२१४
मंगल	५०-२५०	२००-२०००	२५-२५०	२५-२००	२०-२००	७३-१७२	२०-१५०	२९-८८
तांबे	७.०-५०.०	---	६.०-१००	६.०-१००	५.०-१००	---	४.०-१०	२९-७२
बोरॉन	---	---	७५-१००	२५-१००	२०-२००	---	२०-३०	---

जमिनीत उपलब्ध असलेल्या अन्नद्रव्यांच्या प्रमाणावरून तर पाने परीक्षणाद्वारे कळलेल्या अन्नद्रव्यांच्या पातळीवरून फळ उत्पादनांचा अंदाज चांगल्या प्रकारे वर्तवता येतो. सद्यःस्थितीत फळझाडांमध्ये पानात अन्नद्रव्ये किती प्रमाणात असावीत याविषयी अनेक मापदंड उपलब्ध आहेत.

सूक्ष्म अन्नद्रव्यांची कमतरता ओळखण्याच्या अन्य पद्धती :

अन्नद्रव्यांची कमतरता जाणून घेण्यासाठी पानाचा नमुना कसा घ्यायचा, हे आपण अलीकडील काही भागांतून अभ्यासत आहोत. जमिनीचा प्रकार व वाणानुसार पानाचा नमुना घेण्याच्या तंत्राचा तपशील तक्ता क्र. ४ मध्ये दिला आहे. त्याचबरोबर बागांचे सर्वेक्षण व अन्नद्रव्ये पृथक्करण केल्यानंतर पानांतील किमान अन्नद्रव्यांच्या प्रमाणाविषयीचे मापदंड ठरवण्यात आले आहेत. ते तक्ता क्र. ५ मध्ये दिले आहेत.

●●

१३

जमीन पिके व मानव यांच्यासाठी सूक्ष्म अन्नद्रव्ये

मानवामध्ये प्रामुख्याने जस्त व लोह या अन्नद्रव्यांची कमतरता आढळून येत आहे. त्याचा जमिनीतील या अन्नद्रव्यांच्या कमतरतेशी परस्पर संबंध ठळकपणे दिसून येत आहे.

जमीन, पिके व मानव यांच्यातील सूक्ष्म अन्नद्रव्यांच्या कमतरतेचा परस्पर संबंध :

सध्या अनेक कारणांमुळे मानवाच्या आहारातील सूक्ष्म अन्नद्रव्यांच्या कमतरता वाढताना दिसून येत आहेत. अन्नपदार्थामधील सूक्ष्म अन्नद्रव्यांच्या कमतरतांमुळे जागतिक लोकसंख्येचा मोठा भाग प्रभावित झाला आहे. जागतिक आरोग्य संघटनेच्या अहवालानुसार, जवळपास दोन अब्ज लोकसंख्येमध्ये लोह कमतरता दिसून येते. त्यानंतर जस्ताची कमतरतादेखील मानवी आरोग्यातील महत्त्वाची अडचण ठरत आहे. तसेच जागतिक स्तरावर जमिनीतील सूक्ष्म अन्नद्रव्यांची कमतरता ही त्या ठिकाणच्या सर्व चारा पिकांत, अन्नधान्यात पर्यायाने अनुक्रमे जनावरांत व मानवात दिसून येत आहे. त्यामुळेच जमीन, पिके, जनावरे व मानव यांच्यातील सूक्ष्म अन्नद्रव्यांचा परस्पर अभ्यास हा अधिक दर्जेदार कृषी उत्पादन व मानवी आरोग्याची गुरुकिल्ली ठरतो.

कारणे अशी आहेत...

पीक व मानव पोषणासाठी स्फुरद, पालाश, कॅल्शियम, मॅग्नेशिअम, गंधक, मंगल, लोह, जस्त, तांबे, मोलाब्द ही सर्व अन्नद्रव्ये आवश्यक आहेत.

- अनेक विविध कारणांपैकी गरीब जनतेमध्ये गरजेपेक्षा कमी पोषण, एकाच प्रकारच्या आहारामुळे विशिष्ट अन्नद्रव्यांची कमतरता, कमी पोषणमूल्य असलेल्या अन्नपदार्थांचा आहार आणि ठराविक अन्नद्रव्ये कमी असलेल्या जमिनीतून वारंवार अन्नधान्यांचे उत्पादन व त्यांचा आहारात समावेश ही मानव आहारातील सूक्ष्म अन्नद्रव्यांच्या या कमतरतांची प्रमुख कारणे आहेत.

हरितक्रांतीनंतर केवळ मुख्य अन्नद्रव्येयुक्त खतांचा वापर वाढला असून, अधिक उत्पादन देणाऱ्या वाणांमुळे जमिनीतून या घटकांचे शोषणही वाढले आहे. पर्यायाने शेतीमालाचे उत्पादन व उत्पादनाची गुणवत्ता हीदेखील जमिनीतील सूक्ष्म अन्नद्रव्यांच्या कमतरतेमुळे प्रभावित होत असल्याचे आढळून आले आहे.

जस्ताची कमतरता :

भारतातील जवळपास ५० टक्के जमिनीमध्ये जस्ताची कमतरता आढळून येते, तसेच जास्त स्फुरदयुक्त खतांच्या वापरामुळेदेखील अल्कधर्मी व चुनखडीयुक्त जमिनीत जस्ताची उपलब्धता कमी असते.

- विकसनशील देशामध्ये तृणधान्य पिकांचा मुख्य आहारात समावेश असतो. (उदा. गहू, भात व मका) ज्यामध्ये जस्त कमी प्रमाणात आढळून येते.
- विशेषतः लहान मुले जस्ताच्या कमतरतेमुळे प्रभावित होत आहेत. उदा. मागील दशकांत लहान मुलांचा अर्धवट विकास, हगवण, शारीरिक वाढ खुंटणे व कमी रोग प्रतिकारक्षमता या बाबी पोषणातील जस्ताच्या या कमतरतेमुळे होत असल्याचे आढळून आले आहे. गरोदर स्त्रियांमध्ये जस्त कमतरतेमुळे अयोग्य वाढीच्या बाळांचा जन्म असे अनिष्ट परिणाम दिसून येत आहेत.
- हरियाणा व आंध्र प्रदेशातील प्रयोगांच्या आधारे असे सिद्ध झाले आहे, की तृणधान्य पिकांत जस्तयुक्त खतांच्या जमिनीद्वारा व फवारणीद्वारा वापरामुळे उत्पादनात वाढ होते व अन्नधान्यात जस्ताचे अधिक प्रमाण असते. संशोधनाआधारे

जस्त व लोह या सूक्ष्म अन्नद्रव्यांच्या वापरामुळे गहू, मका व भात पिकांचे उत्पादन व उत्पादनात जस्ताचे व लोहाचे प्रमाण वाढल्याचे दिसून आले आहे.

- अशा प्रकारे कृषी क्षेत्रात सूक्ष्म अन्नद्रव्यांच्या वापरामुळे पीक उत्पादनवाढीसोबतच उत्पादनाच्या दर्जात सुधारणा होऊन सोप्या पद्धतीने व आर्थिक दृष्ट्या परवडणाऱ्या सूक्ष्म अन्नद्रव्यांचा अन्नधान्यात व मानवांच्या आहारात समावेश करता येईल .

मानवातील लोह कमतरतेचा पीक, जमिनीशी परस्पर संबंध :

मानवाच्या आरोग्यात शारीरिक व बौद्धिक विकासाकरिता लोह अत्यंत महत्त्वाचे अन्नद्रव्य आहे.

- लोह हे सूक्ष्म अन्नद्रव्य प्रत्येक सजीव पेशीमध्ये आढळून येते. मानवाच्या शरीरात फुफ्फुसांपासून सर्व शरीरात प्राणवायूंचे वहन करणे, विविध विकारांचा घटक म्हणून ऊर्जा निर्मितीचे कार्य करणे, अपायकारक विषाणू, जीवाणू पासून होणाऱ्या रोगांचा अटकाव होण्यासाठी प्रतिकारक क्षमता तयार करणे, ही लोह अन्नद्रव्यांची प्रमुख कार्य आहेत.

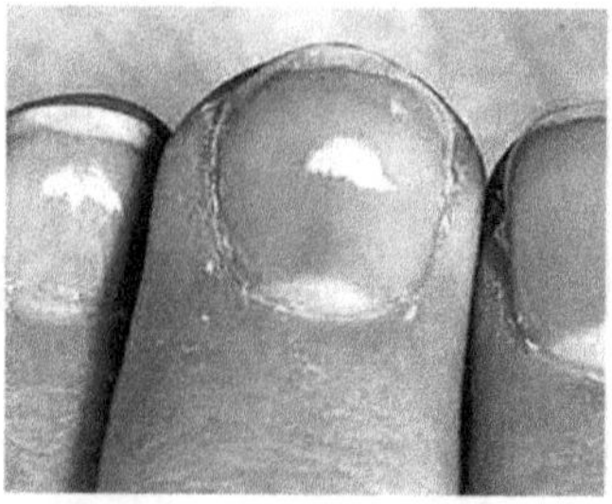

जस्त कमतरता

पिकामधील लोहाचे व जस्ताचे प्रमाण (शुष्क भागात, प्रतिदशलक्ष भाग)

पिके	लोहाचे प्रमाण	जस्ताचे प्रमाण
भात	२ ते १०	१७ ते ५२
गहू	२४ ते ६१	२५ ते ६४
मका	१६ ते ३०	११ ते ९५

- शरीरामध्ये दोन-तृतीयांश लोह हे प्रामुख्याने हिमोग्लोबीन व लाल रक्त पेशीमध्ये आढळून येते. शरीरातील लोहाची कमतरता रक्तामधून आढळून येते. रक्तक्षयाचे प्रमुख कारण हे लोहाची कमतरता हेच आहे.
- रक्तक्षय ही विकसनशील राष्ट्राची प्रमुख समस्या आहे. विकसित राष्ट्रामध्ये मका व गहू पीठ,

मीठ, साखर आणि दूध यासारख्या अनेक खाद्यपदार्थांमध्ये लोहयुक्त पदार्थांचा समावेश केला जातो.

- आहारातील लोह कमतरतेमुळे रक्तक्षय, पंडूरोग, कमी रोगप्रतिकारक क्षमता, थकवा, शरीर विकास थांबणे व सर्वांगीण कमी उत्पादकता हे अपाय संभवतात. विशेषतः लोह कमतरतेमुळे स्त्रियांमध्ये प्रजनन क्षमतेवर अनिष्ट परिणाम होतो. चुनखडीयुक्त जमिनीत व जमिनीचा सामू अल्कधर्मी असल्यास लोहाची कमतरता आढळते. पिकांमध्ये नवीन पानावर शिरा हिरव्या राहून पिवळेपणा असणे, पिकांची वाढ खुंटणे, विविध रोगांची प्रतिकारक क्षमता कमी होणे, उत्पादनात घट होणे ही जमिनीतील लोह कमतरतेची लक्षणे आहेत.

१४

पशुधनासाठी सूक्ष्म अन्नद्रव्ये

पशुधनाच्या आरोग्यातही सूक्ष्म अन्नद्रव्ये महत्त्वाची :

वनस्पतीप्रमाणेच मानव आणि पशुधनाच्या आरोग्याकरिता आहारामध्ये सूक्ष्म अन्नद्रव्यांची आवश्यकता असते. मानवाला अन्नधान्यासाठी आणि जनावरांना चाऱ्याकरिता बहुतांशी वनस्पतींवरच अवलंबून राहावे लागते. त्यामुळे जर वनस्पतींमध्येच अन्नद्रव्यांची कमतरता असल्यास मानव आणि पशुधनदेखील त्या अन्नद्रव्यांच्या कमतरतांना बळी पडते.

पशुधनाच्या पोषणाकरिता शरीराप्रमाणे आवश्यक असणाऱ्या खनिजांच्या प्रमाणानुसार त्यांचे दोन गटांत वर्गीकरण करण्यात आलेले आहे. या वर्गीकरणामुळे आपणास लक्षात येते, की पशुधनास व पिकांनादेखील सूक्ष्म प्रमाणात आवश्यक असणारी अन्नद्रव्ये ही सारखीच आहेत. हीच अन्नद्रव्ये चाऱ्यामध्ये समाविष्ट होतात व पशुधनास मिळतात.

विविध संशोधनाच्या आधारे असे सिद्ध झाले आहे, की वनस्पतीमध्ये (पिकांमध्ये) अन्नद्रव्यांच्या कमतरता या जमिनीतील अन्नद्रव्यांच्या कमतरतेमुळे होतात. अशा प्रकारे जमिनीतील सूक्ष्म अन्नद्रव्यांच्या कमतरतेमुळे अप्रत्यक्षरित्या मानव व पशुधनाचे आरोग्य धोक्यात येत आहे. त्यामुळे जमिनीतील अन्नद्रव्यांचा आणि मानव व पशुधन आरोग्याच्या परस्पर संबंधाबाबत जागरूक होणे अतिशय महत्त्वाचे ठरत आहे.

सूक्ष्म अन्नद्रव्यांच्या कमतरतेने जनावरांच्या आरोग्यावर परिणाम :

जनावरांच्यासाठी सर्व आवश्यक अन्नद्रव्यांची गरज भागविण्यासाठी त्यांच्या खाद्यपदार्थांमध्ये विविध क्षार व खनिजे यांचा वापर केला जातो. सूक्ष्म अन्नद्रव्यांचा शरीराअंतर्गत चयापचय प्रक्रियेत सहभाग असतो. या क्लिष्ट अशा शरीरप्रक्रिया पौष्टीक चारा आणि पशूखाद्यपदार्थांतील सूक्ष्म अन्नद्रव्यांच्या खनिजांच्या वापरांमुळे सुरळीत करता येतात.

जनावरामध्ये तांबे या सूक्ष्म अन्नद्रव्याची कमतरता दिसून येते. त्यामुळे जनावरांना हगवणीचा त्रास होतो. त्यातून अशक्तपणा येतो.

गट	खनिजे
प्रमुख/ जास्त प्रमाणात लागणारी खनिजे क्लोरीन	कॅल्शिअम, फॉस्फरस, मॅग्नेशियम, पोटॅशियम, गंधक, सोडिअम,
सूक्ष्म/ कमी प्रमाणात लागणारी खनिजे	कॉपर, लोह, जस्त, मॅग्नेज, मोलाब्द, खनिजे कोबाल्ट, सेलेनियम, आयोडिन

टीप : जनावरांच्या आहारात वनस्पती, चाऱ्याशिवाय सूक्ष्म अन्नद्रव्यांचा/ खनिजांचा वापर पशुतज्ज्ञांच्या सल्ल्याप्रमाणे करावा.

जनावरांच्या पोषणासाठी आहारातील रोजची सूक्ष्म अन्नद्रव्यांची गरज :

(जनावरांच्या १०० कि.ग्रॅ.च्या वजनास आवश्यक खनिजे)

सूक्ष्म खनिजे	रोजची सरासरी गरज (ग्रॅम प्रति १०० कि.ग्रॅ. वजन प्रति दिवस)
लोह (आयर्न)	२० ग्रॅम प्रति दिवस
तांबे (कॉपर)	१५ ग्रॅम प्रति दिवस
जस्त (झिंक)	५ ग्रॅम प्रति दिवस
मंगल (मॅंगनीज)	२० ग्रॅम प्रति दिवस

अन्नद्रव्यांच्या कमतरतेमुळे होणारे परिणाम :

जनावरांना हाडांचा विकार होतो. हगवण, रक्तक्षय अशा प्रकारचे रोग होतात. जनावरे लवकर वयात येत नाहीत. तसेच प्रजननक्षमतेवर अनिष्ट परिणाम होतात. जनावरे लवकर माजावर येत नाहीत किंवा माजाची लक्षणे दिसून येत नाहीत. जनावरांची वाढ खुंटते आणि जनावरे विविध रोगांना बळी पडतात. दूध उत्पादनातदेखील घट होते. रोगप्रतिकारक क्षमता कमी होते.

सूक्ष्म अन्नद्रव्य	सूक्ष्म अन्नद्रव्यांचे शरीर अंतर्गत कार्य	सूक्ष्म अन्नद्रव्यांच्या कमतरतेचे जनावरांच्या आरोग्यावर होणारे परिणाम
लोह (आर्यन)	१. चयापचय क्रियेसाठी आवश्यक. २. रक्तामध्ये लाल रक्तपेशीत हिमोग्लोबिन तयार करणे ज्यामुळे शरीराला प्राणवायूचा पुरवठा	१. रक्तक्षय होतो. २. दुधात लोहाचे प्रमाण कमी झाल्यास वासरात अशक्यपणा येतो. ३. जनावरांची वाढ खुंटते.
तांबे (कॉपर)	१. हिमोग्लोबीन निर्मितीमध्ये सहभाग. २. मज्ज्ञासंस्थेचे कार्य चालू ठेवणे. ३. प्रजोत्पादन क्रियेसाठी आवश्यक ४. लाल रक्तपेशी व महत्त्वाच्या विकारांची निर्मिती करणे. ५. नरांमध्ये उत्कृष्ट प्रतिच्या वीर्यनिर्मितीकरिता आवश्यक.	१. रक्तक्षय होतो व रक्तवृद्धी होत नाही. २. हाडे बळकट राहत नाहीत. ३. कातडी, केसांचा रंग बदलतो. कारण मेलॅनिन निर्मिती होत नाही. ४. केस गळतात. ५. दुग्धोत्पादन घटते. ६. पाय वाकडे होतात. ७. सतत हगवण लागते. ८. शरीराची वाढ खुंटते. ९. कमी वयात गर्भाचा मृत्यू होणे. १०. मादी पशुधन उशिरा माजावर येते, तसेच वंधत्व येणे.
मंगल (मॅगनीज)	१. कर्बोदकांच्या निर्मितीमध्ये सहभाग. २. मेदाल्मांच्या निर्मितीमध्ये सहभाग. ३. विविध आंतर्स्त्रावांचा घटक. ४. शरीरात ऊर्जानिर्मिती आणि ऊर्जेचा वापर. ५. चयापचयासाठी आवश्यक विकरांचे उत्तेजन ६. प्रजननासाठी आवश्यक संप्रेरके (इस्ट्रोजन, प्रोजेस्टिरॉन व टेस्टोस्टिरॉन) निर्मितीसाठी.	१. अशक्तपणा येणे. २. वाढ खुंटणे. ३. अनियमित किंवा शांत माज. ४. फलन न होणे. ५. व्यंग असणारी वासरे जन्मास येणे. ६. नरांमध्ये शुक्र निर्मिती कमी प्रमाणात होते.
मोलाब्द	१. पशुधनातील प्रजनन क्षमता विकसित करणे.	१. मादी पशुधन उशिरा वयात येणे. २. माजावर न येणे किंवा वंधत्व येणे. ३. गर्भधारणेचे प्रमाण कमी होणे. ४. नरांमध्ये शुक्राणूंची निर्मिती न होणे.
जस्त (झिंक)	१. कातडी नितळ व सतेज ठेवणे. २. शुक्रजंतूची निर्मिती करणे. ३. लैंगिक अवयवांच्या वाढीमध्ये सहभाग. ४. अ जीवनसत्व कार्यान्वित करणे. ५. मादीमध्ये माज, प्रसूती, गाभण काळ आणि दुग्धोत्पादनात सक्रीय सहभाग. ६. जनावर विल्यानंतर गर्भाशय लवकर पूर्वस्थितीत येण्यासाठी तसेच गर्भाशयाच्या आतील पेशींची दुरुस्ती. ७. नरामध्ये लैंगिक प्रगल्भता, प्रजनन पेशींची निर्मिती तसेच वृषणाचा विकास.	१. कातडीस भेगा पडतात. २. शिंगांची वाढ जास्त प्रमाणात होते. ३. नरातील प्रजनन शक्ती कमी होते.

१५

फळझाडांसाठी सूक्ष्म अन्नद्रव्यांचा वापर

महाराष्ट्रात फळबागांची लागवड हलक्या, माळरान, उथळ, डोंगराळ अथवा पडीक जमिनीतसुद्धा करण्यात आलेली आहे. अशा जमिनीत सूक्ष्म अन्नद्रव्यांची कमतरता असते. त्याची लक्षणे, परिणाम फळबागांवर दिसून येत आहेत. या फळपिकांसाठी सूक्ष्म अन्नद्रव्यांचे नियोजन कसे करता येईल?

फळपिकांसाठी सूक्ष्म अन्नद्रव्ये व्यवस्थापन :

फळझाडे दीर्घकाळ जमिनीत राहात असल्यामुळे अधिक व दर्जेदार उत्पादनासाठी त्यांच्या पोषणाबाबत सखोल व शास्त्रीय माहिती असणे अत्यंत आवश्यक असते. मागील १५ ते २० वर्षांच्या कालावधीत फळझाडांच्या पोषणाबाबत कृषी विद्यापीठांकडून विविध प्रकारे संशोधन झाले आहे. फळझाडांच्या पोषणाबाबत शास्त्रीय माहिती एकत्रितपणे अद्याप पुरेशा प्रमाणात उपलब्ध नाही; परंतु यासंबंधीचे संशोधन व माहिती संशोधकांकडून बागायतदारांपर्यंत पोचवणे गरजेचे आहे.

इथे महाराष्ट्रात घेतल्या जाणाऱ्या फळपिकांना आवश्यक अन्नद्रव्ये व खते देण्याबाबत झालेल्या संशोधनांचे अनेक संदर्भ देऊन माहिती देण्याचा प्रयत्न केला आहे. सध्याचे संशोधन व यापूर्वी संशोधकांनी केलेल्या संशोधनांच्या पार्श्वभूमीवर फळझाडांना द्यावयाच्या खतांच्या शिफारशीही देण्याचा प्रयत्न केला आहे.

बोरॉनच्या कमतरतेमुळे फळांचा आकार लहान राहतो व फळांना भेगा पडतात.

महाराष्ट्र शासनाच्या रोजगार हमी योजनेशी निगडित फळबागविषयक धोरणामुळे बागायतदारांकडून फळबागांची लागवड हलक्या, माळरान, उथळ, डोंगराळ अथवा पडीक जमिनीतसुद्धा करण्यात आलेली आहे. अशा जमिनीत मुळातच सूक्ष्म अन्नद्रव्यांची कमतरता असते, त्यामुळे फळबागांवर अन्नद्रव्ये कमतरतेची लक्षणे दिसायला लागली आहेत. या आजारी फळबागा पूर्ववत करण्यासाठी अन्नद्रव्ये पोषणाचा समतोल टिकवणे आवश्यक आहे.

आपल्याकडे संतुलित पीक पोषण, सूक्ष्म अन्नद्रव्यांच्या कमतरता, मृदा चाचणीची कमी लोकप्रियता याविषयीच्या समस्यांचा समावेश आहे. मराठवाड्यातील चुनखडीयुक्त जमिनीमध्ये घेतलेल्या फळबागांचे आयुष्य कमी व धोक्याचे जाणवत आहे, कारण चुनखडीयुक्त जमिनीत बहुतेक सर्वच सूक्ष्म अन्नद्रव्यांची कमतरता आढळते. मराठवाड्यात लिंबूवर्गीय (मोसंबी, संत्रा व कागदी लिंबू) फळबागांच्या सर्वेक्षणात फळबागांचा ऱ्हास होण्यास आणि कमी उत्पादन क्षमता व साधारण प्रत यास काही गोष्टी कारणीभूत ठरल्या. यात बागांच्या जमिनीत उपलब्ध जस्त, लोह व बोरॉन यांची

तक्ता क्र. १ : फळपिकांसाठी मुख्य अन्नद्रव्यांच्या शिफारशी				
फळपीक	शेणखत कि.ग्रॅ./झाड	नत्र	स्फुरद	पालाश
केळी	१०	२००	६०	२००
पपई	१०	५००	२५०	२५०
चिकू	५०	१०००	५००	५००
अंजीर	४०	६००	३००	३००
कागदी लिंबू	५०	८००	४००	४००
संत्रा / मोसंबी	५०	१०००	५००	५००
पेरू	५०	५००	२५०	२५०
आंबा	५०	१०००	५००	५००
डाळिंब	३०	६००	३००	३००
सीताफळ	१०	२५०	१२५	१२५
आवळा	२०	४००	२००	२००
बोर	३०	५००	२५०	२५०

कमतरता हा घटक जबाबदार आढळला आहे.

महाराष्ट्रातील जमिनींमध्ये सूक्ष्म अन्नद्रव्यांची कमतरता :

महाराष्ट्रातील जमिनींमध्ये ३५.४ टक्के जमिनींत उपलब्ध जस्त, २५.७ टक्के जमिनींत उपलब्ध लोह व २५.७ टक्के जमिनींत उपलब्ध बोरॉन यांची कमतरता आहे; मात्र उपलब्ध मँगनीज, तांबे व मोलाब्द पुरेशा प्रमाणात पिकांना पुरवण्याची क्षमता महाराष्ट्रातील जमिनींमध्ये आहे. एकंदरीत जमिनींमध्ये एकापेक्षा अधिक सूक्ष्म अन्नद्रव्यांची कमतरता दिसून येत आहे. माती परीक्षण अहवालानुसार त्यांचा योग्य प्रमाणात वापर पीक उत्पादन व शेतीमालाची प्रत वाढवण्याच्या दृष्टीने आवश्यक आहे. मुख्य अन्नद्रव्यांचा पुरवठा योग्य प्रमाणात असल्यासच (तक्ता क्र. १) सूक्ष्म अन्नद्रव्यांच्या वापरास प्रतिसाद मिळतो, दोन्ही अन्नद्रव्यांचे प्रकार एकमेकांस पूरक आहेत.

फळधारणा सुरू झाल्यापासून फळझाडांना द्यावयाच्या खतांच्या शिफारशी पुढीलप्रमाणे आहेत. ही खते माती परीक्षण करून व तज्ज्ञांकडून माहिती घेऊनच द्यावीत. जमिनीत सीमान्त पातळीपेक्षा कमी असणारी अन्नद्रव्ये फळपिकास द्यावीत. शक्यतोवर जमल्यास माती परीक्षणासोबतच फळझाडाच्या पानांचे परीक्षण करूनच सूक्ष्म अन्नद्रव्ये खतांचा वापर करावा.

फळपिकांतील अन्नद्रव्यांच्या कमतरता व उपाय :

पीकनिहाय आढळणाऱ्या सूक्ष्म अन्नद्रव्यांच्या कमतरता, लक्षणे व उपाय याबाबत केलेल्या संशोधनाच्या पार्श्वभूमीवर फळझाडांना द्यावयाची मुख्य अन्नद्रव्ये व सूक्ष्म अन्नद्रव्ये यांच्या शिफारशी पुढील तक्त्याप्रमाणे...

आंबा		
कमतरतेची लक्षणे/विकृती	कारणीभूत सूक्ष्म अन्नद्रव्ये कमतरता	उपाययोजना
काळबोंडी (फळांच्या टोकाला पिवळेपणा येऊन तो भाग काळा पडतो).	बोरॉन	५०० ग्रॅम बोरॅक्स प्रति झाड जमिनीतून किंवा एक टक्का बोरॅक्स एप्रिलनंतर तीन वेळा फवारणी करावी
झाडांना अनियमित मोहर येणे. फळधारणा न होणे, मोहरात नर फुलांचे प्रमाण जास्त असणे.	लोह, जस्त, बोरॉन	१ टक्के लोह + १ टक्के जस्त + ०.४ टक्के बोरॉनची फवारणी करावी
पानांचा आकार लहान असणे, पर्णगुच्छ (बंची टॉप) तयार होणे किंवा पाने जोडून असणे.	जस्त	१ ते २ टक्के झिंक सल्फेटची (फेब्रुवारी व मार्च दरम्यान) दोनदा फवारणी करावी
पेरू		
उत्पादन व दर्जा सुधारणेसाठी, फळांचा आकार व वजन वाढवण्यासाठी.	बोरॉन, जस्त, मॅग्नेशियम	०.३ टक्के जस्त + ०.३ टक्के मॅग्नेशियम + ०.३ टक्के बोरॉन पीक फुलोऱ्यात येऊन गेल्यानंतर फवारणे
आवळा		
झाडावरच फळे सडणे किंवा फळाच्या आतील भाग मृत पेशींचा होणे.	जस्त, बोरॉन	दोन वेळेस (फेब्रुवारी व मार्च) १ ते २ टक्के झिंक सल्फेट व एक टक्के बोरॅक्सची फवारणी करावी.
पपई		
शेंड्यावर पर्णगुच्छ तयार होणे, फळांचा बाहेरील भाग खडबडीत होणे, शेंड्यापासून पाचवे पान पिवळे पडणे.	बोरॉन	लागवडीपूर्वी २० ग्रॅम / झाड बोरॅक्स जमिनीतून द्यावे किंवा ०.३ टक्के बोरॅक्सची फळधारणेनंतर दोनदा फवारणी करावी.
अधिक व दर्जेदार उत्पादन	जस्त, बोरॉन	१० ग्रॅम जस्त व ५ ग्रॅम बोरॉनची लागवडीनंतर ४ व १२ महिन्यांनी किंवा ०.५ टक्के जस्त + ०.१ टक्के बोरॉनची लागवडीनंतर ४, ८, १२ व १६ महिन्यांनी फवारणी करावी.
बोर		
फळांचा आकार व वजन वाढवण्यासाठी.	जस्त, बॉरॉन	फळधारणेनंतर एक टक्का झिंक सल्फेट + १ टक्का बोरॅक्स दोनदा फवारावे.

लिंबूवर्गीय फळझाडे (संत्रा, मोसंबी व कागदी लिंबू)		
पर्णगुच्छ तयार होणे, अरुंद निमुळती पाने होणे.	जस्त	१ टक्के युरिया + ०.५ टक्के झिंक सल्फेटची तीन वेळा मेनंतर फवारणी करावी
फांद्या वाळण्यास सुरुवात होणे. फळे व खोड तडकणे, खोड व फळे पोकळ होणे	बोरॉन	१ टक्के बोरॉन तीन वेळा मे नंतर एक महिन्याच्या अंतराने फवारणी करावी.
फळ तयार होण्यापूर्वीच गळ होणे आणि शेंडेमर सुरुवात होणे.	बोरॉन, जस्त, तांबे	१ टक्के जस्त + १ टक्के बोरॉन + १ टक्के तांबे तीन वेळा मेनंतर एक महिन्याच्या अंतराने फवारणी करावी
खोडातून डिंक बाहेर येणे.	बोरॉन, तांबे	१ टक्के बोरॅक्स + ०.२५ टक्के मोरचूद तीन वेळा एक महिन्याच्या अंतराने फवारणी करावी.
द्राक्षे		
शेंडेमर व कमी फलधारणा.	बोरॉन	५ ग्रॅम बोरॅक्स प्रत्येक वेलीस द्यावे किंवा १० कि.ग्रॅ. प्रति हेक्टर द्यावे.
पानांचा आकार लहान होणे.	जस्त	५० ग्रॅम झिंक सल्फेट प्रति वेलीस किंवा १० टक्के झिंक सल्फेटचे द्रावण छाटणी नंतरच्या जखमांना लावावे.
कमी फलधारणा, पाने पिवळी पडणे, वाढ खुंटणे.	लोह	१५ ग्रॅम लोह चिलेटेड स्वरूपात प्रत्येक वेलीस किंवा २.५ टक्के फेरस सल्फेट, ५ टक्के सायट्रीक आम्लाच्या द्रावणात तयार करून छाटणीनंतरच्या जखमांना लावणे.
चिंच		
उत्पादन व दर्जा सुधारणी.	बोरॉन, जस्त, लोह	०.५ टक्के झिंक सल्फेट + ०.५ टक्के फेरस सल्फेट + ०.३ टक्के बोरिक ॲसिड पिक फुलोऱ्यात येऊन गेल्यानंतर फवारावे.
चिकू		
पाने पिवळे पडणे आणि फांद्या वाळणे.	बोरॉन	०.५ टक्के बोरॅक्सची तीन वेळेस एका महिन्याच्या अंतराने जून नंतर फवारणी करावी.

१६

भाजीपाला पिकांसाठी सूक्ष्म अन्नद्रव्ये

उत्तम दर्जाच्या भाजीपाला उत्पादनात मुख्य अन्नद्रव्यांचा कार्यक्षम वापर होण्यासाठी सूक्ष्म अन्नद्रव्ये आवश्यक असतात. भाजीपाल्यावरील त्यांच्या कमतरतेची लक्षणे व उपाय इथे सांगितले आहेत.

सूक्ष्म अन्नद्रव्यांतून वाढवा भाजीपाल्याची गुणवत्ता :

उत्तम दर्जाच्या भाजीपाला उत्पादनासाठी योग्य व संतुलित प्रमाणात सेंद्रिय व रासायनिक खतांचा वापर करणे फायदेशीर ठरते.

सेंद्रिय कर्ब कमी असणाऱ्या जमिनी, जास्त सामू व चुनखडीयुक्त जमिनींमध्ये हमखास सूक्ष्म अन्नद्रव्यांच्या कमतरता आढळून येतात. विशेषतः चुनखडीयुक्त जमिनींत जस्त व लोह, हलक्या जमिनींत बोरॉन, जस्त व मोलाब्द या सूक्ष्म अन्नद्रव्यांची कमतरता आढळून येते.

- अर्धवट किंवा कमी कुजलेल्या शेणखताचा वापर केल्यास जस्त या सूक्ष्म अन्नद्रव्याची कमतरता आढळून येते.
- अति प्रमाणात पाण्याचा वापर झाल्यास किंवा केल्यास लोह या अन्नद्रव्याची कमतरता निश्चितच दिसून येते.
- योग्य प्रमाणात निचरा न होणाऱ्या जमिनीत मंगल या अन्नद्रव्याची कमतरता दिसून येते.
- एकाच पिकाच्या विविध प्रकारच्या वाणांचीदेखील अन्नद्रव्यांची गरज वेगवेगळी असू शकते. अति प्रमाणात पाऊस, तापमान आणि प्रकाशमान यामुळेदेखील भाजीपाला पिकांत सूक्ष्म अन्नद्रव्यांची कमतरता आढळून येते.
- उत्पादनवाढीसाठी असंतुलित प्रमाणात नत्र, स्फुरद व पालाश या अन्नद्रव्यांचा वापर केल्यास विपरीत परिणाम होऊन सूक्ष्म अन्नद्रव्यांच्या कमतरता आढळून येतात; तसेच सूक्ष्म अन्नद्रव्यांचा शिफारशीपेक्षा अधिक वापर केल्यास भाजीपाला उत्पादनावर विपरीत परिणाम होतो.
- सर्वसाधारणपणे भाजीपाला पिकासाठी केवळ नत्र, स्फुरद व पालाश या मुख्य अन्नद्रव्यांचीच शिफारस केली जाते; परंतु या अन्नद्रव्यांचा कार्यक्षम वापर होण्यासाठी गंधक १० कि.ग्रॅ. प्रतिहेक्टर (स्फुरदाच्या पूर्ततेसाठी १०० कि.ग्रॅ. एसएसपी दाणेदार) आणि जस्त १० कि.ग्रॅ. प्रतिहेक्टर (५० कि.ग्रॅ. झिंक सल्फेट प्रतिहेक्टर) यांचा वापर करणे आवश्यक आहे.

भाजीपाल्यात बोरॉन, लोहाची कमतरता :

बोरॉन कमतरतेची लक्षणे शेंड्यावर आढळतात. त्यामुळे अंकुर, पालवी, नवीन वाढ थांबते, तसेच

बोरॉनच्या कमतरतेमुळे कोवळे फूल सडल्यासारखे विटकरी रंगाचे होऊन वाळते.

बोरॉनच्या कमतरतेमुळे फुलकोबीच्या पानांच्या कडा चट्टेदार पिवळ्या पडतात.

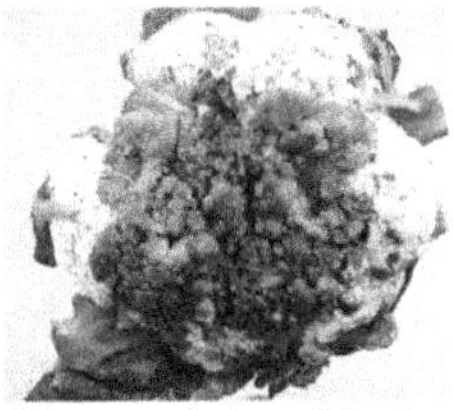

बोरॉनच्या कमतरतेमुळे फुलकोबीचा रंग विटकरी होतो.

भाजीपाला पिकांद्वारे होणारे मुख्य अन्नद्रव्यांचे शोषण					
पीक	उत्पादन टन प्रतिहेक्टर	मुख्य अन्नद्रव्यांचे शोषण			
		नत्र	स्फुरद	पालाश	एकूण
बटाटा	१ टन	४.३७	०.८७	६.४५	११.६०
पत्ताकोबी	१ टन	५.३०	०.५३	५.७२	११.५६
गाजर	१ टन	४.१७	०.८०	९.५७	१४.५४
फुलकोबी	१ टन	५.००	०.३८	५.३४	१०.७२
काकडी	१ टन	१.७५	०.५५	२.५०	४.८०वांगे
१ टन	२.९२	०.३०	४.१८	७.३९	
भेंडी	१ टन	३.००	०.५३	३.७५	७.२५कांदा
१ टन	३.५०	०.६५	३.६५	७.८०	
लसूण	१ टन	३.४२	०.६२	३.७१	७.७७मुळा
१ टन	६.००	१.३०	५.००	१२.३०	पालक
१ टन	४.८०	०.८०	६.६८	१२.२९	
टोमॅटो	१ टन	२.८०	०.५०	३.१६	६.५२
सरासरी	१ टन	३.८०	०.६५	४.२३	८.७८

नवीन पाने पिवळसर होऊन गळून पडतात.

सरासरी एक टन भाजीपाला उत्पादनासाठी ३.९० कि.ग्रॅ. नत्र, ०.६५ कि.ग्रॅ. स्फुरद आणि ४.२३ कि.ग्रॅ. पालाश अशा प्रमाणात ८.७८ कि.ग्रॅ. मुख्य अन्नद्रव्ये प्रतिहेक्टर अन्नद्रव्यांचे शोषण केले जाते.

भाजीपाला पिकांतील बोरॉनची कमतरता :

बोरॉन हे सूक्ष्म अन्नद्रव्य पिकांत अचल असल्यामुळे कमतरतेची लक्षणे शेंड्यावर आढळतात. त्यामुळे अंकुर, पालवी, नवीन वाढ थांबते, तसेच नवीन पाने पिवळसर होऊन गळून पडतात.

बोरॉन कमतरतेस संवेदनशील भाजीपाला पिके :

- **पानकोबी** : पाने ठिसूळ जाड, चट्टेदार होतात. गड्डा आणि पानांचा दुवा विलग होतो. देठावर ठिपके आढळतात, खोडाचा वरचा भाग पोकळ होतो.
- **फुलकोबी** : पोकळ खोड, विटकरी रंग, नवीन मध्य शीर सडणे किंवा पाने वाळणे, कोवळे फूल सडल्याप्रमाणे होऊन विटकरी रंगाचे होऊन वाळते. फांद्या पोकळ होणे किंवा भरीव नसणे, पानांच्या कडा चट्टेदार पिवळ्या होतात.
- **गाजर** : नवीन पाने विटकरी होणे आणि जमिनीत पाणी असूनदेखील पाने वाळणे. गाजर खोलवर तडकणे.
- **मुळा** : कोवळी वाढ किंवा शेंडा वाळणे, नवीन पाने खालच्या बाजूने वाळतात आणि विविध रंगांची होतात. लवकर लवकर फुलोरा येतो. शेंड्याची वाढ घटते, पिवळसर होऊन वाळते. रोप अवस्थेत पाने तपकिरी होतात.

बोरॉन कमतरतेवरील उपाययोजना :

- बोरॉन कमी असलेल्या जमिनीत १.२ ते ३.२ कि.ग्रॅ. प्रतिहेक्टर बोरॉन वापरावे किंवा ०.२० ते ०.२५ टक्के (२० ते २५ ग्रॅम बोरॅक्स प्रति १० लिटर पाण्यात) बोरॅक्सची कायिक/ शाखीय वाढीच्या संवेदनशील अवस्थेत गरजेनुसार २ ते ३ वेळा फवारणी करावी.

भाजीपाला पिकांतील लोहाची कमतरता :

लोहाची कमतरता असल्यास सर्वप्रथम नवीन वाढीवर

पिवळसरपणा येतो; परंतु पानांच्या शिरा हिरव्या राहतात. देठापासूनच पिवळसरपणा सुरू होऊन पानांच्या आतील भागाकडे पसरतो. शेंगावर्गीय भाजीपाला, कोबी, पालक, टोमॅटो ही पिके लोह कमतरतेस संवेदनशील आहेत.

लोहाची कमतरता सहजपणे दूर करणे अवघड असते. लोह अन्नद्रव्य जुन्या पानातून नवीन पानाकडे वहन होत नाही, तसेच पानात गेल्यानंतर अचल होऊ शकते. जमिनीचा सामू आणि जमिनीतील हवा व पाण्याचे प्रमाण तसेच अति प्रमाणात स्फुरद, मंगल आणि जस्त यामुळे पानांतील लोहाच्या विविध जैवरासायनिक क्रियांतील वापरावर प्रतिकूल परिणाम होतो.

अति चुनखडीमुळे होणारी लोह कमतरता :

मुक्त चुनखडीयुक्त (५ टक्क्यांपेक्षा जास्त) जमिनीत व आम्लारीधर्मी सामू (८ पेक्षा जास्त) असलेल्या जमिनीत असणाऱ्या लोह कमतरतेस 'चुनखडीमुळे होणारी लोह कमतरता' असे म्हणतात.

उपाययोजना :

- चुनखडीमुळे निर्माण होणारी लोह कमतरता जमिनीचा सामू कमी झाल्यास किंवा योग्य प्रमाणात गंधक किंवा गंधकाम्ल वापरल्यास दूर होऊ शकते.
- यासाठी अशा जमिनीत घेतलेल्या पिकावर लोहयुक्त खतांचा फवारणीद्वारे (०.५ टक्के फेरस सल्फेट) वापर करणे योग्य व आवश्यक आहे. यासाठी लोह कमतरतेस सहनशील वाणांचा वापर हादेखील पर्याय योग्य ठरतो.
- माती परीक्षणानुसार, चुनखडी मुक्त जमिनीतील लोहाची कमतरता दूर करण्यासाठी जमिनीद्वारे २ ते ५ कि.ग्रॅ. आयर्न चिलेट किंवा २० ते ४० कि.ग्रॅ. प्रतिहेक्टर आयर्न (फेरस) सल्फेट खत पेरणी करताना किंवा लागवड करताना वापरावे. (किंवा ०.५ टक्के तीव्रतेचे फेरस सल्फेट (५० ग्रॅम १० लिटर पाण्यात) फवारणी करावी.)

●●

१७

सूक्ष्म अन्नद्रव्ये मिश्रखते

कृषी विद्यापीठे व विविध संशोधन संस्थांनी दीर्घकालीन संशोधनानंतर सूक्ष्म अन्नद्रव्ये पुरवठा हा संतुलित पीक पोषणाचाच भाग असल्याचे सिद्ध केले आहे. महाराष्ट्र शासनाने राज्य खत समितीच्या शिफारशीनुसार विविध पिकांसाठी व विविध जमिनींसाठी मिश्रखतांच्या नव्या ११ ग्रेड्स प्रमाणित केल्या आहेत.

मिश्र खताची संकल्पना :

महाराष्ट्रात झालेल्या विविध माती परीक्षण व पिकांची अन्नद्रव्यांची गरज याविषयीच्या सर्वेक्षणात एकापेक्षा अधिक सूक्ष्म अन्नद्रव्यांची कमतरता आढळून आली होती, त्यावर उपाययोजना करण्यासाठी एकापेक्षा अधिक सूक्ष्म अन्नद्रव्ये, त्यांचा परस्पर संबंध, विविध पिकांची सूक्ष्म अन्नद्रव्यांची गरज आणि वापरानंतर मिळणारा प्रतिसाद या बाबींचा विचार करून संतुलित पीक पोषणासाठी सूक्ष्म अन्नद्रव्यांच्या मिश्रखतांचा वापर ही संकल्पना तयार झाली.

राज्य शासन प्रमाणित मिश्र सूक्ष्म अन्नद्रव्य खते :

म हाराष्ट्रातील विविध माती परीक्षण व पिकांची अन्नद्रव्यांची गरज या विषयावर सर्वेक्षण झाले आहे. त्यात एकापेक्षा जास्त सूक्ष्म अन्नद्रव्यांची कमतरता, त्यांचा परस्पर संबंध, विविध पिकांची सूक्ष्म अन्नद्रव्यांची गरज आणि वापरानंतर मिळणारा प्रतिसाद या बाबींचा अभ्यास करण्यात आला. त्यानंतर संतुलित पीक पोषणासाठी सूक्ष्म अन्नद्रव्ययुक्त मिश्रखतांचा वापर ही संकल्पना पुढे आली. अलीकडे सूक्ष्म अन्नद्रव्यांची कमतरता अधिक प्रमाणात आपल्या जमिनीत व पिकांत पाहावयास मिळत आहे. आज शेतकरी नत्र, स्फुरद व पालाशच्या वापराबाबत जागरूक आहेत; परंतु या मुख्य अन्नद्रव्यांसोबत सूक्ष्म अन्नद्रव्यांचा संतुलित वापरसुद्धा अपरिहार्य ठरत आहे.

पिकांच्या अधिक उत्पादन व उत्तम दर्जासाठी सर्व अन्नद्रव्ये योग्य व संतुलित प्रमाणात पुरविली पाहिजेत. संतुलित पीक पोषणात जमिनीचे गुणधर्म आणि पिकांची गरज या घटकांचा विचार करणेदेखील आवश्यक आहे. या घटकांचा विचार केवळ नत्र, स्फुरद व पालाश या मुख्य अन्नद्रव्यांच्या शिफारशीसाठी केला गेला आहे. यासाठी सर्व दुय्यम व सूक्ष्म अन्नद्रव्यांचा पुरवठा या घटकांची गांभीर्याने दखल घेतली गेली नाही. मुख्य अन्नद्रव्यांच्या वापरानंतर ज्या सूक्ष्म अन्नद्रव्यांची कमतरता आहे, केवळ त्याचाच वापर करण्यास सुरुवात झाली आहे. कृषी विद्यापीठे व विविध संशोधन संस्थांनी दीर्घकालीन संशोधनानंतर सूक्ष्म अन्नद्रव्ये पुरवठा हा संतुलित पीक पोषणाचाच

महाराष्ट्र राज्य शासन प्रमाणित सूक्ष्म अन्नद्रव्ये मिश्र खते

अन्नद्रव्ये	ग्रेड १ (जमिनीतून) टक्के	ग्रेड २ (फवारणीतून) टक्के
जस्त	५.०	३.०
लोह	२.०	२.५
बोरॉन	१.०	०.५
तांबे	०.५	१.०
मंगल	१.०	१.०
मोलाब्द	--	०.१

प्रत्येक अन्नद्रव्याची कमतरता त्याच्या लक्षणांवरून दिसून येते. तज्ज्ञांच्या साह्याने ती ओळखायला शिकणे गरजेचे आहे.

भाग आहे असे सिद्ध केले आहे. उदाहरण द्यायचे तर, मोसंबी पिकावरील एका प्रयोगात जस्त, लोह व अन्य सूक्ष्म अन्नद्रव्यांचा जमिनीतून किंवा फवारणीद्वारे वापर करून पीक पोषण केल्यास फुलांची गळ थांबते, फळधारणा वाढते आणि मोसंबीची प्रत सुधारते असे आढळून आले.

महाराष्ट्रातील जमिनींमध्ये उपलब्ध सूक्ष्म अन्नद्रव्यांचे प्रमाण, पिकांची गरज व उत्पादकता आदींबाबत सखोल अभ्यास करून महाराष्ट्र शासनाने राज्य खत समितीच्या शिफारशीनुसार, विविध पिकांसाठी व विविध जमिनींसाठी सूक्ष्म अन्नद्रव्ये मिश्रखतांचे दोनच ग्रेड्स प्रमाणित वा शिफारस केले आहेत. एक जमिनीतून देण्यासाठी व दुसरी फवारणीद्वारे देण्यासाठी आहे. महाराष्ट्र राज्य खत समितीने शिफारस केल्याप्रमाणे ग्रेड क्र. १ चा वापर जमिनीतून आणि ग्रेड क्र. २ चा वापर फवारणीद्वारे करावा. दोन्हीपैकी एका पद्धतीद्वारे शेतकरी सूक्ष्म अन्नद्रव्यांचा पुरवठा करून दर्जेदार उत्पादन मिळवू शकतात. उत्पादनाच्या गुणवत्तेसाठीदेखील मिश्र सूक्ष्म अन्नद्रव्यांचा वापर आवश्यक व उपयुक्त आहे. दोन्ही ग्रेडमध्ये आवश्यक सर्वच सूक्ष्म अन्नद्रव्यांचा समावेश आहे. विशेष चुनखडीयुक्त जमिनींमध्ये ग्रेड दोनचा वापर संयुक्तिक व फायदेशीर ठरतो.

आज बाजारात सूक्ष्म अन्नद्रव्ये ही मिश्र स्वरूपात विविध नावांनी; परंतु ग्रेडच्या प्रमाणानुसारच मिळत असून, त्यांच्या वापराने फायदा होतो असे दिसून आले आहे. विविध खासगी संस्थांद्वारे वितरित; परंतु शिफारस केलेल्या प्रमाणानुसार तक्ता क्र. १ प्रमाणे बाजारात उपलब्ध खतांचा वापर शेतकरी करू शकतात.

उदा. राज्य शासन प्रमाणित मिश्र सूक्ष्म अन्नद्रव्यांच्या वापराचे प्रमाण व वेळा खाली दिलेल्या शिफारशीनुसार करावयास हरकत नाही. शेतकऱ्यांनी खते तयार करणारी संस्था व उत्पादित खतांची गुणवत्ता याची खात्री करूनच खतांचा वापर करावा. तसेच, यासाठी स्वतःचा अनुभवच शेतकऱ्यांना उपयोगी ठरतो.

शक्यतोवर तज्ज्ञांच्या सल्ल्यानेच या सूक्ष्म अन्नद्रव्ये मिश्रखतांचा वापर करणे जास्त सोईस्कर आहे.

अ) राज्यशासन प्रमाणित ग्रेड क्र. १ सूक्ष्म अन्नद्रव्ये मिश्रखत :

जमिनीतून वापर : जमिनीद्वारे ही खते देण्यासाठी मिश्र सूक्ष्म अन्नद्रव्य खतांच्या (ग्रेड क्र. १) शिफारशी सर्वसाधारण व सातत्याने मिळणाऱ्या उत्पादनासाठी दिलेल्या आहेत. जमिनीची सुपीकता व अपेक्षित उत्पादन पातळी या घटकांचा विचार करून खतांच्या मात्रेत बदल करावा लागतो. त्यामुळे सूक्ष्म अन्नद्रव्यांव्यतिरिक्त गंधक या दुय्यम अन्नद्रव्याचासुद्धा आवश्यक त्या प्रमाणात पुरवठा होतो.

ब) राज्यशासन प्रमाणित ग्रेड क्र. २ सूक्ष्म अन्नद्रव्ये मिश्रखत :

फवारणी पद्धतीने वापर : ताबडतोब उपाय करण्याच्या दृष्टीने तात्पुरते नुकसान टाळण्यासाठी विशिष्ट प्रकारच्या जमिनीसाठी उदा. चुनखडीयुक्त जमिनी व वेगवेगळ्या पिकांच्या प्रकारानुसार, तसेच कोरडवाहू पीक उत्पादनासाठी फवारणीबाबत वेळा व प्रमाण शिफारशीनुसार व पिकांच्या वाढीच्या विशिष्ट

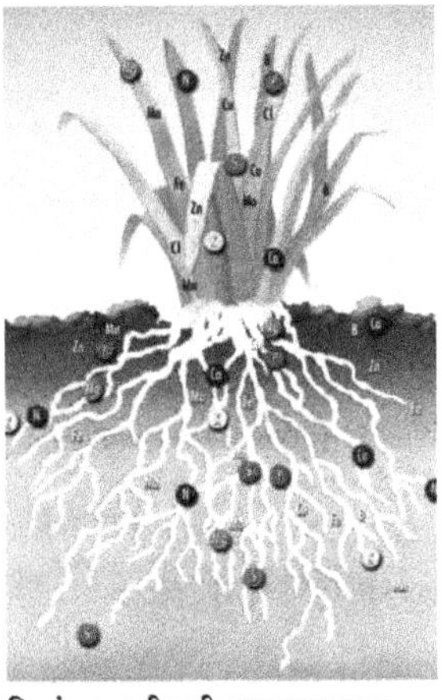

पिकांच्या वाढीसाठी आवश्यक सूक्ष्म अन्नद्रव्यांच्या एकत्रित वापरासाठी मिश्र खताच्या अकरा ग्रेड प्रमाणित केल्या आहेत.

संवेदनशील अवस्थेनुसार करावा. कारण संतुलित पीक पोषणाकरिता सूक्ष्म अन्नद्रव्यांच्या वापरामुळेच सद्य परिस्थितीत आपण शाश्वत व दर्जेदार शेती उत्पादन मिळवू शकतो.

सूक्ष्म अन्नद्रव्यांच्या नवीन ग्रेडविषयी माहिती

- राज्य खत समितीच्या सल्ल्याने महाराष्ट्र राज्य शासनाने तारीख ७ मे २०१२ रोजी सूक्ष्म अन्नद्रव्य मिश्र खतांच्या बाबतीत काही प्रमाणके निश्चित केली, त्या प्रमाणकांवर सूक्ष्मद्रव्यांच्या विविध अकरा ग्रेड्स प्रमाणित केल्या आहेत.
- ही प्रमाणके तयार करताना पिकांची गरज, तसेच विविध प्रकारच्या जमिनीचे गुणधर्म लक्षात घेण्यात आले आहेत. सध्याच्या गरजेनुसार सूक्ष्म अन्नद्रव्ये मिश्र खतांच्या ग्रेडची संख्या अकरा झाली आहे. या सर्व विविध ११ ग्रेडचा समावेश खत नियंत्रण आदेश १९८५ मध्ये करण्यात आला आहे.
- त्यामुळे या आधी निर्धारित केलेल्या दोन सूक्ष्म अन्नद्रव्ये मिश्र खतांच्या ग्रेड्समध्ये बदल होऊन त्यांची संख्या अकरा झाली आहे. या अकरा ग्रेडमध्ये अगोदरच्या प्रमाणित ग्रेड एक आणि ग्रेड दोनचादेखील समावेश आहे.
- हे ग्रेड्स चिलेटेड स्वरूपात आणि रासायनिक स्वरूपात उपलब्ध आहेत.
- शेतकऱ्यांनी आणि वितरकांनी नवीन ग्रेड्स जर उपलब्ध असतील, तर त्या ग्रेड्सचा वापर करावा.
- माती परीक्षण करून जमिनीचे गुणधर्म आणि जमिनीत असलेल्या अन्नद्रव्यांच्या कमतरता यांच्यानुसारच नवीन सूक्ष्म अन्नद्रव्य मिश्र खतांच्या ग्रेडचा वापर तज्ज्ञांच्या मार्गदर्शनानुसार करावा.

नव्याने प्रमाणित केलेल्या सूक्ष्म अन्नद्रव्यांच्या मिश्रखतांविषयी माहिती उत्पादक, वितरक तसेच शेतकऱ्यांना असणे आवश्यक आहे, त्यातील जमिनीद्वारे वापरण्याच्या पाच ग्रेड (तक्ता क्रमांक १) आणि फवारणीद्वारे वापरण्यासाठी सहा नवीन ग्रेड (तक्ता क्रमांक २ मध्ये) दिलेल्या आहेत.

विविध ग्रेड्सचा वापर :

सूक्ष्म अन्नद्रव्ये कमतरता असणाऱ्या किंवा चुनखडीयुक्त जमिनीत बहुतेक पिकांसाठी पिकांची पेरणी अथवा लागवड करतानाच जमिनीद्वारे विविध ग्रेडच्या खतांचा वापर २० ते २५ कि.ग्रॅ. प्रतिहेक्टर या प्रमाणात करावा.

फवारणीद्वारे वापर करावयाचा असल्यास पिकांच्या वाढीच्या संवेदनशील अवस्थेत विविध ग्रेडचा वापर दोन ते तीन वेळेस फवारणीद्वारे ०.५ ते १ टक्का (५०० ते १००० ग्रॅम प्रति लिटर पाण्यात) या प्रमाणात करावा.

पिकाला शिफारशीनुसार सूक्ष्म अन्नद्रव्यांचा वापर केल्याने दर्जेदार उत्पादन मिळते.

सूक्ष्म अन्नद्रव्ये ग्रेड क्र. १ मिश्र खतांच्या शिफारशी		
पीक	वापर (हेक्टर)	वापरण्याच्या वेळा
ऊस	२५ कि.ग्रॅ. २५ कि.ग्रॅ. २५ कि.ग्रॅ.	लागवडीच्या वेळी बाळ बांधणीच्या वेळी मोठ्या बांधण्याच्या वेळी
केळी	५० कि.ग्रॅ. ५० कि.ग्रॅ.	लागवडीनंतर दोन महिन्यांनी लागवडीनंतर सहा महिन्यांनी
द्राक्षे	५५ कि.ग्रॅ. ७५ कि.ग्रॅ.	एप्रिल छाटणीच्या वेळी ऑक्टोबर छाटणीच्या वळी
कापूस	७५ कि.ग्रॅ.	लागवडीनंतर एका महिन्याने
भाजीपाला	७५ कि.ग्रॅ.	लागवडीच्या वेळेस
फळझाडे	७५ कि.ग्रॅ.	फूल येण्याच्या १५ दिवस आधी किंवा बहर धरताना

सूक्ष्म अन्नद्रव्ये ग्रेड क्र. २ मिश्र खतांच्या शिफारशी		
पीक	फवारणीच्या वेळा किंवा पीक वाढीच्या संवेदनशील अवस्था	प्रमाण
फळझाडे व भाजीपाला	फुले येण्याच्या १५ दिवसांपूर्वी फळेवाढीच्या काळात फळ काढणीच्या ३० दिवसांपूर्वी	१ टक्के १ टक्के १ टक्के
तृणधान्ये, कडधान्ये व तेलबिया	लागवडीनंतर ३० दिवसांनंतर पीकवाढीच्या काळात पीक काढणीच्या ३० दिवसांपूर्वी	०.५ टक्के ०.५ टक्के ०.५ टक्के
नगदी पिके	लागवडीनंतर ३० दिवसांनंतर वाढीच्या कालावधीत दोनदा पीक काढणीच्या ३० दिवसांपूर्वी	१ टक्के १ टक्के १ टक्के

- *तक्त्यात नमूद केलेल्या आम्लधर्मी जमिनी म्हणजे जमिनीचा सामू ६.५ पेक्षा कमी असणाऱ्या जमिनी आणि अल्कलीधर्मी जमिनी म्हणजे जमिनीचा सामू ७.५ पेक्षा जास्त असणाऱ्या जमिनी.*
- *जस्त कमतरता असणाऱ्या जमिनी म्हणजे जमिनीत जस्त एक दशलक्ष भाग (मिलिग्रॅम प्रति कि.ग्रॅ.)पेक्षा कमी असणाऱ्या जमिनी.*
- *आणि लोह कमतरता असणाऱ्या जमिनी म्हणजे जमिनीत लोह ४.५ दशलक्ष भाग (मिलिग्रॅम प्रति कि.ग्रॅ.) पेक्षा कमी असणाऱ्या जमिनी.*

तक्ता क्रमांक १ : सूक्ष्म अन्नद्रव्य मिश्र खतांच्या जमिनीद्वारे वापरण्यासाठीच्या पाच नवीन ग्रेड्स					
ग्रेड्स	ग्रेड क्रमांक १	ग्रेड क्रमांक ३	ग्रेड क्रमांक ४	ग्रेड क्रमांक ७	ग्रेड क्रमांक ८
वापर	जमिनीद्वारे	जमिनीद्वारे	जमिनीद्वारे	जमिनीद्वारे	जमिनीद्वारे
पिके	सर्व पिके	सर्व पिके	सर्व पिके	सर्व पिके	सर्व पिके
जमिनीचा प्रकार	सर्वसाधारण	आम्लधर्मी	अल्कलीधर्मी	जस्त कमतरता असणाऱ्या आम्लधर्मी	जस्त व लोह कमतरता असणाऱ्या अल्कली धर्मी
जस्त (झिंक)%	५	५	६	१०	१०
लोह (आयर्न)%	२	३	४	-	६
बोरॉन (बोरान)%	१	०.५	०.८	०.५	-
तांबे (कॉपर)%	०.५	०.५	०.८	-	-
मंगल (मँगनिज)%	१	२	३	-	-

तक्ता क्रमांक २ : सूक्ष्म अन्नद्रव्य मिश्र खतांच्या फवारणीद्वारे वापरण्यासाठीच्या ६ नवीन ग्रेड्स						
ग्रेड्स	ग्रेड क्रमांक२	ग्रेड क्रमांक५	ग्रेड क्रमांक६	ग्रेड क्रमांक९	ग्रेड क्रमांक१०	ग्रेड क्रमांक११
वापर	फवारणीद्वारे	फवारणीद्वारे	फवारणीद्वारे	फवारणीद्वारे	फवारणीद्वारे	फवारणीद्वारे
पिके	सर्व पिके	सर्व पिके	सर्व पिके	सर्व पिके	कडधान्ये	कापूस
जमिनीची प्रकार	सर्वसाधारण	आम्लधर्मी	अल्कलीधर्मी	जस्त कमतरता असणाऱ्या आम्लधर्मी	अल्कली धर्मी	अल्कली धर्मी
जस्त (झिंक)%	३	३	६	३	५	५
लोह (आयर्न)%	२.५	२	४	-	२.५	२.५
बोरॉन (बोरान)%	०.५	०.८	१.२	०.५	०.५	०.५
तांबे (कॉपर)%	१	०.५	०.८	-	-	-
मंगल (मॅगनिज)%	१	१	३	-	-	-
मोलाब्द (मॉलिब्डेनम) %	०.१	०.१	०.१	-	०.१	-

१८

चिलेटेड सूक्ष्म अन्नद्रव्ये

पिकांना जमिनीद्वारे सल्फेट स्वरूपातील सूक्ष्म अन्नद्रव्ययुक्त खतांचा वापर केल्यास ती चुनखडीयुक्त जमिनीत कार्यक्षम ठरत नाहीत. अशा जमिनीत चिलेटेड स्वरूपातील खतांचा वापर उपयुक्त ठरतो.

सूक्ष्म अन्नद्रव्यांचा पुरवठा करण्यासाठी प्रामुख्याने सल्फेट स्वरूपातील संयुगांचा जमिनीद्वारा, तसेच फवारणीद्वारा वापर केला जातो. सल्फेट स्वरूपातील सूक्ष्म अन्नद्रव्य संयुगे गंधक (किंवा सल्फर) यांचादेखील पुरवठा करतात. सामान्यपणे यांचा वापर फायदेशीर दिसून येतो. मात्र, सल्फेट स्वरूपातील फेरस सल्फेट (हिराकस), झिंक सल्फेट, मँगनीज सल्फेट व कॉपर सल्फेट यांसारखी सूक्ष्म अन्नद्रव्ये खते विशेषतः चुनखडीयुक्त जमिनीत कार्यक्षम व उपयुक्त ठरत नाहीत. त्यामुळे अशा जमिनीत सूक्ष्म

आकृती क्र. १

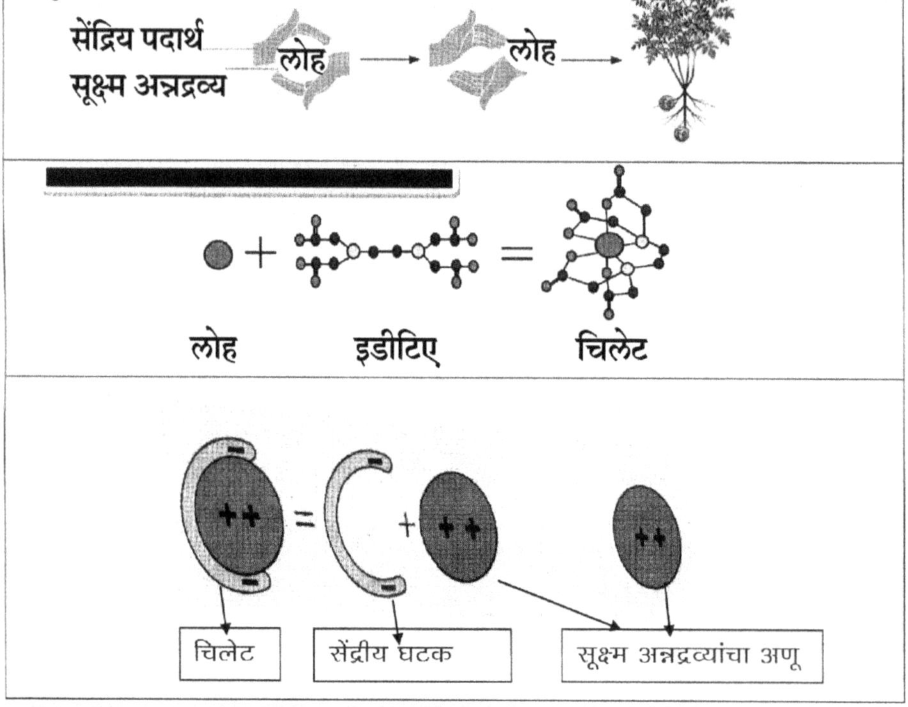

चिलेट म्हणजे काय?

- सूक्ष्म अन्नद्रव्य धातूचा अणू विशिष्ट प्रकारच्या आकर्षण शक्तीने धरून संरक्षित करणाऱ्या सेंद्रिय पदार्थांस चिलेट्स असे म्हणतात. त्यामुळे सूक्ष्म अन्नद्रव्यांची मातीतील अन्य घटकांशी अभिक्रिया न होता, पिकांना सूक्ष्म अन्नद्रव्ये सहज उपलब्ध होतात.
- चिलेट हा ग्रीक भाषेतील शब्द असून, त्याचा अर्थ पंजा असा होतो. प्रत्यक्ष रचना किंवा चिलेटचे कार्य आकृतीमध्ये दिल्याप्रमाणे घडून येते. (आकृती क्र. १ पाहा)

चिलेट्सची वैशिष्ट्ये

- चिलेट्स ही पाण्यात पूर्णपणे विद्राव्य असतात किंवा पूर्णपणे विरघळतात.
- चिलेट्सचा पिकांना फवारणीद्वारे तसेच जमिनीद्वारेदेखील वापर करता येतो.
- चिलेट स्वरूपातील खतांची कार्यक्षमता जास्त असल्याने खतांचे वापराचे प्रमाण कमी लागते.
- चिलेट खते सल्फेट स्वरूपातील खतांपेक्षा महाग असतात. त्यामुळे त्याचा वापर जमिनीपेक्षा फवारणीद्वारे फायदेशीर दिसून येतो.
- नगदी पिकांकरिता जमिनीच्या काही विशिष्ट गुणधर्मामुळे जमिनीतील सूक्ष्म अन्नद्रव्यांची कमतरता भरून काढण्यासाठी जमिनीत ठिबकद्वारादेखील प्रमाणशीर वापर करता येतो.

अन्नद्रव्ययुक्त खतांची कार्यक्षमता वाढवण्यासाठी चिलेटेड स्वरूपातील खतांचा वापर केला जातो. चिलेटेड स्वरूपातील खतांचा वापर करताना ठराविक व निश्चित प्रमाणानुसारच करावा लागतो; अन्यथा हा वापर अपायकारक ठरू शकतो.

जेवणातील मिठाप्रमाणे व्हावा अचूक वापर :

- आपल्या आहारात जे मिठाचे महत्त्व व प्रमाण आहे, त्याच प्रकारे पिके अथवा वनस्पतीच्या आहारात किंवा पोषणात सूक्ष्म अन्नद्रव्यांचे महत्त्व व प्रमाण निश्चित आहे. त्यामुळे पिकांकरिता सूक्ष्म अन्नद्रव्यांचा वापर मोजका व काटेकोरपणे करावयास हवा. शक्यतोवर चिलेटेड स्वरूपातील सूक्ष्म अन्नद्रव्ये खतांचा वापर तज्ज्ञांच्या मार्गदर्शनानुसारच करावा.
- सर्वसाधारणपणे जमिनीतील सूक्ष्म अन्नद्रव्यांची उपलब्धता ही जमिनीचा सामू, जमिनीतील सेंद्रिय कर्बाचे प्रमाण या घटकांवर अवलंबून असते. या घटकांचे प्रमाण योग्य नसल्यास जमिनीत सूक्ष्म अन्नद्रव्ये उपलब्ध स्वरूपात राहत नाहीत किंवा असल्यास अत्यंत कमी प्रमाणात उपलब्ध असतात. त्यामुळे पिकांची गरज पूर्ण होत नाही.
- पिकांना जमिनीद्वारा सल्फेट स्वरूपातील सूक्ष्म अन्नद्रव्ययुक्त खतांचा वापर केल्यास अन्नद्रव्यांचे जमिनीत चुनखडी अथवा चिकणमातीवर स्थिरीकरण होऊन पिकांना उपलब्धता होत नाही. तसेच सूक्ष्म अन्नद्रव्ये रासायनिक खतांची कार्यक्षमतादेखील कमी असते. ती वाढवण्यासाठी चिलेटेड स्वरूपातील सूक्ष्म अन्नद्रव्य खते वापरणे हा एक पर्याय होऊ शकतो.

चिलेटेड–सूक्ष्म अन्नद्रव्ये :

चिलेट्सचे दोन प्रकार आढळतात.

१. कृत्रिमरीत्या तयार केलेले चिलेट्स

२. नैसर्गिकरीत्या तयार झालेले चिलेट्स

कृत्रिमरीत्या रासायनिक अभिक्रियेतून तयार केलेले चिलेट्स बाजारात उपलब्ध आहेत. उदा.-

- ईडीटीए - इथिलीन डाय अमाईन टेट्रा सिटीक ॲसिड
- एचईडीडीए - हायड्रॉक्सी इथाईल इथिलीन डायअमाईन टेट्रा सिटीक ॲसिड
- ईडीडीएचए - ईथिलीन डायअमाईन डाय हैड्रॉक्सी ॲसिटीक ॲसिड
- सीडीटीए - सायक्लोहोक्झेन डाय अमाईन टेट्रा सिटीक ॲसिड

नैसर्गिकरीत्या तयार झालेले :

सेंद्रिय पदार्थांच्या विघटनातून तयार झालेली काही सेंद्रिय आम्ले प्रामुख्याने मॅलिक ॲसिड,

टार्टारिक ॲसिड ही थोड्या प्रमाणात सूक्ष्म अन्नद्रव्ये चिलेटिंगचे कार्य करतात. त्यामुळे पुरवठा करण्यात आलेली सूक्ष्म अन्नद्रव्ये जमिनीत स्थिर न होता उपलब्ध स्वरूपात टिकून राहतात. नैसर्गिकरीत्या तयार सेंद्रिय पदार्थदेखील चिलेट्स स्वरूपात उपलब्ध होतात. उदा.- सेंद्रिय खतांचे विघटन होऊन काही सेंद्रिय पदार्थ- उदा. ह्युमिक ॲसिड, फलविक ॲसिड आणि विविध प्रकारची सेंद्रिय आम्ले व मिनो सिड्स तयार होतात. हेच सेंद्रिय पदार्थ चिलेट्स म्हणून कार्य करतात व सूक्ष्म अन्नद्रव्यांचे अणू धरून ठेवतात व पिकांना ती सहजपणे उपलब्ध होतात. त्यामुळे पूर्णपणे कुजलेले शेणखत किंवा गांडूळखत किंवा निंबोळी पेंड इत्यादी सेंद्रिय खतांमध्ये मिसळून सल्फेटयुक्त सूक्ष्म अन्नद्रव्यांचा वापर केल्यास त्यांची कार्यक्षमता वाढवता येते.

शेतकरी स्वतः नैसर्गिकरीत्या तयार झालेले चिलेट्स शेतावर तयार करू शकतात. अर्धवट कुजलेल्या सेंद्रिय खतांमुळे अन्नद्रव्यांच्या उपलब्धतेवर अनिष्ट परिणाम होत असतो. त्यामुळे पूर्णतः कुजलेल्या सेंद्रिय पदार्थांचा किंवा शेणखताचा वापर जमिनीत खत म्हणून करावा. नैसर्गिक रीत्या तयार होणारे चिलेट खालीलप्रमाणे आहेत :

चिलेटचे नाव	अन्नद्रव्याचे प्रमाण
फेरस/लोह लिग्नोसल्फोनेट	६ टक्के फेरस/लोह
फेरस/लोह पॉलीफलेवोनॉईड	६ ते ९ टक्के फेरस / लोह
कॉपर/तांबे ह्युमिक सिड	अन्नद्रव्याचे प्रमाण विविध घटकांवर अवलंबून, त्यामुळे ते बदलत असते.
कॉपर/तांबे फलव्हिक ॲसिड	
झिंक/जस्त ह्युमिक ॲसिड	
झिंक/जस्त फलव्हिक ॲसिड	

चिलेट्सचा वापर :

चिलेटेड खतांचा वापर जमिनीतील व पिकांतील अन्नद्रव्यांच्या कमतरतेची तीव्रता तपासून तज्ज्ञांच्या मार्गदर्शनानुसारच खालीलप्रमाणे करावा :

जमिनीद्वारे वापर	१ ते २.५ कि.ग्रॅ. प्रतिहेक्टर	माती परीक्षणानुसार प्रमाण ठरवावे.
फवारणीद्वारे वापर	०.०५ ते ०.१ टक्के (५० ग्रॅम ते १०० ग्रॅम प्रति १०० लिटर पाण्यात)	पिकांतील अन्नद्रव्यांच्या कमतरतेची तीव्रता तपासून प्रमाण ठरवावे.

●●

१९

सूक्ष्म अन्नद्रव्यांच्या आंतरप्रक्रिया

पिकाच्या उत्पादनवाढीसाठी अन्नद्रव्यांचा वापर समतोल पद्धतीने करण्याची आवश्यकता असते. एका अन्नद्रव्याच्या अन्य अन्नद्रव्यांशी होत असलेल्या प्रक्रियेमुळे विविध परिणाम मिळू शकतात. त्याविषयी माहिती घेऊन योग्य प्रमाणात अन्नद्रव्यांचा वापर केल्यास उपलब्धतेसाठी फायदा होऊ शकतो.

किफायतशीर उत्पादन व जमिनीची सुपीकता वाढवण्यासाठी निरनिराळ्या अन्नद्रव्यांचा विशिष्ट प्रमाणात (समतोल) वापर करावा लागतो. यासाठी नत्र, स्फुरद व पालाश या अन्नद्रव्यांखेरीज इतर अनेक अन्नद्रव्यांचा आवर्जून वापर करावा लागतो, त्याचा पिकांना लाभ होतो.

अन्नद्रव्यांतील आंतरप्रक्रिया म्हणजे काय?

- पिकांच्या शोषणाच्या दृष्टीने एका अन्नद्रव्याचा दुसऱ्या अन्नद्रव्यांवर होणारा अनुकूल अथवा अनिष्ट परिणाम.
- एका अन्नद्रव्याबरोबर दुसरे अन्नद्रव्य निरनिराळ्या प्रमाणात एकाच वेळी वापरले असता पिकाकडून मिळणारा भिन्नभिन्न प्रतिसाद.
- दोन अन्नद्रव्ये एकाच वेळी वापरली असता पिकाकडून मिळणारा प्रतिसाद वाढू शकतो, किंवा त्यात खूप घटही येऊ शकते.

उदाहरणार्थ, जस्त व स्फुरद अन्नद्रव्यांचा एकेरी वापर केला असता जो प्रतिसाद मिळतो, त्याच्या एकत्रित परिणामापेक्षा अधिक परिणाम हा जस्त व स्फुरद अन्नद्रव्ये एकाच वेळी विशिष्ट प्रमाणात मिसळून दिल्यास मिळतात.

आंतरप्रक्रियांची वैशिष्ट्ये :

- अन्नद्रव्य शोषणाचा वेग, मुळांनी अन्नद्रव्य शोषण केल्यावर मुळांकडून पानांपर्यंत असणारी (होणारी) अन्नद्रव्याची गतिमानता व गरज असलेल्या भागात पोचल्यावर तेथे होणारे कार्य या सगळ्या गोष्टी अन्नद्रव्य शोषणाच्या दृष्टीने महत्त्वाच्या असतात. अनेक परिस्थितीत पिकांकडून अन्नद्रव्यांचे शोषण या घटकाचा विचार करताना निरनिराळ्या अन्नद्रव्यांचा जमिनीतून होणारा पुरवठा, त्यांचे प्रमाण व शोषणावर काय परिणाम होतो, हे तेवढेच महत्त्वाचे असते.
- वरील प्रत्येक क्रियेवर अन्नद्रव्यांच्या एकमेकांतील आंतरप्रक्रियांचा भरीव परिणाम होतो.
- या आंतरप्रक्रिया निरनिराळ्या सूक्ष्म अन्नद्रव्यांमध्ये जशा होतात, तशाच त्या मुख्य अन्नद्रव्ये व सूक्ष्म अन्नद्रव्यांमध्येही होतात.
- या प्रक्रिया जमिनीत होतात, तशाच त्या पिकातही होतात.

जमिनीत उपलब्ध असणाऱ्या सर्व अन्नद्रव्यांचा एकाचवेळी विचार केला तर आंतरप्रक्रियेने स्वरूप निश्चित बदलेल. असेंद्रिय खते व सेंद्रिय भरखते देण्याने निरनिराळ्या अन्नद्रव्यांच्या उपलब्धतेत मोठ्या प्रमाणात फरक पडत असल्याने आंतरप्रक्रियांचे स्वरूप व त्यांचे शोषणावरील व पीक उत्पादनावरील परिणाम जास्तच गुंतागुंतीचे होतात. निरनिराळ्या अन्नद्रव्यांत आंतरप्रक्रिया होतात व त्याचा उत्पादनावर चांगला-वाईट परिणाम होऊ शकतो. या आंतरप्रक्रियांविषयी अधिक माहिती घेऊ.

- **जस्त व स्फुरद अन्नद्रव्यांतील आंतरप्रक्रिया**

जमिनीत जस्ताची उपलब्धता भरपूर असूनही जमिनीमध्ये स्फुरद खताची मात्रा अधिक प्रमाणात दिली असता त्या जमिनीत पिकाच्या दृष्टीने जस्ताची कमतरता तीव्रपणे जाणवते. या उलट जस्त अन्नद्रव्य वाढत्या मात्रेने जमिनीस दिल्यास, त्या प्रमाणात स्फुरदाची उपलब्धता कमी होत नाही. जस्त व स्फुरद यांतील विरोधी संबंधामुळे पिकाचे उत्पादन घटण्याचा धोका असतो. या आंतरप्रक्रियांचा जगभर विशेष अभ्यास झाला आहे. ही आंतरप्रक्रिया स्थूलमानाने चार स्वरूपात होते :

१. जस्त व स्फुरद यांच्यात जमिनीत होणारी आंतरप्रक्रिया व त्यामुळे दोन्ही अन्नद्रव्यांची जमिनीतील उपलब्धता कमी होते.

२. मुळामधून पानांकडे जाण्याची जस्त अन्नद्रव्याची गतिशीलता खूप कमी होते.

३. पिकांचा स्फुरदाला मिळणारा वाढीतील प्रतिसाद वाढल्यास पिकाची पाने व वरचा कोवळा भाग यातील जस्ताचे प्रमाण कमी झाल्याचे दिसून येते.

४. वनस्पतीतील स्फुरदाचे प्रमाण फार वाढल्यास ज्या शरीर विज्ञान प्रक्रियांसाठी वनस्पतीकडून जस्ताचे शोषण होते, त्या जैव रासायनिक प्रक्रिया थंडावतात, त्यामुळे वनस्पतीत शैथिल्य येते व त्यांची वाढ खुंटते. हे सर्व परिणाम स्फुरदामुळे घडले असे मानले जाते.

- **जस्त, लोह व स्फुरद यांत एकाच वेळी होणारी आंतरप्रक्रिया :**

जस्त व स्फुरद, जस्त व लोह आणि लोह व स्फुरद या जोडीने होणाऱ्या अन्नद्रव्यांतील आंतरप्रक्रियेमुळे जस्त, लोह व स्फुरद या तीनही अन्नद्रव्यांची जमिनीतील उपलब्धता जशी कमी होते, तसे पिकाकडून होणारे त्यांचे शोषणही खूप कमी होते. जस्ताचा लोह अन्नद्रव्य शोषणावरील अनिष्ट परिणाम स्फुरदाच्या अनुपस्थितीत आणखीनच तीव्र होतो.

- **जस्त व लोह अन्नद्रव्यांतील आंतरप्रक्रिया:**

- जमिनीत जस्ताची मात्रा मुळात काहीही असली किंवा जस्त अन्नद्रव्य वरून दिले तरी लोहाच्या वाढत्या मात्रेबरोबर जमिनीतील जस्ताची उपलब्धता कमी होत जाते. जस्ताच्या वाढत्या मात्रेने लोहाची उपलब्धताही कमी होत जाते.
- पाणथळ जमिनीतील लोहाचे फेरिकमधून फेरस स्वरूपातील रूपांतरामुळे लोहाचा जस्तावरील परिणाम जास्त तीव्र होऊन जस्ताची कमतरता वाढते.
- जमिनीत होणाऱ्या लोह व जस्त यातील विरोधी आंतरप्रक्रियेप्रमाणे पिकातही त्याचे परिणाम कटाक्षाने दिसून येतात. लोहाची मात्रा वाढवून दिल्याने पिकातील जस्ताचे शोषण कमी होते.

- **लोह व गंधक आंतरप्रक्रिया** : गंधकाच्या वापरामुळे सर्वसाधारणपणे जमिनीतील लोहाची उपलब्धता वाढते. लोह दिल्यामुळे होणाऱ्या वाढीपेक्षा गंधक दिल्याने लोहाच्या उपलब्धतेत होणारी वाढ जास्त असते. लोह व गंधक ही दोन्ही अन्नद्रव्ये एकाच वेळी जमिनीत दिली, तर लोहाची उपलब्धता १०० टक्के वाढू शकते. ज्या जमिनीत लोहाची कमतरता आहे तिथे नुसते गंधक देण्यानेसुद्धा लोहाच्या उपलब्धतेत भरीव वाढ होते. लोहाची उपलब्धता जमिनीत जसजशी वाढत जाते. तसतसे पिकाकडून लोहाचे शोषणही वाढत जाते.
- **लोह व मंगल आंतरप्रक्रिया** : सर्वसाधारणपणे

लिंबूवर्गीय पिकातील लोह कमतरता.

लिंबूवर्गीय पिकातील जस्त कमतरता.

मंगलाच्या वाढीव मात्रेबरोबर लोहाचे शोषण कमी होत जाते असा अनुभव येतो. प्रत्यक्षात दिसणारा परिणाम हा लोह व मंगल यांच्या उपलब्धतेतील प्रमाणाच्या गुणकावर अवलंबून असतो. हा गुणक १.५ असताना दोन्ही अन्नद्रव्यांचे शोषण सरळपणे होण्याची शक्यता असते. गुणक वाढला, की मंगलाची कमतरता जाणवते. उलट गुणक कमी झाला तर लोहाची कमतरता जाणवते.

- **मंगल व स्फुरद आंतरप्रक्रिया :** सर्वसाधारणपणे स्फुरदाच्या वापरामुळे मंगलाच्या शोषणात सुधारणा होते. मंगलाच्या वापरामुळे स्फुरदाच्या शोषणातही सुधारणा होते. असा अनुभव ऊस पिकाच्या बाबतीत आला.
- **मंगल व पालाश आंतरप्रक्रिया** : उसावर केलेल्या प्रयोगात असे आढळून आले, की मंगल अन्नद्रव्याच्या वाढीव मात्रेने उसाकडून होणाऱ्या पालाशच्या शोषणात वाढ झाली. त्यामुळे उसाचे उत्पादनही वाढले व उसातील साखरेचे प्रमाणही वाढले.
- **बोरॉन व पालाश आंतरप्रक्रिया** : पालाशचा बोरॉनवरील प्रत्यक्ष परिणाम हा दोन्ही अन्नद्रव्याची पातळी काय आहे यावर अवलंबून राहतो. बोरॉनची पातळी कमी असताना पालाशच्या वाढत्या मात्रेबरोबर पिकातील बोरॉनचे प्रमाण वाढते. बोरॉनची पातळी जास्त असताना पालाशच्या वाढीव पातळीमुळे बोरॉनचे शोषण कमी होते.
- **बोरॉन व कॅल्शिअम आंतरप्रक्रिया :** कॅल्शिअम व बोरॉन या दोन अन्नद्रव्यांतील विरोधी संबंध सर्वश्रुत आहेत. चुनखडीच्या जमिनीत व भरपूर बोरॉनचे प्रमाण असलेल्या जमिनीतसुद्धा बोरॉनच्या वापराला पिकाकडून चांगला प्रतिसाद मिळतो.
- **मॉलिब्डेनम व स्फुरद यातील आंतरप्रक्रिया** : मॉलिब्डेनम व स्फुरद हे जमिनीच्या दृष्टीने ॲनायन गटात मोडतात. मॉलिब्डेनमच्या वापरामुळे स्फुरदाची व स्फुरदाच्या वापरामुळे मॉलिब्डेनम उपलब्धतेत वाढ होते. सारांश रूपाने असे म्हणता येईल, की मंगल, जस्त व तांबे या अन्नद्रव्यांच्या वाढीव वापरामुळे लोहाच्या शोषणावर विपरीत परिणाम होऊ शकतो. तांबे अन्नद्रव्यांच्या वाढीव वापरामुळे मंगल द्रव्याचे शोषणावर दुष्परिणाम होणार, तर जस्त व तांबे या अन्नद्रव्यांचे एकमेकांत हाडवैरच आहे असे म्हणावे लागेल.
- पीक पोषणातील प्रत्येक अन्नद्रव्याचे कार्य हे विशिष्ट प्रकारचे असते.
- मुख्य तसेच दुय्यम अन्नद्रव्यांशी सूक्ष्म अन्नद्रव्ये संबंधित असल्याने त्यांच्या वापराकडे तितकेच लक्ष देणे क्रमप्राप्त आहे.
- वेगवेगळ्या अन्नद्रव्यांचे परस्परसंबंध मैत्रीचे किंवा शत्रुत्वाचे असतात. म्हणूनच पिकांस अन्नद्रव्ये पुरवताना कोणतेही अन्नद्रव्य प्रमाणापेक्षा कमी अथवा जास्त प्रमाणात न पुरवता ते समतोल प्रमाणात पुरवावे.

मैत्रीचे संबंध :

एक अन्नद्रव्य पिकास अधिक प्रमाणात पुरविल्यास दुसऱ्या अन्नद्रव्याची उपलब्धता अथवा क्रयशक्ती पिकांमध्ये वाढते, त्यास मैत्रीचे संबंध (सिनरजिस्टीक

गुलाबातील लोह कमतरता

मंगल कमतरता

अन्नद्रव्यांचा परस्पर संबंध		
अन्नद्रव्ये	**अनुकूल आंतरप्रक्रिया**	**प्रतिकूल आंतरप्रक्रिया**
बोरॉन	स्फुरद, पालाश, मोलाब्द	कॅल्शिअम, मॅग्नेशिअम, तांबे
तांबे	-----	नत्र, गंधक, जस्त, मोलाब्द
लोह	नत्र, पालाश, गंधक	स्फुरद, कॅल्शिअम, मॅग्नेशिअम, जस्त, तांबे
मॅंगनीज	पालाश	लोह, तांबे, जस्त व निकेल
जस्त	पालाश, गंधक	स्फुरद, मॅग्नेशिअम, कॅल्शिअम, लोह, मंगल, बोरॉन, मोलाब्द

इफेक्ट) म्हणतात. उदा. गंधकाच्या मात्रेमुळे लोह व जस्त या सूक्ष्म अन्नद्रव्यांची उपलब्धता किंवा क्रयशक्ती वाढते.

शत्रुत्वाचे संबंध :

एक अन्नद्रव्य आपण पिकास जास्त पुरविल्यास, दुसऱ्या अन्नद्रव्याची उपलब्धता अथवा क्रयशक्ती पिकांमध्ये कमी होते, त्यास शत्रुत्वाचे संबंध (ॲन्टागोनीझम इफेक्ट) म्हणतात. उदा. कॅल्शिअममुळे लोह व जस्त या दोन्हीही अन्नद्रव्यांची उपलब्धता किंवा क्रयशक्ती कमी होते.

●●

२०

सूक्ष्म अन्नद्रव्ये खतांमधील भेसळ ओळखणे

विद्राव्य खतांचे विरघळणारे प्रमाण व न विरघळणारे प्रमाण, तसेच द्रावणाचा रंग हे घटक भेसळ ओळखण्यासाठी उपयुक्त ठरतात. रासायनिक पदार्थांच्या भौतिक गुणधर्मातील फरकानुसार भेसळ ओळखता येते.

खतांमधील भेसळ ओळखण्याच्या पद्धती

रासायनिक पदार्थाच्या भौतिक गुणधर्मातील फरकानुसार जसे रंग, आकार किंवा रचना यांचा वापर करून खतांमधील भेसळ ओळखता येते. उदाहरणार्थ- फेरस सल्फेटचा हिरवा रंग, कॉपर सल्फेटचा निळा रंग. तसेच अतिरिक्त ओलाव्याचे प्रमाणदेखील स्पर्श करून ओळखता येते.

विद्राव्यता प्रमाण ओळखणे :

प्रत्येक खताला ठराविक विद्राव्यता असते. यामध्ये बदल दिसल्यास भेसळ झाली आहे असे ओळखावे. विद्राव्य खतांचे विरघळणारे प्रमाण व न विरघळणारे प्रमाण, तसेच द्रावणाचा रंग हे घटक भेसळ ओळखण्यासाठी उपयुक्त ठरतात. सरळ सूक्ष्म अन्नद्रव्ये खतामधील भेसळ ओळखण्यासाठी खत व पाण्याचे प्रमाण १:१० (१० ग्रॅम खत १०० मि.लि. पाण्यात किंवा १०० ग्रॅम खत १ लिटर पाण्यात) असे असावे.

सूक्ष्म अन्नद्रव्ये सरळ खतांमध्ये भेसळ करण्यासाठी वापरण्यात येणारे पदार्थ

- खते : म्युरेट ऑफ पोटॅश, मॅग्नेशियम सल्फेट.
- रासायनिक व इतर पदार्थ : डोलोमाईट, मीठ, बारीक वाळू, कॅल्शिअम कार्बोनेट.

कॉपर सल्फेटचे द्रावण

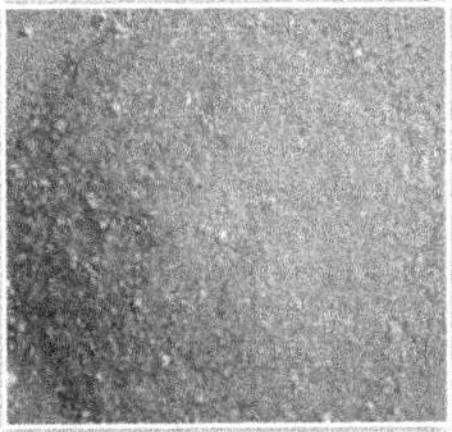
फेरस सल्फेट

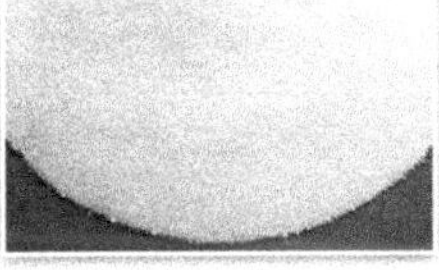
झिंक सल्फेट

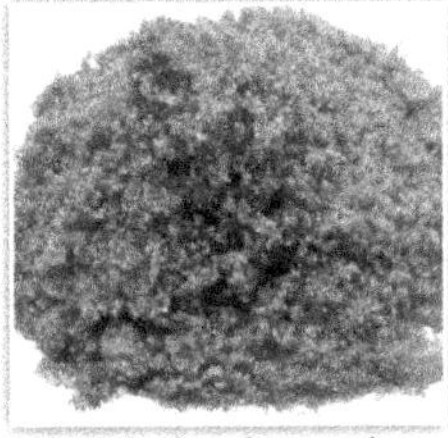
कॉपर सल्फेट पेंटाहायड्रेट

खताचे नाव	भेसळ ओळखण्याची पद्धत
बोरॅक्स (पावडर)	सामान्य तापमानात पाण्यात संथपणे विरघळते; परंतु गरम पाण्यात ताबडतोब विरघळून स्वच्छ पारदर्शक द्रावण तयार होते.
कॉपर सल्फेट (पावडर)	सामान्य तापमानात पाण्यात संथपणे विरघळते व निळसर द्रावण तयार होते.
फेरस सल्फेट (पावडर)	पाण्यात पूर्णतः न विरघळता दुधाळ हिरव्या रंगाचे द्रावण तयार होते आणि उष्णता दिल्यास द्रावणाचा रंग विटकरी होतो.
मँगनीज सल्फेट (पावडर)	पाण्यात सहजपणे विरघळत नाही; परंतु गरम पाण्यात सहज विरघळते व दुधाळ द्रावण तयार होते.
अमोनिअम मॉलिब्डेट (पावडर)	पाण्यात विरघळत नाही; परंतु द्रावणात अमोनिअम हायड्रॉक्साइडचे थेंब टाकल्यास ताबडतोब विरघळते.
झिंक (जस्त) सल्फेट (पावडर)	सामान्य तापमानात पाण्यात सहजपणे विरघळून दुधाळ द्रावण तयार होते.

टीप : या लेखात नमूद केलेल्या पद्धती प्राथमिक स्वरूपात व ठळक भेसळ ओळखण्यासाठी असून, रासायनिक विश्लेषणासाठी पर्याय होऊ शकत नाहीत आणि त्या ठराविक खतांच्या प्रकारासाठी आहेत.

●●

२१

सूक्ष्म अन्नद्रव्ये वापरावयाच्या पद्धती

जमिनीतील सूक्ष्म अन्नद्रव्यांचे प्रमाण, पिकाची सूक्ष्म अन्नद्रव्यांची गरज व उपलब्ध खतांचे योग्य नियोजन करून सूक्ष्म अन्नद्रव्यांचा वापर करावा.

प्रामुख्याने लोह, मंगल, जस्त, तांबे, मोलाब्द, बोरॉन व क्लोरिन ही सात सूक्ष्म अन्नद्रव्ये पीक पोषणात अत्यंत महत्त्वाचे कार्य करतात. पीक पोषण म्हणजे पिकास मुख्य, दुय्यम आणि सूक्ष्म अन्नद्रव्यांचा सेंद्रिय अथवा रासायनिक खतांद्वारे विशेषतः दोन्ही प्रकारे पुरवठा करणे होय.

सूक्ष्म अन्नद्रव्ये पिकास देण्याच्या विविध पद्धती आहेत, त्या अशा –

१) जमिनीद्वारे,
२) फवारणीद्वारे आणि
३) बियाण्यांसोबत वापर

जमिनीद्वारे सूक्ष्म अन्नद्रव्यांचा वापर :

सूक्ष्म अन्नद्रव्ये जमिनीत कमी प्रमाणात असतील तर ती खतातून वा संयुगातून जमिनीत दिली जातात. जमिनीतील सूक्ष्म अन्नद्रव्यांचे प्रमाण माती परीक्षणाद्वारे निश्चित करूनच सूक्ष्म अन्नद्रव्यांचा वापर करावा. झिंक सल्फेटची पिकांना लागणारी मात्रा जमिनीतून दिल्यास अधिक फायदेशीर ठरते. जस्त आणि तांबेयुक्त खतांचा शेष परिणाम दोन ते तीन वर्षांपर्यंत असतो. म्हणूनच झिंक सल्फेट वा कॉपर सल्फेट हे पीकचक्रात दोन वर्षांतून एकदा दिल्यास कार्यक्षम ठरते.

सर्वसाधारणपणे वरील सूक्ष्म अन्नद्रव्ये खते, मुख्य अन्नद्रव्यांच्या खतासोबत मिसळून द्यावीत. विशेषतः चुनखडी असणाऱ्या जमिनीत सूक्ष्म अन्नद्रव्ययुक्त खते दिल्यानंतर त्यातील बराचसा भाग जमिनीत बद्ध होतो, त्यामुळे पिकास तो फारच कमी उपलब्ध होतो. म्हणून चुनखडीचे प्रमाण जास्त असणाऱ्या जमिनीत सूक्ष्म अन्नद्रव्ये ही चिलेटेड स्वरूपातदेखील देता येतात, तसेच फवारणीद्वारे देखील या संयुगांचा उपयोग करता येऊ शकतो. पिकाची सूक्ष्म अन्नद्रव्यांची गरज लक्षात घेऊन सूक्ष्म अन्नद्रव्यांचा पुरवठा करावयाचा झाल्यास मात्रा ठरवण्यासाठी प्रमाणानुसार कोष्टक तयार केले आहे. त्याचा वापर करता येईल.

फवारणीद्वारे सूक्ष्म अन्नद्रव्यांचा वापर :

पिकांची पाने अन्नद्रव्यांचे शोषण करू शकतात; परंतु या पद्धतीने अन्नद्रव्यांचे शोषण फारच कमी प्रमाणात केले जाते. फवारणीद्वारे सूक्ष्म अन्नद्रव्ये देताना द्रावणातील अन्नद्रव्यांचे प्रमाण अत्यंत कमी असणे आवश्यक आहे, त्यामुळेच सूक्ष्म अन्नद्रव्यांचा फवारणीद्वारे वापर करताना पिकांवर नियमित व वारंवार फवारणी केली पाहिजे. सूक्ष्म अन्नद्रव्यांचा फवारणीद्वारे वापर फळवर्गीय पिकांना फारच उपयुक्त असल्याचे संशोधनाआधारे सिद्ध झाले आहे. चुनखडीयुक्त जमिनीमध्ये फेरस सल्फेटचा वापर हितावह नाही. अशा जमिनीत पिके घेतल्यास फेरस सल्फेटच्या द्रावणाची फवारणी करावी अथवा फेरस चिलेटयुक्त खते जमिनीतून द्यावीत.

सूक्ष्म अन्नद्रव्ये फवारणीद्वारे देताना द्रावणाचा सामू आम्ल किंवा अल्कधर्मीय असू नये.

सूक्ष्म अन्नद्रव्ये खते व त्यांची जमिनीतून द्यावयाची मात्रा			
सूक्ष्म अन्नद्रव्ये	सूक्ष्म अन्नद्रव्ये खत/संयुगे	अन्नद्रव्यांचे प्रमाण	जमिनीतून द्यावयाची मात्रा/ प्रमाण
तांबे	कॉपर सल्फेट (मोरचूद) कॉपर ईडीटीए चिलेट	२४ टक्के १२ टक्के	५ ते १० कि.ग्रॅ./हेक्टर
जस्त	झिंक सल्फेट झिंक ईडीटीए चिलेट	२१ टक्के १२ टक्के	२० ते ४० कि.ग्रॅ./हेक्टर
लोह	फेरस सल्फेट फेरस अमोनियम सल्फेट फेरस ईडीटीए चिलेट	१९ टक्के १४ टक्के १२ टक्के	१० ते २५ कि.ग्रॅ./हेक्टर
मंगल	मँगनीज सल्फेट मँगनीज ईडीटीए चिलेट	३० टक्के १२ टक्के	१० ते २५ कि.ग्रॅ./हेक्टर
बोरॉन	बोरॅक्स (टाकणखार) बोरिक ॲसिड	११ टक्के १७.५ टक्के	५ ते १० कि.ग्रॅ./हेक्टर
मोलाब्द	सोडीयम मोलाब्द अमोनियम मोलाब्द	३९ टक्के ५२ टक्के	५० ते १०० ग्रॅ./हेक्टर

त्यासाठी द्रावणात खतांचा चुना योग्य त्या प्रमाणात वापरणे आवश्यक आहे. फवारणीद्वारे सूक्ष्म अन्नद्रव्ये वापरासाठी द्रावणाची तीव्रता पिकांच्या गरजेनुसार असणे आवश्यक आहे. सूक्ष्म अन्नद्रव्यांची कमतरता आटोक्यात आणण्यासाठी दिलेल्या तक्ता क्र. १ नुसार तीव्रतेचे द्रावण तयार करावे. १५ ते २१ दिवसांच्या अंतराने आवश्यकतेनुसार दोन ते तीन वेळा किंवा शिफारशीनुसार पिकांवर त्याची फवारणी करावी. सूक्ष्म अन्नद्रव्यांचा पुरवठा फवारणीद्वारे करण्यासाठी मात्रा निश्चित करण्यासाठी तक्ता क्र. २ मध्ये दिलेल्या कोष्टकाचा वापर करावा, ज्यामुळे आवश्यक त्या तीव्रतेचे द्रावण तयार करून फवारणी करता येईल.

बियाण्यांसोबत वापर (बियाण्यांवर लेप) :

सूक्ष्म अन्नद्रव्यांचे द्रावण तयार करून बियाण्यांसोबत लावून बियाण्यांची पेरणी किंवा लागवड केली जाते; परंतु या पद्धतीत अन्नद्रव्यांचा पुरवठा फारच कमी

सूक्ष्म अन्नद्रव्यांची मात्रा व खतांचा वापर		
सूक्ष्म अन्नद्रव्ये	संयुगे खतांची मात्रा / प्रमाण	चिलेटेड खताचे प्रमाण
१ कि.ग्रॅ. जस्त	४.८ कि.ग्रॅ. झिंक सल्फेट	८.३ कि.ग्रॅ. झिंक ईडीटीए
१ कि.ग्रॅ. लोह	५.३ कि.ग्रॅ. फेरस सल्फेट	८.३ कि.ग्रॅ. आयर्न ईडीटीए
१ कि.ग्रॅ. बोरॉन	८.८ कि.ग्रॅ. बोरॅक्स	--
१ कि.ग्रॅ. मंगल	३.३ कि.ग्रॅ. मँगनीज सल्फेट	८.३ कि.ग्रॅ. मँगनीज ईडीटीए
१ कि.ग्रॅ. तांबे	४.२ कि.ग्रॅ. कॉपर सल्फेट	७.७ कि.ग्रॅ. कॉपर ईडीटीए
१ कि.ग्रॅ. मोलाब्द	१.९२ कि.ग्रॅ. अमोनियम मोलिब्डेट	--
१ कि.ग्रॅ. मोलाब्द	२.५३ कि.ग्रॅ. सोडिअम मॉलिब्डेट	--

तक्ता क्र. १ : फवारणीद्वारे सूक्ष्म अन्नद्रव्ये देण्याचे प्रमाण		
अ. क्र.	सूक्ष्म अन्नद्रव्ये खत	प्रमाण
१.	झिंक सल्फेट	०.५ ते १ टक्के
२.	फेरस सल्फेट	०.५ ते १ टक्के
३.	मँगनीज सल्फेट	०.५ ते १ टक्के
४.	कॉपर सल्फेट	०.५ ते १ टक्के
५.	बोरॅक्स/ बोरिक ॲसिड	०.२ ते ०.५ टक्के
६.	सोडिअम/ अमोनिअम मोलाब्द	०.०५ ते ०.१ टक्के

तक्ता क्र. २ : विविध तीव्रतेचे द्रावण तयार करणे			
द्रावणाची तीव्रता (टक्के)	ग्रॅम खत प्रति लिटर पाण्यात	ग्रॅम खत प्रति १० लिटर पाण्यात	कि.ग्रॅ. खत/४०० लिटर पाण्यासाठी (एका एकरासाठी)
०.१	१	१० ग्रॅम	०.४ कि.ग्रॅ.
०.२५	२.५	२५ ग्रॅम	१ कि.ग्रॅ.
०.५	५	५० ग्रॅम	२ कि.ग्रॅ.
०.७५	७.५	७५ ग्रॅम	३ कि.ग्रॅ.
१	१०	१०० ग्रॅम	४ कि.ग्रॅ.
१.५	१५	१५० ग्रॅम	६ कि.ग्रॅ.

प्रमाणात होतो. उदाहरणार्थ-

१) मोलाब्द सूक्ष्म अन्नद्रव्य (सोडिअम/अमोनिअम मोलाब्द) संयुगाचा कडधान्य बियाण्यांवर जीवाणूसंवर्धक सोबत लेपन करणे.

२) जस्तयुक्त खताच्या द्रावणात भाताची अथवा भाजीपाल्याची रोपे बुडवून लावणी केल्यास जस्ताची कार्यक्षमता वाढते.

●●

फवारणी करण्यासाठी घ्यावयाची काळजी

- द्रावणाची तीव्रता कमी ठेवून जास्त फवारण्या कराव्यात; परंतु जास्त तीव्रतेचे द्रावण कधीही करू नये.
- फवारणीच्या वेळेस थेंबांच्या आकारमानावर लक्ष असावे. आकारमान अत्यंत कमी असणे आवश्यक असते. म्हणजे थेंब पानांवर किंवा झाडावर पडताच चिकटला पाहिजे. थेंब मोठा असल्यास तो ओघळून जमिनीवर येऊ शकतो.
- कीडनाशके व खतांचे मिश्रण फवारणीतून देतात. त्या मिश्रणाचा सामू साडेचार पेक्षा खाली व सहा पेक्षा अधिक जात नाही याची दक्षता घ्यावी. अशा मिश्रणाची फवारणी छोट्या क्षेत्रावर घेऊन प्रतिकूल परिणाम होतो का, याचे निरीक्षण करावे.
- खतांच्या फवारणीचे अनेक फायदे असले तरी फवारणीतून दिलेली खते जमिनीतून दिलेल्या खतांना पर्यायी होऊ शकत नाहीत; परंतु फवारणीतील खते अचानक निर्माण झालेल्या पानांतील अन्नद्रव्यांची कमतरता भरून काढतात.
- पीक फुलोऱ्यात येण्याच्या अथवा बहर येण्याच्या वेळेस, फळधारणा झाल्यानंतर, तसेच बियांची अथवा फळांची वाढ होण्याकरिता जेव्हा अन्नद्रव्ये जास्त प्रमाणात लागतात, अशा वेळेस फवारणीद्वारे दिलेली खते खूप उपयोगी पडतात व उत्पादन वाढते.

२२

सूक्ष्म अन्नद्रव्ये वापराच्या शिफारशी

राज्यातील चारही कृषी विद्यापीठांत आडसाली ऊस, सोयाबीन, कापूस, सूर्यफूल, ओलित गहू, ज्वारी, गहू, साळ, हरभरा, भुईमूग, टोमॅटो, संत्री, मोसंबी आणि लिंबू पिकांमध्ये सूक्ष्म अन्नद्रव्यांवर संशोधन झाले आहे. या संशोधनातील काही महत्त्वाच्या शिफारशी इथे दिल्या आहेत.

- **ज्वारी - गहू आणि साळ - हरभरा** या पीकचक्रामध्ये चार कि.ग्रॅ. जस्त प्रतिहेक्टरी अथवा १७.७५ कि.ग्रॅ. जस्त सल्फेटची मात्रा जमिनीत उपलब्ध जस्त ०.६ ते १.२० पीपीएम असलेल्या काळ्या जमिनीतून दिल्यास पिकांच्या उत्पादनात लक्षणीय वाढ होते.
- काळ्या जमिनीत बोरॉन किमान ०.३० पीपीएम उपलब्ध असल्यास **सूर्यफूल** पिकाकरिता प्रत्येकी ५ कि.ग्रॅ. बोरॅक्स प्रतिहेक्टरी ५० कि.ग्रॅ. स्फुरदीय खतांबरोबर (सुपर फॉस्फेट) देण्याची शिफारस केली आहे.
- उपलब्ध जस्त कमी असलेल्या जमिनीतून प्रतिहेक्टरी २० कि.ग्रॅ. जस्त सल्फेट ओलित **गव्हाच्या** पिकास दिल्यास अधिक मोबदला मिळतो.
- रब्बी ओलित **सोयाबीनचे पीक** घ्यावयाचे असल्यास पीक ३५ आणि ५५ दिवसांचे असताना ०.५ टक्के प्रमाणात जस्त सल्फेटची ०.२५ टक्के कळीच्या चुन्यातील द्रावणाची फवारणी केल्यास अधिक फायदा होतो.
- बोरॉन किमान असलेल्या जमिनीत **भुईमुगाच्या** पिकास प्रतिहेक्टरी ५ कि.ग्रॅ. बोरॅक्सची मात्रा दोन अथवा तीन वर्षांतून एकदा द्यावी, तसेच पसऱ्या आणि अर्धपसऱ्या भुईमुगाच्या अधिक उत्पादनासाठी ०.५ पीपीएम प्रमाणाच्या बोरॉनच्या दोन फवारण्या अनुक्रमे ३० आणि ५५ दिवसांनी देण्याची शिफारस केली आहे.
- **संत्री, मोसंबी आणि लिंबू** या फळवर्गीय पिकांस प्रत्येकी ०.५ टक्के प्रमाणात जस्त सल्फेट, मँगनीज सल्फेटच्या द्रावणाची फवारणी मार्च आणि ऑगस्टमध्ये देण्याची शिफारस केली आहे.
- **पेरसाळ** (बासमती ३७०)च्या अधिक उत्पादनासाठी नत्र, स्फुरद आणि पालशची मात्रा १२५:५०:५० (नत्र तीन हफ्त्यांत ५०:५०:२५) + १० टन शेणखत + २५ कि.ग्रॅ. हिराकस (लोह सल्फेट) देण्याची शिफारस केली आहे.

बोरॉन कमी असलेल्या जमिनीत भुईमुगाचे पीक यशस्वीपणे घेण्यासाठी ५० कि. ग्रॅ. स्फुरद प्रतिहेक्टरी (सुपर फॉस्फेट, डायअमोनिअम फॉस्फेट) हे ५ कि. ग्रॅ. बोरॅक्ससोबत अथवा ५० कि. ग्रॅ. बोरोनेटेड सुपर फॉस्फेट देण्याची शिफारस केली आहे.

- कोकणातील जांभ्या खडकापासून तयार झालेल्या जमिनीमध्ये **टोमॅटो** या पिकासाठी शिफारस केलेली नत्र, स्फुरद आणि पालाशची मात्रा आणि ०.५ कि.ग्रॅ. बोरॉन जमिनीतून पट्टा पद्धतीने दिल्यास अधिक उत्पादन मिळते.
- स्फुरद आणि बोरॉन कमी असलेल्या काळ्या जमिनीमध्ये **उन्हाळी भुईमुगासाठी** ६२.५ कि.ग्रॅ. स्फुरद सुपर फॉस्फेटच्या स्वरूपात + ७.२५ कि.ग्रॅ. बोरॅक्स किंवा केवळ ६२.५ कि.ग्रॅ. बोरोनेटेड सुपर फॉस्फेटच्या स्वरूपात देण्याची शिफारस केली आहे.
- चुनखडीयुक्त जमिनीमध्ये **उसातील** पिवळेपणा नियंत्रित करण्यासाठी १०० कि.ग्रॅ. शेणखताबरोबर २५ कि.ग्रॅ. हिराकस प्रतिहेक्टरी अथवा ८ ते १० टन प्रतिहेक्टरी हिरवळीच्या खताची शिफारस केली आहे.
- बोरॉन, जस्त, लोह आणि मँगनीज कमी असलेल्या जमिनीमध्ये **आडसाली उसासाठी** (को- ७१२५) शिफारस केलेल्या नत्र, स्फुरद आणि पालाशच्या मात्रेसोबत पाच कि.ग्रॅ. बोरॅक्स तसेच जस्त सल्फेट, हिराकस आणि मँगनीज सल्फेट प्रत्येकी २५ कि.ग्रॅ. प्रतिहेक्टरी देण्याची शिफारस केली आहे.

मोसंबीसाठी अन्नद्रव्यांची शिफारस

मराठवाड्यातील जमिनीत मोसंबीच्या दहा वर्षे पुढील बागेसाठी, आंबे व मृग बहरातील अधिक उत्पादन व फळांचा दर्जा सुधारण्यासाठी शिफारशीप्रमाणे मुख्य अन्नद्रव्यांसोबत राज्य शासन प्रमाणित सूक्ष्म अन्नद्रव्य मिश्रखत :

ग्रेड १ : (२ टक्के लोह, १ टक्का मंगल, ५ टक्के जस्त, ०.५ टक्के तांबे व एक टक्का बोरॉन) जमिनीद्वारे दोनदा विभागून (बहर धरताना व फळे विकसित होताना) १२५ कि.ग्रॅ. प्रतिहेक्टरी द्यावे.

ग्रेड २ : (२.५ टक्के लोह, १ टक्का मंगल, ३ टक्के जस्त, १ टक्का तांबे, ०.५ टक्के बोरॉन व ०.१ टक्का मोलाब्द) फवारणीद्वारे १ टक्का तीव्रतेचे द्रावण पाच वेळा एक महिन्याच्या अंतराने द्यावे.

- जस्त आणि बोरॉनची कमतरता असलेल्या जमिनीत **आडसाली उसासाठी** (को- ७४०) शिफारस केलेली स्फुरदाची मात्रा बोरोनेटेड सुपर फॉस्फेट किंवा सुपर फॉस्फेट आणि १० कि. बोरॅक्स आणि अथवा २० कि.ग्रॅ. जस्त सल्फेट शिफारस केलेल्या नत्र आणि पालाश मात्रेसहित देण्याची शिफारस केली आहे.
- लोह व जस्ताची कमतरता असलेल्या जमिनीत **खरीप ज्वारीच्या** अधिक उत्पादनासाठी शिफारस केलेल्या रासायनिक खत मात्रेसोबत १० कि.ग्रॅ. फेरस सल्फेट + २० कि.ग्रॅ. झिंक सल्फेट प्रतिहेक्टरी द्यावे.
- **खरीप मूग (बीएम ४)** या पिकास जस्त व बोरॉनची कमतरता असलेल्या जमिनीत शिफारशीनुसार खत मात्रेसोबत १५ कि.ग्रॅ. जस्त सल्फेट + ५ कि.ग्रॅ. बोरॅक्स पेरणीसोबत द्यावे.
- जस्ताची कमतरता असलेल्या जमिनीत तूर **(बीएसएमआर ७३६)** पिकास पेरणीच्या वेळी शिफारशीनुसार खतांसोबत १५ कि.ग्रॅ. जस्त सल्फेट दिल्यास उत्पादनात लक्षणीय वाढ होते.
- **कोरडवाहू कपाशीच्या** अधिक उत्पादनासाठी व चांगल्या प्रतिसाठी जस्त व बोरॉनची कमतरता असणाऱ्या जमिनीत प्रतिहेक्टरी ८०:४०:४० कि.ग्रॅ. नत्र, स्फुरद व पालाश + २५ कि.ग्रॅ. झिंक सल्फेट (जमिनीतून) आणि ०.१ टक्का बोरॉन (१ टक्का बोरॅक्स) फवारणी फुले लागताना (लागवडीनंतर ६५ दिवस) आणि बोंडे तयार होत असताना (लागवडीनंतर ८० दिवस) करावी.
- मध्यम ते भारी चुनखडीयुक्त जमिनीमध्ये **मक्याच्या** अधिक उत्पादनासाठी आणि आर्थिक फायद्यासाठी १५०:५०:५० कि.ग्रॅ. नत्र, स्फुरद, पालाश + ३० कि.ग्रॅ. गंधक + २० कि.ग्रॅ. झिंक सल्फेट आणि २ टक्के लोहाच्या दोन फवारण्या पेरणीनंतर कायिक वाढ (४० ते ५० दिवस) व फुलोरा येण्याच्या अवस्थेत (६० ते ७० दिवस) करण्याची शिफारस करण्यात येते.

शिफारशीनुसारच वापरा सूक्ष्म अन्नद्रव्ये :

सूक्ष्म अन्नद्रव्यांची मात्रा खतरूपाने अथवा सेंद्रिय पदार्थांच्या स्वरूपात न पुरवल्यामुळे

सूक्ष्म अन्नद्रव्यांच्या कमतरतेचा परिणाम पिकाच्या गुणवत्तेवर होतो.

जमिनीत मुख्य आणि सूक्ष्म अन्नद्रव्यांचा समतोल टिकत नाही. या अन्नद्रव्यांतील असमतोलाचा प्रतिकूल परिणाम पिकांच्या वाढीवर आणि उत्पादनावर होत आहे.

नवनवीन संकरित- सुधारित रासायनिक खतांना प्रतिसाद देणारे वाण, उच्चविश्लेषित खतांचा वापर, सधन आणि बहुपीकचक्र, ओलितांच्या वाढत्या सोयी, माती परीक्षण न करता खतांचा कमी- अधिक वापर, शेणखत आणि इतर सेंद्रिय खतांचा न होणारा वापर इत्यादीमुळे जमिनीतील खनिजरूपातील सूक्ष्म अन्नद्रव्यांचा साठा संपुष्टात येत आहे. त्यामुळेच जवळपास सर्वच पिकांवर सूक्ष्म अन्नद्रव्यांच्या कमतरतेची स्पष्ट दृश्य लक्षणे दिसू लागली आहेत. पिकावरील दृश्य लक्षणांची योग्य पडताळणी करून योग्य सूक्ष्म अन्नद्रव्यांची पूर्तता केल्यास शेतीमालाच्या उत्पादनात आणि दर्जात येणारी घसरण थांबू शकते.

अलीकडच्या काळात सुधारित व संकरित पिकांच्या लागवडीमुळे नत्र, स्फुरद आणि पालाशचे अधिक शोषण होते आहे. म्हणून अधिक प्रमाणात जमिनीतून पिके त्यांची उचल करतात. त्याच प्रमाणात जमिनीतून सूक्ष्म अन्नद्रव्यांचीदेखील पिकांद्वारे उचल होते. तेवढी सूक्ष्म अन्नद्रव्यांची मात्रा खतरूपाने अथवा सेंद्रिय पदार्थांच्या स्वरूपात न पुरवल्यामुळे जमिनीत मुख्य आणि सूक्ष्म अन्नद्रव्यांचा समतोल टिकत नाही. या अन्नद्रव्यांतील असमतोलाचा प्रतिकूल परिणाम पिकांच्या वाढीवर आणि उत्पादनावर होत आहे.

सूक्ष्म अन्नद्रव्यांची गरज :

पिकांच्या योग्य वाढीकरिता सतरा अन्नद्रव्यांची गरज असते. या अन्नद्रव्यांमध्ये काही अधिक, तर काही मध्यम आणि काही अतिशय कमी प्रमाणात पिकांना लागतात. या अतिशय कमी प्रमाणात लागणाऱ्या; पण मुख्य अन्नद्रव्याइतक्याच महत्त्वाच्या समजल्या जाणाऱ्या अन्नघटकांच्या समूहास 'सूक्ष्म अन्नद्रव्ये' असे म्हटले जाते. यात जस्त, लोह, मँगनीज, तांबे, बोरॉन, मॉलिब्डेनम व क्लोरिन या अन्नद्रव्यांचा समावेश होतो. जमिनीत खनिजांच्या रूपाने बहुतेक सूक्ष्म अन्नद्रव्ये उपलब्धावस्थेत आल्यानंतर पिकांना लागू होतात. जमिनीतील अन्नद्रव्यांच्या प्रमाणात समतोलपणा असणे पिकांच्या दृष्टीने अतिशय आवश्यक आहे. एखाद्या अन्नद्रव्याची कमतरता अथवा अति वापर दुसऱ्या अन्नद्रव्याच्या उपलब्धतेवर प्रतिकूल परिणाम घडवून आणतो. म्हणून मुख्य, दुय्यम आणि सूक्ष्म अन्नद्रव्यांच्या वापरात समन्वय असणे महत्त्वाचे ठरते. चांगल्या पीक उत्पादनासाठी माती परीक्षण करून जमिनीस लागणारी खतांची गरज पूर्ण केली जाते. अनेक वेळेस सूक्ष्म अन्नद्रव्यांची कमतरता उत्पादनात घट करते, तसेच सूक्ष्म अन्नद्रव्यांची कमतरता विविध प्रकारे शेतीमाल व फळांचा दर्जा, टिकाऊपणा यावर आपला प्रभाव दाखवते.

२३

रोग प्रतिकारकक्षमतेसाठी सूक्ष्म अन्नद्रव्ये

वनस्पतींच्या जैविक प्रक्रियांसाठी संतुलित अन्नद्रव्यांची आवश्यकता असते. त्यातील काही घटकांची कमतरता झाल्यास वनस्पतींमध्ये रोगांच्या शिरकावासाठी अनुकूल स्थिती तयार होते. पिकांची प्रतिकारक्षमता वाढवण्यासाठी अन्नद्रव्यांचा संतुलित वापर आवश्यक आहे.

पिकामध्ये रोगाचा प्रादुर्भाव कसा होतो?

- पिकाच्या आंतरभागामध्ये एखादा अपायकारक घटक (जीवाणू, बुरशी किंवा विषाणू) प्रवेश करतो. तो पिकाच्या शरीरक्रियेमध्ये (विविध जैव रासायनिक प्रक्रियांत) बदल घडवून आणतो. त्यामुळे अन्नद्रव्यांचे शोषण, वहन आणि उपयोग या क्रियांवर अनिष्ट परिणाम होतो. त्याची लक्षणे बाहेरून विविध मार्गांनी दिसतात.
- सामान्यपणे, पिकांमध्ये अन्नद्रव्यांचे योग्य प्रमाण असताना कीड व रोगांना अधिक प्रतिकारक क्षमता असते. या अन्नद्रव्यांच्या प्रमाणातील बदलामुळे पीक रोगांस संवदेनशील होते.

संतुलित प्रमाणात पीकपोषण केल्याने पिकांत दोन पद्धतींनी (उपायांमुळे) रोगप्रतिकारक क्षमता वाढवता येते.

१. पिकांतील पेशीभित्तिकांचा विकास करून त्यांची जाडी वाढवणे. यामुळे अपायकारक घटकांचा शिरकाव रोखता येईल.

२. पिकांत रोगांस अटकाव करणाऱ्या विविध नैसर्गिक पदार्थांची निर्मिती करणे. उदा.- अँटिऑक्सिडंट्स, फ्लेवोनॉईड आणि फायटोलेक्झीन यामुळे अपाय करणाऱ्या घटकांचा प्रभाव कमी होतो.

बुरशीजन्य रोग :

पिकांच्या योग्य वाढ व विकासासोबत बुरशीजन्य रोगप्रतिकारक क्षमता किंवा पिकांच्या आरोग्याकरिता सर्व अन्नद्रव्ये संतुलित प्रमाणात आवश्यक असतात.

पद्धत एक : पिकांतील पेशीभित्तिकांचा विकास करून त्यांची जाडी वाढवणे :

पेशीभित्तिका पातळ किंवा बारीक असल्यास पेशींमधून अन्नद्रव्ये काही प्रमाणात दोन पेशींमधील भागात येतात. बुरशीच्या वाढीसाठी मदत करतात.

रोगाचा प्रादुर्भाव झालेले पान व प्रतिकारक्षम पान.

त्यामुळे बुरशीजन्य रोगांचा प्रसार होण्यास मदत होते. मात्र अन्नद्रव्य प्रमाणात असल्यास पेशींमधून अन्नद्रव्ये बाहेर येणे व बुरशीसाठी योग्य वातावरण तयार होणे या बाबी होत नाहीत. पर्यायाने बुरशीजन्य रोगांस प्रतिकारक क्षमता तयार होते.

- **योग्य प्रमाणात पालाश आवश्यक :** पालाश हे प्रथिने, स्टार्च व सेल्युलोज तयार करण्यासाठी आवश्यक असते. सेल्युलोज हा पेशीभित्तिकेचा घटक आहे. पालाश कमी असल्यास सेल्युलोजच्या प्रमाणावर परिणाम होऊन पेशीभित्तिका पातळ किंवा बारीक राह-तात. अशा पेशींमधून अन्नद्रव्यांची गळती होऊ

शकते. म्हणजेच शर्करा (स्टार्च तयार होण्यासाठी आवश्यक घटक) आणि अमिनो आम्ल (प्रथिने तयार होण्यासाठी आवश् यक घटक) यांचे प्रमाण दोन पेशींमधील भागामध्ये वाढते. यामुळे बुरशीजन्य रोगांच्या वाढीस प्रोत्साहन मिळते व रोपांची प्रतिकारक्षमता कमी होते.

पद्धत दोन : पिकांत रोगांस अटकाव करणाऱ्या विविध नैसर्गिक पदार्थांची निर्मिती करणे :

- **बोरॉन** : वनस्पतीच्या पेशी विविध रोगप्रतिकारक्षम पदार्थ तयार करत असतात. त्यामुळे बुरशीजन्य रोगांना प्रतिबंध होऊ शकतो. रोगप्रतिकारक्षम पदार्थ तयार करण्यासाठी बोरॉन हे सूक्ष्म अन्नद्रव्य महत्त्वाची भूमिका बजावते. ज्या ठिकाणी रोगास सुरुवात झाली आहे, त्याच ठिकाणी बुरशीच्या वाढीस अटकाव करणाऱ्या पदार्थांची निर्मिती बोरॉन या अन्नद्रव्य घटकांमुळे होते.
- **कॉपर (तांबे)** : बुरशीनाशकात बुरशीजन्य रोगांवर उपाय म्हणून वापरले जाणारे कॉपर हे एक सूक्ष्म अन्नद्रव्य आहे. कॉपर ची कमतरता असेल तर बुरशींना अटकाव करणाऱ्या पदार्थांची (लिग्नीन) निर्मिती होत नाही व बुरशींचा प्रादुर्भाव वाढतो. उदा : लिग्नीन तयार न होणे आणि शर्करा जमा होणे यामुळे बुरशीजन्य रोगांचा प्रसार व प्रादुर्भाव वाढतो.

जीवाणुजन्य रोगप्रतिकारतेसाठी सूक्ष्म अन्नद्रव्यांचा वापर :

वनस्पतींच्या जैविक प्रक्रियांसाठी संतुलित अन्नद्रव्यांची आवश्यकता असते. त्यातील काही घटकांची कमतरता झाल्यास वनस्पतींमध्ये रोगांच्या शिरकावासाठी अनुकूल स्थिती तयार होते. पिकांची जीवाणुजन्य रोगासाठी प्रतिकारकता वाढविण्यासाठी अन्नद्रव्यांचा संतुलित वापर आवश्यक आहे.

पिकांमध्ये बुरशीजन्य रोगांप्रमाणेच पिकांचे असंतुलित पोषण हे जिवाणुजन्य रोगांकरिता परिणामकारक होऊ शकते. पालाश व कॅल्शिअम ही अन्नद्रव्ये रोगांच्या प्रादुर्भावास भौतिकदृष्ट्या (जसे पेशीभित्तिका मजबूत व जाड करणे) अटकाव करतात.

विविध संशोधन प्रयोगांद्वारा असे सिद्ध झाले, की ज्या वेळी पालाश (पोटॅशियम), कॅल्शिअम आणि नायट्रेजन या अन्नद्रव्यांची पिकांमध्ये पातळी कमी होऊन कमतरता निर्माण होते, त्या वेळी पिके जीवाणुजन्य रोगांना संवेदनशील होतात.

पालाश :

- विविध ठिकाणच्या संशोधनात, पालाश किंवा पोटॅशियमच्या संतुलित प्रमाणामुळे बुरशी किंवा जिवाणुजन्य रोगांना अटकाव होण्याचे प्रमाण ७० टक्क्यांपर्यंत आढळून आले आहे. तसेच अपायकारक कीड व माइट यांना ६० टक्क्यापर्यंत प्रतिबंध आढळून आलेला आहे. पिकांत संतुलित पालाशच्या प्रमाणामुळे कीड व रोगांना प्रतिबंध होऊ शकतो.
- पीक उत्पादनासाठी जर जमिनीमध्ये डोलोमाइट किंवा मॅग्नेशिअमचा अधिक वापर झाल्यास किंवा केल्यास पालाशची कमतरता निर्माण होते. त्यामुळे पीक कीड व रोगांस संवेदनशील होऊन त्यांचा

अन्नद्रव्यांचे विशिष्ट परस्परसंबंध

- सर्वसाधारणपणे संतुलित प्रमाणातील मुख्य अन्नद्रव्ये आणि सूक्ष्म अन्नद्रव्ये अशाच प्रकारच्या कार्यपद्धतीमुळे रोग प्रतिबंधासाठी उपयोगी ठरतात.
- कोणत्याही अन्नद्रव्यांची कमतरता पिकांतील जैव रासायनिक क्रियांवर अनिष्ट परिणाम करते आणि पीक अशक्त होऊन पिकातील रोगप्रतिकारक क्षमता कमी होते. पीक रोगांना बळी पडते.
- पिकांमध्ये सर्व अन्नद्रव्यांचे विशिष्ट परस्परसंबंध आहेत- ज्यामुळे पिकांमधील सर्व शरीरक्रिया व्यवस्थित चालू असतात. जर त्यांच्या प्रमाणात बदल झाला तर शरीरक्रियांवर परिणाम होतो. पर्यायाने पिका-पिकांतील रोगप्रतिकारक क्षमता कमी होते.

  उदा. : मोलाब्द या अतिसूक्ष्म अन्नद्रव्याची कमतरता झाल्यास नायट्रेट रिडक्टेज या विकराचे प्रमाण कमी होते. कारण त्यात मोलाब्दचे दोन रेणू असतात. नायट्रेट रिडक्टेज विकरामुळे नत्राचे रूपांतर प्रथिनांमध्ये होत असते. ही प्रक्रिया मोलाब्द कमी झाल्यास थांबते.

कलमांच्या खोडाला बोर्डोपेस्ट म्हणजेच मोरचूद, चुना यांचे मिश्रण लावले जाते. त्यामुळे बुरशीजन्य रोगापासून झाडाचे रक्षण होते.

प्रादुर्भाव वाढतो. पिकांचे नुकसान होते.

- **बोरॉन** : सतत किंवा अधिक कालावधीपर्यंत बोरॉनची कमतरता पिकामध्ये आढळून येत असल्यास पानांच्या शिरांमध्ये आणि खोडावर खडबडीत किंवा रखरखीत पेशी तयार होतात. बोरॉन कमतरतेमुळे पेशींची वाढ अनियमित होते. या पेशी सर्वसाधारण पेशीप्रमाणे एकत्रित एकसंघ न राहता दोन पेशींमध्ये अंतर तयार होते. या रिकाम्या जागेमध्ये अनावश्यक पदार्थ जमा होतात त्यावर आणि त्याद्वारे जीवाणूंचा शिरकाव होऊ शकतो.
- **नत्र** : प्रमाणशीर व संतुलित नत्रामुळे पीक जीवाणुजन्य रोगांना अटकाव करू शकतो. अतिरिक्त नत्राचे प्रमाण पिकांना जीवाणु-जन्य रोगांस संवेदनशील करते. नत्र कमतरता असल्यास मृत पेशींवर जगणारे परोपजीवी जीवाणू अनावश्यक विषासमान पदार्थ तयार करून पिकांच्या आरोग्यावर आघात करतात व पिकांचे जीवनमान कमी करतात.

रोगनियंत्रणात अन्नद्रव्यांचे महत्त्व :

रोगप्रतिबंधासाठी खतांचा योग्य मात्रेमध्ये वापर करणे आवश्यक असते. प्रत्येक मूलद्रव्याच्या वापरातून होणाऱ्या रोग प्रतिबंधाविषयी माहिती घेऊ.

पिकांच्या आरोग्यासाठी संतुलित पीक पोषणास प्राथमिकता द्यावी व नंतर प्रादुर्भाव झाल्यास कीड व रोग व्यवस्थापनावर भर द्यावा.

शेतकरी विविध कीटकनाशके व बुरशीनाशके याद्वारे कॉपर, झिंक व मँगनीज सूक्ष्म अन्नद्रव्येयुक्त संयुगांचा तसेच फॉस्फरस आणि कॅल्शिअम अन्नद्रव्यांच्या विविध संयुगांचा वापर कीड व रोग नियंत्रणासाठी करतात. मात्र, शेतकऱ्यामध्ये त्याविषयी अधिक माहिती नसल्याचे दिसून येते.

विशिष्ट प्रकारच्या बुरशी व जीवाणूंचा प्रादुर्भाव जमिनीद्वारे होऊन पिकांना विविध प्रकारचे रोग होतात. सूक्ष्म अन्नद्रव्यांयांची कमतरता असणाऱ्या पिकांमध्ये जमिनीतून होणाऱ्या रोगांचा प्रादुर्भाव प्रकर्षाने आढळून येतो. विविध सूक्ष्म अन्नद्रव्यांचा जमिनीद्वारे वापर केल्यास जमिनीतून प्रादुर्भावित होणाऱ्या रोगांवर उपाय करणे शक्य आहे. उदा. मँगनीजमुळे विशिष्ट प्रकारच्या बुरशींचा प्रादुर्भाव व प्रसार कमी होऊ शकतो.

विविध अन्नद्रव्यांचे रोग प्रतिबंधात्मक कार्य वरील चौकटीत स्पष्ट केले आहे.

अ.क्र.	अन्नद्रव्ये	रोगप्रतिबंधात्मक कार्य
१.	नत्र	अति प्रमाणात नत्राचा वापर : अति हिरवेगार पीक व शीघ्र वाढ झाल्यास अपायकारक घटकांचा (पॅथोजन) परिणाम होतो.
		नत्राचे अतिशय कमी प्रमाण : पिकांची वाढ खुंटल्यासदेखील अपायकारक घटक परिणाम करतात.
२.	स्फुरद	डाऊनी मिल्ड्यूचा प्रतिबंध होतो.
३.	पालाश	अन्नद्रव्यांच्या कार्यक्षम वापराकरिता विशेषतः नत्राचा वापर योग्य प्रमाणात होतो. पिकांच्या गुणवत्तेत वाढ होते. उदा. प्रथिनांच्या प्रमाणात वाढ. पालाशमुळे थंड वातावरणात पिकांची वाढ व विकास योग्य प्रमाणात होतो.
४.	कॅल्शिअम	अपायकारक जीवाणू, बुरशी यांचा पेशीमध्ये शिरकाव न होवू देणे; कारण कॅल्शियम हा पेशीभित्तीकेचा घटक आहे.
५.	जस्त	जस्त कमतरतेमुळे पानावर साखर साचते. त्यामुळे भुरी रोगास कारणीभूत बुरशीचा प्रासर होतो. जर जस्त योग्य प्रमाणात असेल तर आपोआप साखर साचणार नाही व बुरशी प्रसारास अटकाव होईल.
६.	बोरॉन	जस्ताप्रमाणेच बोरॉन अन्नद्रव्यांमुळे बुरशीजन्य रोग प्रतिबंधात्मक कार्य घडते.
७.	तांबे प्रमाणात	अन्नद्रव्य म्हणून असणाऱ्या गरजेपेक्षा १० ते १०० पट जास्त बुरशीनाशक म्हणून वापर करावा लागतो.
८.	मॅंगनीज	जमिनीद्वारे उत्पन्न विशिष्ट प्रकारच्या बुरशींचा प्रादुर्भाव व प्रसार मॅंगनीजमुळे अन्नद्रव्यांच्या जमिनीद्वारे वापरामुळे कमी होऊ शकतो.

२४

चुनखडीयुक्त जमिनीत सूक्ष्म अन्नद्रव्यांचे व्यवस्थापन

जमिनीमध्ये चुनखडीचे प्रमाण अधिक असल्यास पिकांना अन्नद्रव्याचा पुरवठा होण्यामध्ये अडचणी येतात. त्याचा परिणाम उत्पादनावर होतो. त्यामुळे अशा जमिनीमध्ये अन्नद्रव्यांचे प्रमाण योग्य ठेवण्यासाठी विशेष काळजी घ्यावी लागते.

जमिनी चुनखडीयुक्त होण्याची कारणे :

आपण चांगला भौतिक दर्जा असलेल्या जमिनीतील अन्नद्रव्यांविषयी माहिती घेतली. त्याचप्रमाणे चुनखडीयुक्त जमिनीमध्ये नत्र, स्फुरद, पालाशचे प्रमाण योग्य ठेवण्यासाठी विशेष काळजी घ्यावी लागते. आता जमिनी चुनखडीयुक्त होण्याची कारणे जाणून घेऊ.

पिकांना आवश्यक असणाऱ्या १६ ते १८ अन्नद्रव्यांच्या पुरवठा करताना जमिनीची भौतिक स्थिती योग्य असली पाहिजे. जमिनीचा सामू (pH), क्षारता (EC), सेंद्रीय कर्ब (C) आणि चुनखडी ($CaCO_3$) प्रमाण योग्य असेल तर पिकाची चांगली वाढ होऊ शकते. मात्र, जमिनीमध्ये चुनखडीचे प्रमाण अधिक असल्यास पिकांना अन्नद्रव्याचा पुरवठा होण्यामध्ये अडचणी येतात. त्याचा परिणाम उत्पादनावर होतो.

भारतातील सद्यस्थिती :

- जगाच्या पाठीवर चुनखडीयुक्त जमिनीचे प्रमाण ३० टक्क्यांपेक्षा जास्त असून, मुक्त चुन्याचे प्रमाण जास्तीत जास्त ९५ टक्क्यांपर्यंत आढळले आहे.
- भारतामध्ये जवळपास २२८.८ दशलक्ष हेक्टर जमीन चुनखडीयुक्त असून, हे क्षेत्र एकूण भौगोलिक क्षेत्राच्या ६९.४ टक्के आहे. समशीतोष्ण आणि कोरड्या हवामानामध्ये अशा जमिनी हमखास आढळतात. या जमिनीत चुन्याचे प्रमाण आवश्यकतेपेक्षा (५ टक्क्यांपेक्षा) जास्त झाल्यास अन्नद्रव्यांच्या उपलब्धतेच्या समस्या निर्माण होतात.
- महाराष्ट्रामध्ये कोकणपट्टी, भंडारा, गडचिरोली आणि चंद्रपूर येथील काही जमिनींचे क्षेत्र वगळता, चुनखडीयुक्त जमिनी सर्वदूर आहेत. मराठवाडा आणि विदर्भामध्ये अशा जमिनीचे प्रमाण अत्यंत जास्त आहे.

चुनखडीयुक्त (कॅल्शिअम कार्बोनेटयुक्त) जमीन म्हणजे काय?

- ज्या जमिनीमध्ये मुक्त चुन्याचे (कॅल्शियम कार्बोनेट) सरासरी प्रमाण ५ टक्के किंवा त्यापेक्षा जास्त असते, त्या जमिनीस चुनखडीयुक्त जमीन म्हणतात.
- चुनखडीयुक्त जमीन ओळखण्यासाठी जमिनीचा

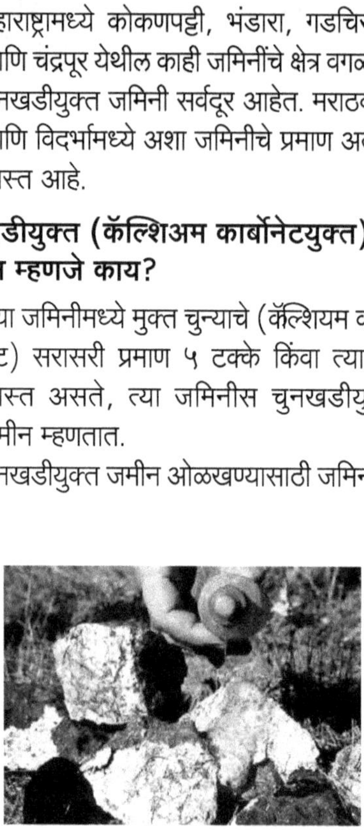

सौंय हायड्रोलोरिक आम्ल प्रक्रिया

चुनखडीयुक्त जमीन तयार होण्याची कारणे

- चुनखडीयुक्त जमिनी नैसर्गिकरीत्या उष्ण आणि समशीतोष्ण कटिबंधात आणि वाळवंटी भागात आढळतात.
- या जमिनी तयार होण्याचे प्रमुख कारण म्हणजे जमिनीतील क्षारांचा निचरा होण्यासाठी लागणारा पाऊस अपुरा पडतो आणि मुक्त चुन्याचा निचरा जमिनीतून न होता तापमान वाढल्यानंतर खालच्या थरातील चुनाही वरच्या थरात येतो.
- महाराष्ट्रातील जमिनी काळ्या बेसाल्ट खडकापासून तयार झालेल्या आहेत. या खडकांमध्ये लोह, कॅल्शिअम, मॅग्नेशिअम, पोटॅश आणि सोडिअमयुक्त खनिजांचे प्रमाण अधिक असते. या खनिजांचे विदारण होऊन मुक्त चुन्याचे प्रमाण वाढते. अशा जमिनीमध्ये वरच्या थरापासून खालच्या थरापर्यंत मुक्त चुन्याचे प्रमाण वाढते आणि मशागतीमुळे (खोल नांगरणी) खालच्या थरातील चुना वरच्या थरात येतो.
- जमिनीमध्ये चुनखडी दोन प्रकारची आढळते - १) चुनखडी खडे व २) चुनखडी पावडर. चुनखडी पावडर ही चुनखडी खड्यापेक्षा जास्त क्रियाशील असल्यामुळे जास्त दाहक असते.
- बऱ्याच वेळा चुन्याचे प्रमाण खालच्या थरात वाढ होऊन तेथे अत्यंत कठीण चुन्याचा पातळ थर तयार होतो. अशा थरामुळे पाण्याचा निचरा होत नाही आणि पाणी साठून राहते.
- पाण्यामध्ये जर विद्राव्य चुन्याचे प्रमाण जास्त असेल (उदा. बोअरच्या पाण्यामध्ये जास्त चुना असण्याची शक्यता असते.) आणि ओलितासाठी या पाण्याचा उपयोग केला तर जमिनी चुनखडीयुक्त होतात.
- जमिनीमध्ये चुन्याचे प्रमाण जर ३ ते ५ टक्क्यांपर्यंत असेल तर अशा जमिनी उत्पादनक्षम असतात आणि या जमिनीमध्ये अन्नद्रव्याच्या उपलब्धतेचे प्रश्न निर्माण होत नाहीत.
- जमिनीतील चुन्याचे प्रमाण ५ टक्क्यांपेक्षा जास्त झाल्यानंतर अन्नद्रव्याची उपलब्धता कमी होते.

उभा छेद घेऊन त्यावर सौम्य हायड्रोक्लोरिक आम्ल शिंपडावे. आम्ल शिंपडल्यानंतर जमिनीवर बुडबुड्यासारखा फेस दिसला, तर जमीन चुनखडीयुक्त आहे असे समजावे.

- ज्या जमिनीमध्ये कॅल्शिअम आणि मॅग्नेशिअमचे प्रमाण जमिनीच्या विनिमय क्षमतेपेक्षा अधिक असते, अशा जमिनी चुनखडीयुक्त वर्गामध्ये समाविष्ट होतात.

जमिनीची विनिमय क्षमता :

एकूण धन आयन धारण करण्याच्या क्षमतेस जमिनीची विनिमय क्षमता म्हणतात. यामध्ये Ca^{++}, Mg^{++}, Na^{+}, K^{+}, Al^{+++}, H^{+}, Fe^{++} अशा धन आयनांचा समावेश होतो. चिकण आणि पोयट्याच्या जमिनीची विनिमय क्षमता इतर जमिनीपेक्षा जास्त असते. याउलट वालुकामय जमिनीची विनिमय क्षमता अत्यंत कमी असते.

चुनखडीयुक्त जमिनीचा सामू

चुनखडीयुक्त जमिनीचा सामू अल्कलीधर्मी असतो. यामध्ये विद्राव्य स्वरूपातील कार्बोनेट, बायकार्बोनेटचे प्रमाण जास्त असून सामू सर्वसाधारणपणे ७.५ ते ८.५ असतो. सामू ८.५ च्या वर शक्यतो जात नाही.

- जर सोडिअमचे प्रमाण जास्त झाल्यास सामू ८.५ च्या वर जातो.
- चुनखडीयुक्त जमिनीचा सामू वाढल्यामुळे काही अन्नद्रव्यांचा जमिनीतून ऱ्हास होतो, तर काही अन्नद्रव्ये इतर संयुगांना बांधली जाऊन पिकांना उपलब्ध होत नाहीत. चुन्यामुळे प्रत्यक्ष, तसेच अप्रत्यक्षरीत्या नत्र, स्फुरद, मॅग्नेशिअम, पालाश, मँगनीज, जस्त, तांबे आणि लोह यांच्या उपलब्धतेवर विपरीत परिणाम होतो.
- सर्वसाधारणपणे पिकांच्या मुळाच्या भोवती आम्लधर्मी वातावरण असते, तसेच द्विदल धान्य

मुळाद्वारे हायड्रोजन सोडून मुळाभोवती वातावरण आम्लधर्मी ठेवतात. चुनखडीयुक्त जमिनीत या क्रियेत बदल होऊन पिकांच्या मुळांची वाढ योग्य प्रकारे होत नाही. यामुळे लोहासारख्या अन्नद्रव्याची कमतरता प्रकर्षाने जाणवायला लागते. कारण लोह आम्लधर्मी वातावरणात जास्त उपलब्ध असते आणि अल्कलीधर्मी वातावरणात लोहाची उपलब्धता कमी होते. या क्रियेमध्ये कार्बोनेटचा सहभाग जास्त होऊन लोह पिकास उपलब्ध होत नाही.

चुनखडीयुक्त जमिनीमध्ये नत्राचे व्यवस्थापन :

चुनखडीयुक्त जमिनी अल्कलीधर्मी असल्यामुळे नत्राचे रूपांतर होण्याच्या गतीवर अनिष्ट परिणाम होतो. जमिनीतील नायट्रेसोमोनस, नायट्रेबॅक्टरसारखे जीवाणू नत्राचे अमोनिया स्वरूपामध्ये रूपांतर करतात. नायट्रेट स्वरूपातील नत्र पिके शोषून घेतात. म्हणून ही क्रिया अत्यंत महत्त्वाची आहे. नायट्रिफिकेशन ही क्रिया जमिनीचा सामू ७ ते ८ च्या दरम्यान असल्यास जास्त गतीने होते. जमिनीचा सामू जर ५ ते ७.५ च्या दरम्यान असेल तर अमोनियमयुक्त नत्र खताचा वापर फायदेशीर ठरतो. परंतु जमिनीमध्ये कार्बोनेटचे प्रमाण अधिक असल्याने अमोनियम खताचा परिणाम दिसून येत नाही.

- जमिनीतील कॅल्शियम कार्बोनेटसोबत अमोनियमची प्रक्रिया होऊन अमोनियम कार्बोनेट तयार होते. यातील अमोनियम कार्बोनेटचे रूपांतर अमोनिया वायू, पाणी आणि कर्ब व कर्बवायूमध्ये होते आणि नत्राचा ऱ्हास होतो. त्यामुळे अमोनियम सल्फेट, अमोनियम फॉस्फेटसारख्या खताचा वापर चुनखडीयुक्त जमिनीत करू नये. त्याऐवजी अमोनियम नायट्रेट, अमोनियम क्लोराइडयुक्त खतांचा वापर करावा. अर्थात क्लोराइडचे जमिनीतील प्रमाण तपासणे आवश्यक आहे.
- चुनखडीयुक्त जमिनीमध्ये लोहाची कमतरता असते. त्यामुळे मुळांच्या वाढीमध्ये लेगहिमोग्लोबीन पदार्थ कमी तयार होतात. या लेगहिमोग्लोबीनमुळेच हवेतील नत्र मुळावरील गाठीमध्ये साठवले जाते.
- नत्र खतांचे रूपांतर अमोनिया वायूमध्ये होऊन ऱ्हास टाळण्यासाठी खते जमिनीच्या पृष्ठभागावर न राहता ताबडतोब मातीत मिसळली जावीत. त्यासाठी जमिनीत योग्य ओलावा असणे अथवा खते दिल्यावर जमिनीस पाणी देणे महत्त्वाचे ठरते. तसेच अमोनियाद्वारे होणारा नत्राचा ऱ्हास टाळण्यासाठी युरिया हा म्युरेट ऑफ पोटॅश, कॅल्शियम क्लोराइड किंवा ट्रिपल सुपर फॉस्फेट खतासोबत मिसळून द्यावा. तसेच दाणेदार युरिया, गंधकाचे आवरण असलेला युरिया व निमावरण असलेला युरिया द्यावा.

चुनखडीयुक्त जमिनीमध्ये स्फुरदाचे व्यवस्थापन :

जमिनीतील स्फुरद किंवा खताद्वारे दिलेल्या स्फुरदाची उपलब्धता जमिनीचा सामू ६ ते ७.५ च्या दरम्यान असताना अधिक असते. चुनखडीयुक्त जमिनीचा सामू ७.५ पेक्षा जास्त असल्याने पिकांना पुरेसा स्फुरद उपलब्ध होत नाही. स्फुरदाचे रूपांतर अत्यंत कमी विद्राव्य अशा फॉस्फेट, मॅग्नेशिअम फॉस्फेट या संयुगामध्ये होते. यालाच स्फुरदाचे स्थिरीकरण म्हणतात.

- फॉस्फेट संयुग पोयटाच्या कणांवर किंवा चुन्याच्या कणांवर बसते आणि त्याचा

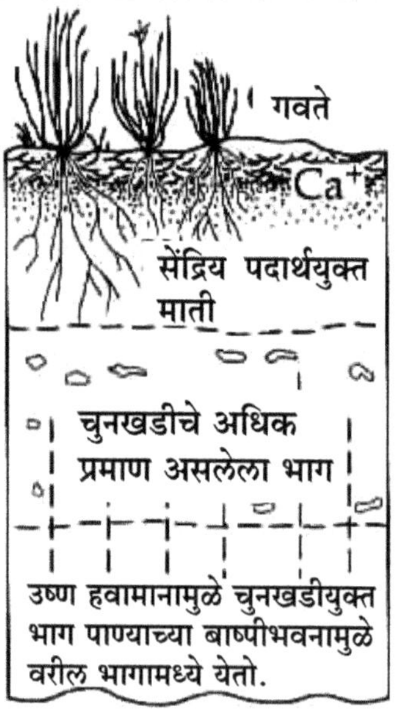

चुनखडीयुक्त जमिनीमध्ये अन्नद्रव्याच्या कमतरता दिसून येतात.

डाय कॅल्शिअम फॉस्फेट, ऑक्ट कॅल्शिअम फॉस्फेट संयुगाच्या रूपाने साका तयार होतो. ज्या प्रमाणात जमिनीचा सामू वाढत जातो, त्या प्रमाणात संयुगे होण्याची क्रिया वाढते. स्फुरद पिकांना उपलब्ध होत नाही. त्यासाठी स्फुरद खतांची मात्रा वाढवणे आणि जमिनीस स्फुरद विद्राव्य जीवाणूंचा पुरवठा करणे हा पर्याय उरतो.

- चुनखडी जमिनीत सुपर फॉस्फेट, डाय अमोनियम फॉस्फेटसारख्या खतातून सतत किंवा नेहमी स्फुरद देणे योग्य नाही. कारण त्यांची विद्राव्यक्षमता ही अत्यंत कमी असते. उलटपक्षी त्यांचे स्थिरीकरणच जास्त होते. चुनखडीयुक्त जमिनीमध्ये स्फुरद खते दाणेदार स्वरूपात, तसेच सेंद्रिय खतासोबत दिल्याने स्फुरदयुक्त खतांची उपयोगिता वाढते.
- पिकांच्या मुळांशी वाढ वेगाने होत असताना स्फुरदयुक्त खताचा पुरवठा करणे आवश्यक आहे. चुनखडीयुक्त जमिनीत घेतलेल्या संत्रा, मोसंबीसारख्या पिकांना दर वर्षी नियमितपणे स्फुरद खत देणे आवश्यक आहे.

चुनखडीयुक्त जमिनीमध्ये पालाश आणि मॅग्नेशिअमचे व्यवस्थापन :

चुनखडीयुक्त जमिनीमध्ये उपलब्ध पालाश आणि मॅग्नेशिअम पुरेशा प्रमाणात दिसून येतात. कारण या जमिनी तयार होत असतानाच खनिजांची झीज होऊन विनिमयक्षम पालाश आणि मॅग्नेशिअमची भर पडते. कमी पावसामुळे पाण्याद्वारेही अन्नद्रव्ये वाहून जात नाहीत. परंतु मॅग्नेशिअम, कॅल्शिअम आणि पालाश या अन्नद्रव्यामध्ये असमतोल होऊन मॅग्नेशिअम व पालाशची कमतरता पिकांमध्ये दिसून येऊ शकते. याचे प्रमुख कारण जमिनीमध्ये कॅल्शिअमचे प्रमाण, पालाश व मॅग्नेशिअमपेक्षा जवळपास ८० टक्के जास्त असल्यामुळे आणि मॅग्नेशिअमचे प्रमाण अंदाजे फक्त ४ टक्के असल्याने मॅग्नेशिअम व पालाशचे शोषण कॅल्शिअमच्या तुलनेत कमी होते आणि पिकांमध्ये या मूलद्रव्यांची कमतरता दिसून येते.

- द्राक्ष पिकामध्ये पालाश आणि कॅल्शिअम एकमेकांच्या विरुद्ध कार्य करतात. यामध्ये पालाशचे शोषण कमी होते व द्राक्ष मण्यांना पालाशचा पुरवठा कमी झाल्याने द्राक्ष मणी जास्त आम्लधर्मी होतात. म्हणून जमिनीमध्ये कॅल्शिअमचे प्रमाण जास्त असेल तर अशा जमिनींना मॅग्नेशिअम आणि पालाशच्या शिफारस केलेल्या मात्रेपेक्षा जास्त मात्रा द्यावी.
- चुनखडीयुक्त जमिनीमध्ये पालाशचे प्रमाण सर्वसाधारणपणे जास्त असले तरीही पालाश अन्नद्रव्याची कमतरता सद्यःस्थितीमध्ये दिसून येत आहे. पालाश अन्नद्रव्याच्या वापरास पीक प्रतिसाद देत असल्याचे दिसते. इतर मॅग्नेशिअमयुक्त खते देऊन पानातील मॅग्नेशिअमचे प्रमाण चुनखडीयुक्त जमिनीमध्ये वाढवता येत नाही. त्यासाठी पालाश, मॅग्नेशिअम सल्फेटसारखी विद्राव्य खते फवारणीद्वारे वापरणे जास्त हितावह आहे.

चुनखडीयुक्त जमिनीतील पिकांच्या अन्नद्रव्ये पूर्ततेसाठी :

- चुनखडीयुक्त जमिनी अल्कलीधर्मी (सामू ७.५ ते ८.५) असतात. जसजसे चुनखडीचे प्रमाण वाढत जाते (५ टक्क्यांपेक्षा अधिक) तसतसे नत्र, स्फुरद, पालाश, मॅग्नेशिअम, मँगनीज, जस्त आणि लोह या अन्नद्रव्यांची उपलब्धता कमी होत जाते.
- चुनखडीयुक्त जमिनीमध्ये अमोनियमयुक्त व युरिया खते ताबडतोब मुळाशी गेली पाहिजेत. त्यासाठी जमिनीमध्ये ओलावा नसेल तर खते दिल्यानंतर पाणी देणे अत्यंत आवश्यक आहे.
- चुनखडीयुक्त जमिनीमध्ये स्फुरदयुक्त खते पिकांना खूप कमी प्रमाणात आणि हळू उपलब्ध होतात. त्यासाठी स्फुरदाची योग्य मात्रा

नियमितपणे पिकांना देणे गरजेचे आहे. त्यासाठी स्फुरद विद्राव्य जीवाणूंचा वापर फायदेशीर ठरतो.

- चुनखडीयुक्त जमिनीमध्ये पिकांना मॅग्नेशिअम व पालाशची गरज भासते. त्यासाठी मॅग्नेशिअम सल्फेट आणि पोटॅशिअम नायट्रेटची फवारणी फायद्याची ठरते.
- जस्त आणि मँगेनिजची कमतरता कमी करण्यासाठी या अन्नद्रव्यांची खताद्वारे (०.५ टक्के) दोन ते तीन वेळा फवारणी करावी. चिलेटेड झिंक जे Zn-EDDHA, Zn-EDTA स्वरूपात मिळते त्याचा उपयोग करावा म्हणजे पिके सहजपणे जस्ताचे शोषण करू शकतील. जस्त व मँगनीज फवारणीद्वारे पिकांना देणे हीसुद्धा एक चांगली पद्धत आहे. वरील खताशिवाय जस्त आणि मँगनीज असलेले लीगनीन सल्फोनेट, ग्लुकोसल्फोनेट किंवा अल्फाकिटो ॲसिडसारखी खते जास्त फायदेशीर ठरतात. फळ पिकांमध्ये ०.६ ते १.२ कि.ग्रॅ. प्रतिहेक्टरी जस्त किंवा मँगनीजची फवारणी वर्षभरामध्ये १० ते १२ वेळा करणे गरजेचे आहे. कारण जुन्या पानातून नवीन पानाकडे जस्त जाणे गरजेचे असते.
- चुनखडीयुक्त जमिनीत लोह उपलब्ध न झाल्यामुळे हरितद्रव्याचे प्रमाण कमी होते म्हणून लोहाच्या कमतरतेचा अनिष्ट परिणाम कमी करण्यासाठी लोहाची (१ ते २ टक्के) फवारणी फायदेशीर आहे. लोहाचे चिलेट बाजारात मिळतात. त्याचा वापर केल्यास लोह पिकास उपलब्ध होते. उदा. Fe-EDTA, Fe-DTPA, Fe-EDDHA. जमिनीचा सामू ७.५ किंवा कमी असेल तर वरीलपैकी कुठल्याही चिलेटचा उपयोग फायदेशीर आहे. परंतु जास्त चुनखडीयुक्त जमिनीसाठी (सामू ७.५ च्या वर असल्यास) Fe-EDDHA चा चिलेटचा उपयोग जास्त फायदेशीर ठरतो.
- गंधक आणि गंधकयुक्त पदार्थाचा वापर केल्याने पिकांना लागणाऱ्या अन्नद्रव्यांची उपलब्धता वाढते.
- पिकांना तांबे देण्यासाठी ते फवारणीद्वारे कॉपर सल्फेट किंवा कॉपर चिलेटद्वारे देणे चांगले. बहुतेक वेळा कॉपर असलेल्या बुरशीनाशकांचा वापर केल्याने तांब्याची गरज भागवली जाते.
- मॉलेब्डेनमची (मोलाब्द) कमतरता चुनखडीयुक्त जमिनीत दिसून येत नाही. कारण सामू वाढला, की मॉलेब्डेनमची उपलब्धता वाढते. जास्त मॉलेब्डेनममुळे पिकांवर अनिष्ट परिणाम होत नाही; परंतु जास्तीचे मॉलेब्डेनम पिकात साठवले जाते आणि त्याचा उपयोग चारा म्हणून केला तर जनावरांमध्ये मॉलेब्डेनॉसीससारखे रोग उद्‌भवतात.
- चुनखडीयुक्त जमिनीत अन्नद्रव्यांच्या व्यवस्थापनासाठी मातीचा योग्य नमुना घेऊन मातीपरीक्षण करून घेणे व त्यानुसार खतांचा वापर करणे अत्यंत आवश्यक आहे.

सेंद्रिय पदार्थांचा उदा. कंपोस्ट, शेणखत इत्यादी वापर केल्याने चुन्याची दाहकता कमी होऊन अन्नद्रव्य उपलब्धतेमध्ये वाढ होते.

●●

२५

ऊसपिकासाठी संतुलित अन्नद्रव्य व्यवस्थापन

ऊस पिकातील विविध अन्नद्रव्यांचे महत्त्व, अन्नद्रव्यांच्या कमतरतेमुळे ऊस पिकात आढळणारी विपरीत लक्षणे व त्यावर मात करण्यासाठी शेतकऱ्यांनी करावयाचे उपाय या विषयी सविस्तर जाणून घेणे अत्यंत गरजेचे आहे.

ऊस पिकाचे उत्पादन वाढवण्यासाठी संतुलित अन्नद्रव्यांचा वापर करणे गरजेचे आहे. फक्त रासायनिक किंवा सेंद्रिय खतांद्वारे चांगले उत्पादन मिळणे शक्य नाही. पीक-पोषणासाठी अन्नद्रव्यांसोबत नत्र, स्फुरद व पालाश व सूक्ष्म अन्नद्रव्यांचा सेंद्रिय घटकांसोबत समावेश करणे फायदेशीर ठरते. परिणामी, अधिक ऊस उल्पादनाबरोबरच शेतकऱ्यांच्या आर्थिक नफ्यातही वाढ होईल. मृदा परीक्षण अहवालानुसार जास्त उत्पादन घेण्यासाठी ऊस पीक पोषणात सेंद्रिय घटकांबरोबर अन्नद्रव्यांचा वापर करणे आवश्यक आहे.

सध्या ऊस पीक पोषणामध्ये केलेल्या अन्नद्रव्यांच्या असंतुलित वापरामुळे एकापेक्षा अधिक अनद्रव्यांच्या कमतरतेची लक्षणे पिकांत दिसून येत आहेत. महाराष्ट्राचा विचार करता येथील जमिनीत जस्त (३५.४ %), लोह (२५.७%), बोरॉन (२५.७%) अशी एकापेक्षा अधिक सूक्ष्म अन्नद्रव्यांची कमतरता आढळून येते आहे. ऊस पिकातील विविध अन्नद्रव्यांचे महत्त्व, अन्नद्रव्यांच्या कमतरतेमुळे ऊस पिकात आढळणारी विपरीत लक्षणे व त्यावर मात करण्यासाठी शेतकऱ्यांनी करावयाचे उपाय या विषयी सविस्तर जाणून घेणे अत्यंत गरजेचे आहे. जमिनीत उपलब्ध असणा-या अन्नद्रव्यांचे प्रमाण, पिकांना लागणा-या अन्नद्रव्याचे प्रमाण व बाजारात उपलब्ध असणा-या खतांचे प्रमाण लक्षात घेऊन माती परीक्षण अहवालातील शिफारसींप्रमाणे खतांचे व्यवस्थापन केल्यास ऊस पिकाला चांगला फायदा होतो. त्यामुळे खतांवर होणारा अनाठायी खर्च कमी होतो व अवास्तव खत वापरामुळे होणारा मातीतील विविध अन्नद्रव्यांचा असमतोल टाळला जातो.

सर्वसाधारणपणे ऊस पिकातीलअन्नद्रव्यांच्या कमतरतेची लक्षणे व त्यावरील उपाय :.

नत्र : पिकांच्या चांगल्या वाढीसाठी नत्रयुक्त खते उपयुक्त असतात. नत्रयुक्त खतांच्या वापरामुळे हरितद्रव्य तयार होण्यास मदत होते व पाने टवटवीत व हिरवी दिसतात. नत्र हा प्रथिनांचा एक मूलभूत घटक आहे. यामुळे पिकाची वाढ जोमाने होते.

नत्राच्या कमतरतेची लक्षणे :-

- झाडांची वाढ खुंटते, झाडे बुटकी राहतात.
- जुन्या पानांचा रंग पिवळा होतो.
- शिरांच्या कडेचा भाग पिवळा पडतो व पाने करपतात.
- परिपक्व झालेली पाने आधी पिवळी पडतात.
- पाने खालच्या भागापासून वरच्या भागापर्यत पिवळी दिसतात.

नत्र खते देण्याची मात्रा :

सुरु ऊस पिकास प्रति हेक्टर एकूण २५० किलो नत्राची शिफारस करण्यात आली आहे. यासाठी लागवडीच्या वेळी सर्वप्रथम २५ किलोग्रॅम/हेक्टरची मात्रा, ६ आठवड्यांनी १०० किलोग्रॅम/हेक्टर ही दुसरी मात्रा, १२ आठवडयांनी २५ किलोग्रॅम/हेक्टर ही तिसरी मात्रा आणि बांधणीच्या वेळी १०० किलोग्रॅम/हेक्टर ही शेवटची मात्रा द्यावी.

स्फुरद :

स्फुरद हा प्रथिने, संप्रेरके, न्युक्लिक ॲसिड, आणि डी. एन. ए. चा घटक आहे. मुळांची वाढ चांगली

होणे, कांड्या भरणे, पिके लवकर पक्व होणे, प्रकाश संश्लेषण क्रियेत पेशीविभाजन आणि पेशी तयार होण्यासाठी, अन्ननिर्मितीसाठी व उर्जा मिळण्यासाठी झाडांना स्फुरद देणे गरजेचे असते.

स्फुरद कमतरतेची लक्षणे :

- ऊस पिकाच्या पानांच्या कडसर जांभळा रंग दिसतो.
- पानांची असमतोल वाढ होते.
- जुन्या पानांच्या कडा वाळतात व नंतर संपूर्ण पान वाळते.
- फुटवे कमी येतात.
- मुळांची वाढ कमी प्रमाणात होते.

स्फुरद खते देण्याची मात्रा :-

- सुरु ऊस पिकास एकूण ११५ किलो प्रति हेक्टर स्फुरदाची शिफारस करण्यात आली आहे. स्फुरदाची ही मात्रा लागवडीच्या वेळी ५७ किलोग्रॅम/ हेक्टर व पक्क्या बांधणीच्या वेळी ५८ किलोग्रॅम / हेक्टर अशी द्यावी.
- स्फुरदाची कमतरता दिसल्यास १००-२०० ग्रॅम डीएपी खत १० लिटर पाण्यातून १५ दिवसाच्या अंतराने दोन वेळा फवारावे.

पालाश :

पालाशमुळे उसाची प्रत चांगली राहते व उसाला पाण्याचा ताण सहन करण्याची ताकत मिळते. म्हणून हे पाण्याचा ताण निवारण करणारे अन्नद्रव्य आहे.

- पर्णरंध्रांची उघडझाप नियंत्रित करते, ज्यामुळे पिकांतील जलसंतुलनात अत्यंत महत्त्वाचे.
- प्रकाश संश्लेषण क्रिया आणि शर्करा / अन्ननिर्मितीत सहभाग
- कॅल्शियम आणि बोरॉनसह पेशी विकसित होण्यासाठी आवश्यक
- पिकातील रोगप्रतिकारक शक्ती वाढवण्यात व काही प्रमाणात कीड प्रतिकारक शक्ती वाढवण्यास सहाय्यक.

पालाश कमतरतेची लक्षणे :

- पालाश कमतरतेमुळे पिकाची पाने लांबट व अरुंद आकाराची होतात.
- पालाश कमतरतेमुळे पाने आधी टोकाकडून करपतात, नंतर पानांच्या कडा करपतात.
- पालाश कमतरतेमुळे कांडे लाहान आकाराची येतात.

पालाश खते देण्याची मात्रा :

- सुरु ऊस पिकास प्रति हेक्टरी एकूण ११५ किलो पालाशची शिफारस करण्यात आली आहे. ही मात्रा लागवडीच्या वेळी स्फुरद ५७ किलोग्रॅम/ हेक्टर व १४० दिवसानंतर (पक्क्या बांधणीच्या वेळी) ५८ किलोग्रॅम/ हेक्टर या प्रमाणात द्यावी.
- पालाश कमतरता दिसल्यास १५ दिवसांच्या अंतराने दोन वेळा १०० ग्रॅम म्यूरेट ऑफ पोटॅश खत १० लिटर पाण्यातून फवारावे.

दुय्यम अन्नद्रव्य

पिकास परिपूर्ण वाढीसाठी नत्र, स्फुरद व पालाश या मुख्य अन्नद्रव्यांनंतर कॅल्शियम, मॅग्नेशियम व गंधक या दुय्यम अन्नद्रव्यांचा समावेश होतो. अन्नद्रव्यांसोबतच गंधक आणि कॅल्शियम जमिनीची रासायनिक परिस्थिती बदलवण्यासाठी देखील उपयुक्त ठरतात.

कॅल्शियम

जमिनीतील विविध मूलद्रव्यांचा कॅल्शियम हा घटक आहे. जमिनीत पुरेशा प्रमाणात कॅल्शियम उपलब्ध आहे.

कॅल्शियमचे कार्य

- पेशीभित्तीका तयार होण्यासाठी पेशीविभाजन व पेशी लांब होण्यासाठी अत्यंत गरजेचे.
- पिके त्यांना देण्यात आलेले नत्र याच नायट्रेटच्या स्वरूपात ग्रहण करतात. नायट्रेटच्या शोषणात आणि त्याच्या वापरात गरजेचे. त्यामुळे पिकाच्या शाखीय वाढीच्या काळात कॅल्शियमची गरज भासते.
- शर्करा तयार होऊन तिच्या वापरासाठी व पिकातील विविध संप्रेरकांच्या कार्यासाठी
- कॅल्शियम पिकात सहजासहजी वाहून नेले जात नाही. त्यामुळे कॅल्शियमचा पुरवठा थोडा थोडा पण सतत करत राहिले पाहिजे.

कॅल्शियम उपलब्धतेवर परिणाम करणारे घटक :

- आम्लधर्मीय जमिनीत कॅल्शियमचे प्रमाण अल्प असते.
- अल्कधर्मीय जमिनीत जसजसा सामु ७.२ च्या वर जातो, तसतसे कॅल्शियमचे प्रमाण वाढत जाऊन स्फुरदांच्या कणांशी संयोग पावते व स्फुरदाची उपलब्धता कमी करते.
- ज्या जमिनीचा सीइसी कमी, त्या जमिनीत कॅल्शियमचे प्रमाण कमी असते.
- ज्या जमिनीत सोडियमचे प्रमाण जास्त, त्या जमिनीत कॅल्शियमची कमतरता जाणवते.
- अतिजास्त प्रमाणातील कॅल्शियमच्या वापराने बोरॉनची कमतरता जाणवते.

कॅल्शियम कमतरतेची लक्षणे

- पानांवर लहान करपलेले ठिपके दिसतात, नंतर ती गडद तपकिरी रंगाची होतात.
- पिकाच्या आतील शेंडा कमकुवत येतो.
- पाने वाकडी होतात, खोड लहान येते व पीक अशक्त होते.

कॅल्शियम खत देण्याची मात्रा :

कॅल्शियमच्या कमतरतेची लक्षणे दिसल्यास १०० किलोग्रॅम जिप्सम खत लागवडीच्या वेळी जमिनीतून दयावे.(जिप्सम हा कॅल्शियमचा तुलनेने स्वस्त असलेला स्रोत आहे. जिप्सम क्षारयुक्त जमिनीत भुसूधारक म्हणून कार्य करते.)

मॅग्नेशियम

पीक संगोपनासाठी ज्या ठिकाणी केवळ नत्र, स्फुरद, व पालाशयुक्त खतांचा वापर केला जातो आहे, अशा सर्व जमिनींमध्ये मॅग्नेशियमची कमतरता प्रकर्षाने जाणवते. पिकाच्या चयापचयाच्या क्रियेत मॅग्नेशियम फार महत्त्वाची भूमिका पार पाडते.

मॅग्नेशियमचे कार्य

- हरितलवक निर्मिती व प्रकाश संश्लेषणासाठी उपयुक्त प्रथिनांची निर्मिती
- पिकांच्या अन्नवहनामध्ये सहभाग
- प्रकाश संश्लेषण क्रियेद्वारे निर्मित घटकांचा वापर अन्ननिर्मितीसाठी करणे

मॅग्नेशियम कमतरतेची लक्षणे

- मॅग्नेशियमच्या कमतरतेमुळे ऊस पिकाच्या पानावर लाल व तपकिरी रंगांचे डाग दिसतात.
- जुन्या पानांच्या कडा तपकिरी रंगाच्या व करपलेल्या आढळतात.
- पानांच्या शिरांच्या आतील भाग पिवळा पडतो व पाने करपतात.
- खोडाच्या आतील भाग तपकिरी दिसतो.

मॅग्नेशियम खते देण्याची मात्रा :

- ऊस पिकास लागवडीच्या वेळी २५ किलोग्रॅम/हेक्टर मॅग्नेशियम सल्फेट खत जमिनीतून दयावे.
- मॅग्नेशियम कमतरता दिसल्यास २०० ग्रॅम मॅग्नेशियम सल्फेट १० लिटर पाण्यात मिसळून १५ दिवस अंतराने दोन फवारण्या कराव्यात.

गंधक (सल्फर)

पिकांच्या रासायनिक प्रक्रियेमध्ये हरितलवके तयार होण्यासाठी जैविक क्रियेमध्ये तसेच प्रथिने तयार होण्याच्या महत्त्वाच्या प्रक्रियेत गंधक अन्नद्रव्य महत्त्वाचे कार्य करते. ज्या जमिनीमध्ये उपलब्ध गंधकाचे प्रमाण १० दशलक्ष भागापेक्षा कमी असते. अशा जमिनीस गंधक कमतरतेची मृदा म्हणतात. अषा जमिनीमध्ये गंधकाचा वापर केल्यास जमिनी पिकांना चांगला प्रतिसाद देतात.

पिकाच्या वाढीसाठी आवश्यक अन्नद्रव्य सल्फरचा पुरवठा करणारे सेंद्रिय पदार्थ हे मुख्यत्वे करून जमिनीच्या वरच्या थरातच असतात. जमिनीचा सामु हा जर कमी करायचा असेल तर त्यात इलिमेंटल सल्फरचा वापर हा सुरक्षित व स्वस्त देखीलआहे.

सल्फरचे कार्य :

- कांदा, मोहरी आणि लसणाला वास आणि विशिष्ट चव देणाऱ्या रसायनांचा घटक.
- प्रथिने आणि पेप्टाइडचा एक अविभाज्य घटक
- विविध एन्झाइम्सचा घटक म्हणून कार्य व नवचे रूपांतर प्रथिनांत करण्यासाठी उपयुक्त
- हरितलवक निर्मितीत संप्रेरक म्हणून कार्य करते.
- पिकाच्या खराब झालेल्या पेशींच्या दुरुस्तीसाठी उपयुक्त अन्नद्रव्य म्हणून कार्य करते.

गंधक कमतरतेची लक्षणे

- गंधकाच्या कमतरतेमुळे नवीन पाने पिवळी पडतात व वाळतात.
- शिरांच्या आतील भाग पिवळा पडतो.
- कांडे लहान आकाराची येतात.

गंधक खते देण्याची मात्रा :

- हेक्टरी २० किलो गंधक लागवडीच्या वेळी जमिनीतून दयावे.
- गंधक कमतरता दिसल्यास १०० ग्रॅम पोटॅशियम सल्फेट खत १० लिटर पाण्यात मिसळून १५ दिवसांच्या अंतराने दोन वेळा फवारावे.

सूक्ष्म अन्नद्रव्ये

पिकाच्या परिपूर्ण वाढीसाठी ५० पीपीएमपेक्षा कमी प्रमाणात लागणाऱ्या या अन्नद्रव्यांना सूक्ष्म अन्नद्रव्ये असे म्हणतात. उदाहरणार्थ, झिंक, फेरस (लोह), मँगनीज,कॉपर, सॉलेब्डेनियम

बोरॉन

- पेशीभित्तीका नियमितपणे तयार होण्यासाठी गरजेचे
- पिकातील शर्करेच्या आणि कर्बोदकांच्या वहनात गरजेचे
- पेशीविभाजन नियमितपणे होण्यासाठी, नत्र आणि प्रथिनांच्या चयापचयासाठी महत्त्वाचे
- पिकांतर्गत जल व्यवस्थापनात गरजेचे

बोरॉन कमतरतेची लक्षणे

- बोरॉनच्या कमतरतेमुळे ऊस पिकांत कांडे भरत नाहीत म्हणून ऊसाची प्रत खराब होते.
- बोरॉनच्या कमतरतेमुळे पानांच्या कडा करपतात.
- बोरॉनच्या कमतरतेमुळे पाने वेडीवाकडी येतात
- बोरॉनच्या कमतरतेमुळे पानांवर गाठी आल्यासारख्या दिसतात

बोरॉन खते देण्याची मात्रा

- हेक्टरी १० किलो बोरॅक्स लागवडीच्या वेळी जमिनीतून दयावे.
- बोरॉन कमतरता दिसल्यास २० ग्रॅम बोरॅक्स खत १० लिटर पाण्यात मिसळून फवारावे.

जस्त (झिंक) :

सूक्ष्म अन्नद्रव्यांमध्ये जस्त या अन्नद्रव्याची जमिनीतील कमतरता वाढत आहे. ज्या जमिनीत सेंद्रिय पदार्थांचे प्रमाण कमी आहे, सामु जास्त आहे, स्फुरदाचे व क्षारांचे प्रमाण जास्त आहे, त्या जमिनीत जस्ताची कमतरता आढळते.

जस्ताचे पिकांमधील कार्य :

- ऑक्झिन्सच्या निर्मितीमध्ये गरजेचे. इंडॉल ॲसिडसारखी अन्नद्रव्ये, संजीवकांच्या निर्मितीत सहाय्यक. पिकाच्या शेंड्यांची जोमदार वाढ होण्यास मदत
- प्रथिनांच्या निर्मितीसाठी एन्झाइम्सची निर्मिती वा पिकामधील शर्करेच्या वापरासाठी गरजेचे
- खोडाच्या पक्वतेसाठी प्रभावी
- हरितलवक व कर्बोदकांच्या निर्मितीत महत्त्वाचे
- पेशींमधील योग्य प्रमाणातील जस्तामुळे कमी तापमानात देखील पीक तग धरते.

जस्त (झिंक)च्या उपलब्धतेवर परिणाम करणारे घटक :

- जमिनीचा सामु- मातीचा सामु जास्त असल्यास
- जास्त प्रमाणातील स्फुरदमुळे
- झिंकाच्या कमतरतेमुळे पिकाच्या वाढीवर दुष्परिणाम होत असल्याने इतर अन्नद्रव्यांचे शोषण कमी
- जमिनीतील सेंद्रिय पदार्थ जस्ताचा पुरवठा करतात. जमिनीतील सेंद्रिय पदार्थांमुळे जस्ताचे चिलेशन होऊन पिकांना पुरेशा प्रमाणात जस्त मिळते.
- जमिनीत पाण्याचे प्रमाण वाढल्यास जस्ताची उपलब्धता कमी होते.
- पिके जस्त व तांबे एकाच पद्धतीने शोषून घेत असल्याने एकाचे प्रमाण वाढले तर दुसऱ्याची कमतरता जाणवते.
- मॅग्नेशियमच्या वापराने जस्ताचे पिकांद्वारे होणारे शोषण वाढते.

जस्ताच्या कमतरतेची लक्षणे

- जस्ताच्या कमतरतेमुळे पिकाची पाने लहान,

अरुंद व निमुळती होतात.

- शेंड्यांची वाढ खुटते.
- पानांत हरितद्रव्याचा अभाव दिसतो.
- जुन्या पानांच्या शिरांमधील भाग पिवळा पडतो.
- पाने ठिकठिकाणी जळतात.
- कांडयांचा आकार लहान होतो व पक्वता उशिरा होते.

जस्त खते देण्याची मात्रा :

- हेक्टरी २० किलो झिंक सल्फेट लागवडीच्या वेळी जमिनीतून दयावे.
- जस्त कमतरता दिसल्यास ५० ग्रॅम झिंक सल्फेट खत १० लिटर पाण्यात मिसळून १५ दिवसांच्या अंतरांने दोन वेळा फवारावे.

लोह (फेरस)

चुनखडीयुक्त जमिनी आणि ज्या जमिनीचा सामु ७.५ पेक्षा जास्त आहे, अशा जमिनीत लोहाची कमतरता आढळून येते.

झोहाचे पिकातील कार्य :

- हरितलवक निर्मितीत आणि हरितलवकाच्या कार्यात गरजेचे
- पिकांतर्गत उर्जेच्या वहनासाठी गरजेचे
- काही एन्झाइम्स व प्रोटिन्सचा घटक

लोह (फेरस) उपलब्धतेवर परिणाम करणारे घटक :

- जास्त सामु असलेल्या जमिनीतील कार्बोनेट्स मुळे लोहाची उपलब्धता कमी होते.
- जास्त प्रमाणातील स्फुरदामुळे लोहाची उप-लब्धता कमी होते.
- दोन्ही मूलद्रव्ये विरोधात असल्याने एकाची अधिक उपलब्धता दुसऱ्याची उपलब्धता कमी करते.

लोह कमतरतेची लक्षणे

- नवीन पानांमध्ये लोहाची कमतरता दिसून येते.
- नवीन पानांच्या शिरांमधील भाग सुरवातीस पिवळा पडतो व नंतर पाने पांढरी दिसतात.
- लोहाची तीव्र कमतरता असल्यास पाने पांढरी व कागदासारखी पातळ बनींत.
- लोहाची तीव्र कमतरता असल्यास पिकांची वाढ खुंटते.

खते देण्याची मात्रा

- हेक्टरी २५ किलो लोह सल्फेट लागवडीच्या वेळी जमिनीतून द्यावे.
- लोह कमतरता दिसल्यास ५० ग्रॅम लोह सल्फेट खत १० लिटर पाण्यात मिसळून फवारणी करावी.

मॅंगनीज

मॅंगनीजचे पिकातील कार्य :

- प्रकाश संश्लेषण क्रियेत कार्य करते.
- राबोफ्लॅविन, अस्कोर्बिक ॲसिड, आणि कॅरोटिन तयार करण्यासाठी गरजेचे
- हरितलवक निर्मितीत आणि नायट्रेट ॲसिमिलेशन (वापर) मध्ये कार्य करते.
- स्निग्ध पदार्थ तयार करण्याच्या प्रक्रियेत संप्रेरकांना जागृत करण्यासाठी गरजेचे.

मॅंगनीजच्या अनुपलब्धतेची कारणे :

- जमिनीचा जास्त सामु (पीएच)
- जास्त प्रमाणातील फेरस (लोह)
- नत्राची कमतरता

मॅंगनीज कमतरतेची लक्षणे :

- पाने एकसारखी पिवळी पडतात.
- पानांवर पिवळी चकाकी येते.
- पानांच्या कडा वरुन आत दुमडतात.

मॅंगनीज खते देण्याची मात्रा :

- मॅंगनीज कमतरता दिसल्यास १०० ग्रॅम मॅंगनीज सल्फेट १० लिटर पाण्यात मिसळून फवारणी करावी.

मोलाब्द

कमतरतेची लक्षणे :

- मोलाब्द कमतरतेची लक्षणे व रस शोषण करणाऱ्या किडींचा प्रादूर्भाव झालेली पाने सारखीच दिसतात. त्यामुळे अशी लक्षणे दिसल्यास तज्ज्ञांच्या सल्ल्यानेच पिकांना मोलाब्द खते द्यावीत.
- पानांच्या शिरांच्या दोन्ही बाजूंस पिवळे डाग व खड्डे पडल्यासारखे दिसतात.

खते देण्याची मात्रा :

- कमतरता दिसल्यास २० मिलिग्रॅम सोडियम मोलिब्डेट खताची १० लिटर पाण्यातून फवारणी करावी.

संतुलित अन्नद्रव्यांचा वापर करण्यापूर्वी लक्षात ठेवण्याच्या बाबी :

- जुनी पाने बुडाकडून शेंड्याकडे पिवळी पडत जाणे हे नत्र कमतरतेचे लक्षण आहे व नवीन येणारी शेंड्याकडील पाने शेंड्याकडून बुडाकडे पिवळी पडत जाणे, हे गंधक कमतरतेचे लक्षण आहे.
- सूक्ष्म अन्नद्रव्यांची शिफारस केलेली मात्रा लागवडीच्या वेळी जमिनीतून दिल्यानंतरही कमतरतेची लक्षणे दिसल्यास त्या अन्नद्रव्यांची शिफारस केलेल्या मात्रेची फवारणी करावी.
- सूक्ष्म अन्नद्रव्याची मात्रा लागवडीच्या वेळी जमिनीतून दिली नसेल व सूक्ष्म अन्नद्रव्याची कमतरता दिसून येत असेल तर त्यांनी फवारणीचा उपयोग केल्यास पिकाला नक्की फायदा होईल.
- सूक्ष्म अन्नद्रव्य खतांच्या मात्रा पिकांचा वाढीचा काळ व जमिनीतील उपलब्ध प्रमाण यांवर अवलंबून असते.
- पाण्याचा अवाजवी वापर केल्याने देखील पाने पिवळी पडतात. यामुळे पाण्याचा योग्य वेळी योग्य वापर करणे पिकांच्या व जमिनीच्या दृष्टीने फलद्रुप ठरते.
- खतांची मात्रा देण्यापूर्वी जमिनीचे आरोग्य तपासून व तज्ज्ञांशी सल्लामसलत करुन खतांची मात्रा द्यावी.

वरील सुचविलेल्या शिफारसींचा शेतकऱ्यांनी जागरुकपणे वेळीच अंमलबजावणी केल्यास ऊस पिकाची निकोप वाढ होण्यास मदत होईल. परिणामी, एकरी उतारा अधिक मिळून आर्थिक उत्पादन वाढेल.

• • •

ऊस पिकातील कमतरतेची लक्षणे

नत्र

स्फुरद

पालाश

कॅल्शियम

गंधक

बोरॉन

लोह

मँगनिज

जस्त

मोलाब्द

२६

कापूस पिकासाठी अन्नद्रव्ये व्यवस्थापन

कापूस पिकाच्या योग्य वाढीसाठी एकात्मिक अन्नद्रव्य व्यवस्थापन करण्याची आवश्यकता असते. माती परीक्षण करून योग्य प्रमाणात खते दिल्यास उत्पादकता वाढेल.

कापसाचे पीक हे कोरडवाहू तसेच बागायती पद्धतीने घेतले जाते. निसर्गतः कोरडवाहू कापसाची उत्पादकता बागायती कापसापेक्षा कमी असते. पीक सशक्त आणि जोमदार ठेवण्यासाठी सर्व अन्नद्रव्यांची भूमिका महत्त्वाची असते.

- शिफारशीप्रमाणे अन्नद्रव्यांचा पुरवठा केल्यास झाडामध्ये रोग व किडींविरुद्ध झगडण्याची प्रतिकारक्षमता तयार होते.
- माती परीक्षणाचा आधार घेऊन कापूस पीकवाढीत विविध वाढ संवेदनशील अवस्था आणि अन्नद्रव्यांची गरज याप्रमाणे अन्नद्रव्यांचा वापर केल्यास अपेक्षित प्रतिसाद साध्य होतो. कापसामध्ये उगवण, वाढीची अवस्था, पाते लागणे, फुले उमलणे, बोंडे धरणे, बोंडे टिकून राहणे आणि भरणे या संवेदनशील अवस्था आहेत.
- बीटी कापसामध्ये मॅग्नेशिअम, जस्त व बोरॉन यासारख्या सूक्ष्म अन्नद्रव्यांची कमतरता दिसून येत आहे. पिकांच्या वाढीसाठी संतुलित पद्धतीने सेंद्रिय व रासायनिक खतांचा वापर करताना त्यासोबतच जीवाणू खतांचा वापर फायदेशीर ठरत आहे.

एकात्मिक अन्नद्रव्य व्यवस्थापनामध्ये पिकांचे फेरपालट, आंतरपिकांत कडधान्य पिकांचा समावेश, पिकांचे अवशेष जमिनीत गाडणे, हिरवळीची खते, अपारंपरिक सेंद्रिय पदार्थांचा वापर, सेंद्रिय खते, जीवाणू खते, रासायनिक खते, रासायनिक खतांचा कार्यक्षम वापर आणि सूक्ष्म अन्नद्रव्ये यांचा वापर या सर्व घटकांचा समावेश होतो.

रासायनिक खते :

- माती परीक्षणानुसारच रासायनिक खतांचा वापर करावा. माती परीक्षण केले नसल्यास कोरडवाहू कापसासाठी प्रतिहेक्टरी १२५: ६२.५: ६२.५ कि.ग्रॅ. नत्र, स्फुरद व पालाशचा वापर करावा. पेरणी करते वेळी नत्र : स्फुरद : पालाश ४५: ६२.५: ६२.५ कि.ग्रॅ. प्रतिहेक्टरी, पेरणीनंतर ४० ते ४५ दिवसांनी ४०

कापूस पिकातील कमतरतेची लक्षणे

स्फुरद

नत्र

पालाश

मॅग्नेशिअम

कि.ग्रॅ. नत्र व ६० ते ६५ दिवसांनी ४० कि.ग्रॅ. नत्र द्यावे.

- पीक पोषणशास्त्रानुसार गंधक हे चौथे महत्त्वाचे अन्नद्रव्य आहे. यासाठी प्रतिहेक्टरी २० कि.ग्रॅ. गंधक मात्रेचा वापर करावा. गंधक अन्नद्रव्यासाठी स्वतंत्र गंधकयुक्त खतांचा वापर अवश्य करावा, अन्यथा शक्य झाल्यास स्फुरद सिंगल सुपर फॉस्फेटद्वारेच द्यावे. पिकाची स्फुरद मात्रा सिंगल सुपर फॉस्फेटमधून दिल्यास १६ टक्के स्फुरदासह १२ टक्के गंधक आणि २१ टक्के कॅल्शिअमदेखील पिकास मिळते.
- गंधकीय खतांचा वापर पिकाच्या पेरणीपूर्वी जमिनीत करावा. पिकाची गंधकाची गरज जवळजवळ स्फुरदाएवढी असून, पिकातील त्याचे कार्य नत्राच्या कार्याशी मिळतेजुळते आहे. गंधक हे अन्नद्रव्य म्हणून आणि बुरशीनाशक म्हणूनदेखील कार्य निभावते. पीक पोषक अन्नद्रव्यांव्यतिरिक्त गंधकाचा जमीन सुधारक म्हणूनही उपयोग होतो. विविध पिकांत केवळ गंधकाच्या वापराने १० ते ३० टक्के उत्पादनात वाढ आढळून आली आहे. गंधकाची कमतरता असल्यास पिके इतर अन्नद्रव्यांचेदेखील शोषण योग्य प्रमाणात करू शकत नाहीत.
- मॅग्नेशिअम हे दुय्यम अन्नद्रव्य असून, भारी जमिनीमध्ये त्याची कमतरता आढळते. प्रकाशसंश्लेषण प्रक्रियेने अन्नद्रव्य तयार करण्याच्या प्रक्रियेस चालना मिळावी आणि बोंडे चांगल्या रीतीने भरावीत यासाठी मॅग्नेशिअमचा वापर पूरक ठरतो. मॅग्नेशिअमची कमतरता असल्यास कापूस पिकाच्या पानांवर तपकिरी डाग दिसतात. जुन्या पानांवर शिरा, उपशिरा हिरव्या राहून आतील भागावर डाग पडतात. कमतरता तीव्र असल्यास पान पूर्णपणे लालसर तपकिरी होते. मॅग्नेशिअम सल्फेट एकरी १० कि.ग्रॅ. लागवडीनंतर १ ते १.५ महिन्यात शेणखताबरोबर द्यावे.
- रासायनिक खते पेरणी करूनच द्यावीत, फेकून देऊ नयेत. नत्रयुक्त खतांचा अतिवापर टाळावा, अन्यथा केवळ कायिक/ शाखीय वाढ जास्त प्रमाणात होऊन झाडास फुले येणे व फलधारणा कमी प्रमाणात होते. नत्राच्या जास्त वापरामुळे झाडांवर अळ्यांचे प्रमाणदेखील वाढते. युरियाचा वापर करताना त्याला ५:१ प्रमाणात निंबोळी पावडर चोळावी.

कपाशीमध्ये करा गरजेनुसार सूक्ष्म अन्नद्रव्यांचा वापर :

एकात्मिक अन्नद्रव्य व्यवस्थापनामध्ये सेंद्रिय खते व सूक्ष्म अन्नद्रव्यांचा वापर महत्त्वाचा आहे. मातीच्या तपासणीनुसार पेरणी वेळी जमिनीमध्ये मिसळून ही खते योग्य प्रमाणात द्यावीत. काही कारणाने पेरणी वेळी देता न आल्यास तज्ज्ञांच्या सल्ल्याने फवारणीतून द्यावीत.

सारांश रूपाने, कापूस पिकासाठी एकात्मिक अन्नद्रव्य व्यवस्थापन पुढील तक्त्यामध्ये दिले आहे, त्याचा वापर करावा.

एकात्मिक अन्नद्रव्य व्यवस्थापनाच्या दृष्टीने कंपोस्ट खत किंवा गांडूळ खत किंवा शेणखत उपयुक्त ठरते. पेरणीपूर्वी शेवटच्या वखरपाळीच्या वेळेस दहा टन प्रतिहेक्टर जमिनीत चांगले मिसळून द्यावे. यामुळे सर्वच अन्नद्रव्यांचा एकत्रित स्वरूपात पुरवठा केला जातो, तसेच रासायनिक खतांचा

विद्राव्य खतांचा वापर :

- विद्राव्य खतांची फवारणी करावयाची झाल्यास वेगवेगळी खते पिकाच्या वेगवेगळ्या अवस्थांमध्ये दिली जावीत. उदा. १९:१९:१९ हे खत सुरवातीच्या पीकशाखीय वाढीच्या कालावधीत, ०:५२:३४ हे खत कळी व फुलधारणा अवस्थेत, १३:०:४५ हे खत फळधारणा अवस्थेत आणि ०:०:५०:१८ हे खत फळ परिपक्वता अवस्थेतच द्यावे.
- विशिष्ट संवेदनशील पीक अवस्थांमध्ये नमूद केल्याप्रमाणेच खतांचा वापर करावा; परंतु जमिनीतून योग्य प्रमाणात खते दिली असल्यास, विद्राव्य खतांचा वापर तज्ज्ञांच्या सल्ल्यानेच करावा. योग्य प्रमाण आणि कालावधीनुसार विद्राव्य खते वापरावीत.

कोरडवाहू कापूस पिकासाठी एकात्मिक अन्नद्रव्य व्यवस्थापन			
अ. क्र.	एकात्मिक अन्नद्रव्य व्यवस्थापन घटक	वापराचे प्रमाण	वापरण्याची वेळ/प्रकार
१.	सेंद्रिय खते : शेणखत/ कंपोस्ट/ गांडूळ खत	१० टन प्रतिहेक्टरी	पेरणी/ लागवडीपूर्वी
२.	जीवाणू खते		
अ)	नत्रासाठी- ॲझोटोबॅक्टर जीवाणू	२५० ग्रॅम प्रति १० कि.ग्रॅ. बियाण्यास	बीजप्रक्रिया
ब)	स्फुरदासाठी - स्फुरद विरघळवणारे जीवाणू	२५० ग्रॅम प्रति १० कि.ग्रॅ. बियाण्यास	बीजप्रक्रिया
३.	रासायनिक खते		
अ)	नत्र, स्फुरद, पालाश (प्रतिहेक्टरी) नत्र नत्र	४५: ६२.५: ६२.५ कि.ग्रॅ. ४० कि.ग्रॅ. ४० कि.ग्रॅ.	पेरणी करतेवेळी पेरणीनंतर ४०ते५० व ६० ते ६५ दिवसांनी
ब)	गंधक (प्रतिहेक्टरी) मॅग्नेशिअम सल्फेट (प्रतिहेक्टरी)	२० कि.ग्रॅ. २५ कि.ग्रॅ.	पेरणी करतेवेळी पेरणी करतेवेळी
क)	सूक्ष्म अन्नद्रव्ये (प्रतिहेक्टरी)	बोरॅक्स ५ कि.ग्रॅ. जस्त सल्फेट २५ कि.ग्रॅ. लोह सल्फेट २० कि.ग्रॅ.	पेरणी करतेवेळी
४.	विशेष अन्नद्रव्य व्यवस्थापन		लागवडी नंतर
अ)	मुख्य अन्नद्रव्ये	२ टक्के डीएपी/ युरियाची फवारणी १ टक्के पोटॅशियम नायट्रेटची फवारणी	५० ते ५५ दिवसांनी ७० ते ७५ दिवसांनी
ब)	दुय्यम अन्नद्रव्ये	मॅग्नेशिअम सल्फेट ०.२ ते ०.५ टक्के	६० ते ६५ दिवसांनी ८० ते ८५ दिवसांनी
क)	सूक्ष्म अन्नद्रव्ये	०.५ टक्के जस्त सल्फेट आणि ०.२ टक्के बोरॅक्सची फवारणी	पेरणीनंतर दोनदा ४०ते ४५ व ६० ते६५ दिवसांनी

कार्यक्षम वापर होतो.

- एक टन शेणखतामधून ६ ते ७ कि.ग्रॅ. नत्र, ३ ते ४ कि.ग्रॅ. स्फुरद व ७ ते ८ कि.ग्रॅ. पालाश, यासोबतच एक कि.ग्रॅ. गंधक, १०० ग्रॅम जस्त, २५० ग्रॅम मंगल, ७५ ग्रॅम लोह व २५ ग्रॅम बोरॉन आणि २ ग्रॅम मोलाब्द इतकी अन्नद्रव्ये जमिनीत मिसळली जातात. या खतांमध्ये अन्नद्रव्ये कमी प्रमाणात असली, तरी अन्नद्रव्यांची तूट ही रासायनिक अथवा वरखतांचा वापर करून भरून काढता येते.

सूक्ष्म अन्नद्रव्यांचा वापर :

गेल्या काही वर्षांत जमिनीचे आरोग्य बिघडत चालले आहे, त्यामुळे मातीमध्ये सूक्ष्म अन्नद्रव्ये आणि अन्य घटकांची कमतरता भासू लागली आहे. त्यामुळे

पिकाची उत्पादकता वाढण्यावर मर्यादा येत आहेत.

- संतुलित पीक पोषणासाठी सूक्ष्म अन्नद्रव्यांचा वापर करणे आवश्यक आहे, त्याकरिता हेक्टरी २० ते २५ कि.ग्रॅ. झिंक सल्फेट, १५ ते २० कि.ग्रॅ. फेरस सल्फेट आणि ५ कि.ग्रॅ. बोरॅक्स यांचा वापर करावा.
- वनस्पतींना मातीतून योग्य प्रमाणात बोरॉन सूक्ष्म अन्नद्रव्य मिळाल्यास कॅल्शिअम-पोटॅशियम-मॅग्नेशिअम-यांचे कार्य व्यवस्थित सुरू राहते. किडींना दूर ठेवण्यासाठी बोरॉनची काही प्रमाणात मदत होते.
- जस्त हे सूक्ष्म अन्नद्रव्य वनस्पतीमधील विकराचा घटक असून, वनस्पतीची वाढ नियंत्रित करणाऱ्या इंडोल ॲसिटिक ॲसिड (आयएए) या संप्रेरकाच्या निर्मितीमध्ये महत्त्वाचे कार्य करते. या संप्रेरकाशिवाय पिकांची वाढ होत नाही, त्यामुळे जमिनीत जस्ताचे योग्य प्रमाण असणे आवश्यक आहे. पिकांमध्ये जस्तामुळे नत्राचा योग्य वापर होतो. पेशीविभाजन व प्रथिनेसंश्लेषण क्रिया घडून येतात. फुले आणि फळे वेळेत येऊन पक्वता लवकर येते. जस्ताचा वापर जमिनीमधून सोईस्कर आहे. जर काही कारणास्तव जस्त पेरणीच्या वेळी देता आले नाही, तर उभ्या पिकावर जस्ताची फवारणी करावी.

विशेष अन्नद्रव्य व्यवस्थापन :

खरीप हंगामात ढगाळ, दमट किंवा कोरडे हवामान आणि पावसाचे प्रमाण व जमिनीतील ओलावा यामध्ये कापूस पीकवाढीच्या अवस्थेत सतत दरवर्षी बदल घडून आलेले दिसत आहेत.

- कापसाचे अधिक उत्पादन मिळवण्यासाठी शिफारस केलेल्या खत मात्रेसोबत पेरणीनंतर ५० ते ५५ दिवसांनी २ टक्के डीएपीची फवारणी करावी. सूक्ष्म अन्नद्रव्यांचा वापर पेरणी वेळी करता आला नाही तर फवारणी करूनदेखील पिकांसाठी या अन्नद्रव्यांची गरज भागवता येईल. यासाठी पेरणीनंतर दोनदा ४० ते ४५ व ६० ते ६५ दिवसांनी प्रत्येकी ०.५ टक्के जस्त व लोह सल्फेट व ०.२ टक्के बोरॅक्सची फवारणी करावी.

●●

२७

मका पिकासाठी अन्नद्रव्ये व्यवस्थापन

मका हे पीक अन्नद्रव्यांच्या कमतरतेसाठी अतिसंवेदनशील पीक आहे, त्यामुळे त्याला अन्नद्रव्ये कमतरता दर्शक पीक असे संबोधले जाते. मका पिकासाठी उपयुक्त असणाऱ्या मुख्य व दुय्यम अन्नद्रव्यांचे कार्य, कमतरतेची लक्षणे व करावयाच्या उपाययोजना याविषयी माहिती घेऊ.

मका हे विविध हंगामात घेतले जाणारे प्रमुख अन्न व चारा पीक आहे. वाढती लोकसंख्या व जनावरांना चारा उपलब्ध होण्यासाठी तसेच प्रक्रिया उद्योग यासाठी मका पिकाची सध्या बाजारात जास्त मागणी आहे. मका पिकाचे उत्पादन वाढवण्यासाठी संतुलित अन्नद्रव्यांचा वापर करणे गरजेचे आहे. पीक पोषणासाठी नत्र, स्फुरद व पालाश या मुख्य अन्नद्रव्यांसोबतच दुय्यम तसेच सूक्ष्म अन्नद्रव्यांचा सेंद्रिय खतांसोबत समावेश करणे फायदेशीर ठरते. सध्या पीक पोषणात अन्नद्रव्यांच्या असंतुलित वापरामुळे एकापेक्षा अधिक अन्नद्रव्यांच्या कमतरतेची लक्षणे पिकांत दिसून येत आहेत. महाराष्ट्राचा विचार करता जमिनीत उपलब्ध जस्त ३५.४ टक्के, लोह २५.७ टक्के, बोरॉन २५.७ टक्के या सूक्ष्म अन्नद्रव्याची कमतरता आढळून येत आहे.

नत्र :

पिकांच्या चांगल्या वाढीसाठी नत्रयुक्त खते उपयुक्त असतात. नत्रामुळे हरितद्रव्य तयार होण्यास मदत होते. पाने टवटवीत व हिरवी दिसतात.

कमतरतेची लक्षणे : झाडांची वाढ खुंटते व झाडे बुटकी राहतात, शिरांच्या कडेचा भाग पिवळा पडतो व पाने करपून जातात, प्रथम परिपक्व झालेली पाने पिवळी पडतात आणि पाने खालच्या भागापासून वरच्या भागापर्यंत पिवळी दिसतात.

उपाययोजना : कोरडवाहू जमिनीत मका पीक घेतल्यास १५० कि.ग्रॅ. नत्र प्रतिहेक्टर एवढी आवश्यकता असते. बागायती मका पिकास एकूण १५० कि.ग्रॅ. प्रतिहेक्टर नत्राची शिफारस आहे. मका पिकास नत्र पुरतेवेळी शिफारशीच्या अर्धे (७५ कि.ग्रॅ./हेक्टर) व उरलेली अर्धी मात्रा ७५ कि.ग्रॅ./हेक्टर पेरणीच्या एक महिन्यानंतर द्यावी.

स्फुरद :

स्फुरद हे मका पिकाच्या पोषणतत्त्वातील दुसरे पोषणतत्त्व आहे. मुळांची वाढ चांगली होणे, दाणे भरणे, पिकांची पक्वता लवकर होणे व झाडांना ऊर्जा देणे यासाठी स्फुरद गरजेचे असते.

कमतरतेची लक्षणे : मका पिकांच्या पानांच्या कडा जांभळा रंग दिसतो. पानांची वाढ चांगली होत नाही.

उपाययोजना : शिफारशीप्रमाणे मका पिकास स्फुरद पेरतेवेळी ७५ कि.ग्रॅ. प्रतिहेक्टर या प्रमाणात द्यावे. खते

बियांच्या ५ ते १० सें.मी. खालच्या बाजूस पडतील याची दक्षता घ्यावी. त्यामुळे पिकांच्या मुळांना स्फुरद सहज उपलब्ध होईल. स्फुरदयुक्त खतांसोबत सेंद्रिय खते दिल्यास दोन्हीचाही कार्यक्षम वापर होतो.

पालाश :

पिकातील पाण्याचे नियमन होण्यासाठी, तसेच चयापचय अभिक्रिया घडून येण्यासाठी पालाश आवश्यक असते.

कमतरतेची लक्षणे : पालाशच्या कमतरतेमुळे मका पिकाची पाने लांबट आकाराची होतात व कमी पसरतात. पानांचे शेंडे करपतात व कांदे लहान आकाराचे येतात.

उपाययोजना : मका पिकास पालाश प्रतिहेक्टरी ७५ कि.ग्रॅ. पेरतेवेळी द्यावे.

गंधक :

गंधक पिकांच्या रासायनिक प्रक्रियेमध्ये हरितलवके तयार होण्यासाठी, जैविक क्रियेमध्ये तसेच प्रथिने तयार होण्याच्या प्रक्रियेत महत्त्वाचे असते. ज्या जमिनीमध्ये उपलब्ध गंधकाचे प्रमाण १० दशलक्ष भागापेक्षा कमी असते, अशा जमिनीला गंधक कमतरतेची मृदा म्हणतात. अशा जमिनीमध्ये गंधकाचा वापर केल्यास पिके चांगली प्रतिसाद देतात.

कमतरतेची लक्षणे : गंधकाच्या कमतरतेमुळे पाने पिवळी पडतात व वाळतात, शिरांच्या आतील भाग पिवळा पडतो.

उपाययोजना : शिफारशीनुसार गंधकयुक्त खते वापरणे मका पिकास फायदेशीर ठरते.

जस्त :

मका हे पीक जस्ताची कमतरतादर्शक पीक आहे.

सूक्ष्म अन्नद्रव्यांमध्ये जस्त या पोषणतत्त्वाची कमतरता वाढत चालली आहे. ज्या जमिनीत सेंद्रिय पदार्थाचे प्रमाण कमी आहे, सामू जास्त आहे, स्फुरद वापराचे प्रमाण जास्त आहे, अशा जमिनीत जस्ताची कमतरता आढळते. जस्त हे पीक पोषण संजीवके तयार करणे, प्रथिनांच्या निर्मितीस हातभार लावणे, बीजनिर्मिती आणि धान्याची पक्वता यासाठी गरजेचे असते.

लक्षणे : जस्ताच्या कमतरतेमुळे मका पिकाची पाने लहान, अरुंद व निमुळती होतात; शेंड्याची वाढ मर्यादित होते. पानांत हरितद्रव्याचा अभाव दिसतो. जुन्या पानांच्या शिरांमधील भाग पिवळा पडतो. पाने ठिकठिकाणी जळतात. कणसाचा आकार लहान होतो व पक्वता उशिरा होते.

उपाययोजना : मका पिकास नत्र, स्फुरद, पालाश व गंधकाबरोबरच जस्त खतांचा वापर करणे पीक पोषणाच्या दृष्टीने महत्त्वाचे ठरते. जस्ताची जमिनीत कमतरता आढळल्यास झिंक सल्फेट २५ कि.ग्रॅ. प्रतिहेक्टर जमिनीतून द्यावे व पिकात कमतरता आढळल्यास अर्धा ग्रॅम प्रति लिटर या प्रमाणात झिंक सल्फेटची फवारणी करावी.

बोरॉन :

लक्षणे : बोरॉनच्या कमतरतेमुळे पिकात दाणे (बिया) भरत नाहीत व दाणे काळपट व जांभळ्या रंगाचे

मका पिकासाठी एकात्मिक अन्नद्रव्य व्यवस्थापन			
अ. क्र.	एकात्मिक अन्नद्रव्य व्यवस्थापन घटक	वापराचे प्रमाण	वापरण्याची वेळ/प्रकार
१.	**सेंद्रिय खते**		
	शेणखत/कंपोस्ट/गांडूळ खत	१० टन प्रतिहेक्टरी	पेरणी/ लागवडीपूर्वी
२.	**जीवाणू खते**		
अ)	नत्रासाठी- अ‍ॅझोटोबॅक्टर जीवाणू	२५० ग्रॅम प्रति १० कि.ग्रॅ. बियाण्यास	पेरणी/ लागवडीपूर्वी बीजप्रक्रिया
ब)	स्फुरदासाठी- स्फुरद विरघळवणारे जीवाणू	२५० ग्रॅम प्रति १० कि.ग्रॅ. बियाण्यास	पेरणी/ लागवडीपूर्वी बीजप्रक्रिया
३.	**रासायनिक खते (माती परीक्षणानुसार)**		
अ)	नत्र, स्फुरद, पालाश नत्र (प्रतिहेक्टरी)	७५:७५:७५: कि.ग्रॅ. ७५ कि.ग्रॅ.	पेरणी करतेवेळी पेरणीनंतर ३० ते ३५ दिवसांनी
ब)	गंधक (प्रतिहेक्टरी)	२० कि.ग्रॅ.	पेरणी करतेवेळी
क)	सूक्ष्म अन्नद्रव्ये (प्रतिहेक्टरी)	बोरॅक्स ५ कि.ग्रॅ. झिंक सल्फेट २५ कि.ग्रॅ. फेरस सल्फेट २० कि.ग्रॅ.	पेरणी करतेवेळी
४.	**विशेष अन्नद्रव्य व्यवस्थापन**		
अ)	मुख्य अन्नद्रव्ये	१ टक्का पोटॅशिअम नायट्रेटची फवारणी	पेरणी/ लागवडीनंतर ५० ते ५५ दिवसांनी
ब)	सूक्ष्म अन्नद्रव्ये	०.५ टक्के जस्त सल्फेट, ०.५ टक्के लोह सल्फेट आणि ०.२ टक्के बोरॅक्सची फवारणी	पेरणी/ लागवडीनंतर दोनदा ४० ते४५ दिवसांनी व ६० ते ६५ दिवसांनी

येतात, त्यामुळे दाण्यांची प्रत खराब होते व पानांच्या कडा करपतात.

उपाययोजना : मका पिकास पाच कि.ग्रॅ. बोरॅक्स प्रतिहेक्टरी जमिनीत टाकल्यास उत्पादनात वाढ होते.

लोह :

लोह हे पिकांना लागणाऱ्या सूक्ष्मद्रव्यांपैकी महत्त्वाचे पोषणतत्त्व आहे. चुनखडीयुक्त जमिनी, ज्या जमिनीचा सामू ७.५ पेक्षा जास्त आहे आणि मुक्त चुना जास्त आहे अशा जमिनीत लोहाची कमतरता आढळून येते.

लक्षणे : नवीन येणाऱ्या पानांमध्ये लोहाची कमतरता दिसून येते. लोह पिकास कमी पडल्यास नवीन पानांच्या शिरांमधील भाग सुरुवातीस पिवळा पडतो व नंतर पाने पांढरी दिसतात, त्यामुळे उत्पादनावर प्रतिकूल परिणाम होतो.

उपाययोजना : मका पिकास फेरस सल्फेट २० कि.ग्रॅ. प्रतिहेक्टर पेरणी वेळी देणे फायदेशीर ठरते.

संतुलित खत नियोजनातून मका पिकाची उत्पादनवाढ :

सेंद्रिय, रासायनिक आणि जैविक खतांचा संतुलित वापर करून या कमतरता दूर करण्याकडे लक्ष दिल्यास मका पिकाचे चांगले उत्पादन मिळण्यास मदत होईल.

◆ **जैविक खतांचा वापर :**

अझॅटोबॅक्टर व स्फुरद विरघळवणाऱ्या जीवाणूंचा वापर जैविक खत म्हणून केला जातो. ही खते पेरणीपूर्वी २५० ग्रॅम प्रति १० कि.ग्रॅ. बियाण्यास लावून सावलीत वाळवावे, त्यामुळे पिकांच्या मुळांना नत्र व स्फुरद सहज उपलब्ध होण्यास मदत होते. अशा जीवाणूंचा वापर केल्यामुळे नत्र व स्फुरद या महत्त्वाच्या पोषणतत्त्वांचे जमिनीत स्थिरीकरण न होता जीवाणूंच्याद्वारे पिकांना उपलब्ध होतात, त्यामुळे उत्पादनात २५ ते ३० टक्के वाढ होते.

◆ **हिरवळीची खते :**

आंतरपीक म्हणून गवार, मूग, उडीद, चवळी यासारखी शेंगवर्गीय पिके जमिनीत फुलोरा अवस्थेच्या अगोदर गाडली असता त्यांचा पिकास चांगला फायदा होते. या व्यतिरिक्त गिरिपुष्प, करंज, शेवरी, सुबाभूळ इ. पिकांची पाने व कोवळ्या फांद्या जमिनीत गाडाव्यात. उत्तम त्यामुळे हिरवळीचे खत मिळते. तसेच, या प्रकारच्या खतांपासून प्रतिहेक्टरी ६० ते ८० कि.ग्रॅ. नत्र मिळते, जमिनीत सेंद्रिय पदार्थाचा संचय होतो, कार्यक्षम जीवाणूंच्या संख्येत वाढ होते. एकंदरीत जमिनीचे भौतिक, रासायनिक आणि जैविक गुणधर्म सुधारण्यास मदत होते.

◆ **माती परीक्षणानुसार रासायनिक खतांचा वापर :**

जमिनीत उपलब्ध असणाऱ्या पोषणतत्त्वाचे प्रमाण, पिकांना लागणाऱ्या पोषणतत्त्वाचे प्रमाण व बाजारात उपलब्ध असणाऱ्या खतांचे प्रमाण लक्षात घेऊन माती परीक्षण अहवालानुसार शिफारशीप्रमाणे खतांचे व्यवस्थापन केल्यास मका पिकास चांगला फायदा होतो. खतांवर होणारा अनाठायी खर्च कमी होतो. सेंद्रिय, रासायनिक व जैविक खतांचा एकत्रित वापर केल्यास जमिनीच्या भौतिक व रासायनिक गुणधर्मांवर अनुकूल परिणाम होतो. मका पिकास एकात्मिक खत व्यवस्थापन केल्यास उत्पादनात वाढ होऊन जमिनीचे आरोग्यही चांगले राहते.

●●

२८

मोसंबी पिकासाठी अन्नद्रव्ये व्यवस्थापन

नत्र, स्फूरद, पालाश यांचा असंतुलित वापर आणि सूक्ष्म अन्नद्रव्यांच्या कमतरता मोसंबी बागेच्या ऱ्हासास कारणीभूत ठरत आहे. त्यामुळे अन्नद्रव्यांचा पुरवठा करणाऱ्या खतांचा वापर योग्य वेळी, योग्य प्रमाणात व योग्य पद्धतीने करणे महत्त्वाचे ठरते.

संतुलित पीक पोषणाअभावी मोसंबीची झाडे कमजोर होऊन कीड व रोगांना बळी पडतात; तसेच पानगळ, फुलगळ, गुंडीगळ व फळगळ या समस्या प्रकर्षाने जाणवतात. नत्र, स्फुरद, पालाश यांचा असंतुलित वापर आणि सूक्ष्म अन्नद्रव्यांच्या कमतरता मोसंबी बागेच्या ऱ्हासास कारणीभूत ठरत आहेत.

मोसंबी फळझाडाचे वय चार वर्षांपेक्षा अधिक झाल्यानंतर खोडाच्या सालीमधून डिंक बाहेर येणे व नंतर डायबॅक सुरू होऊन मोसंबी झाड मृत होणे अशा समस्यांबाबत सूक्ष्म अन्नद्रव्यांची कमतरता कारणीभूत असावी. केवळ सूक्ष्म अन्नद्रव्यांचा कमी वापर किंवा वापरच न करणे हे एक कारण यासाठी संशोधनानंतर सिद्ध झाले आहे, त्यामुळे अन्नद्रव्यांचा (खतांचा) वापर योग्य वेळी, योग्य प्रमाणात व योग्य पद्धतीने करणे महत्त्वाचे ठरते. म्हणूनच मोसंबी पिकांतील सूक्ष्म अन्नद्रव्यांच्या कमतरतेचा अभ्यास असणे आवश्यक आहे. आपल्या बागेमध्ये खालील प्रकारची लक्षणे दिसल्यास सूक्ष्म अन्नद्रव्यांच्या कमतरता आहेत, हे ओळखावे.

लोहाची कमतरता :

- लोहाची कमतरता सर्वप्रथम कोवळ्या पानांवर दिसून येते.
- पानांच्या शिरांमधील भाग पिवळा पडतो; मात्र शिरा हिरव्या राहतात, हे प्रमुख लक्षण आहे.
- लोहाची कमतरता असताना नत्र देऊनही पानांना हिरवा रंग येत नाही.
- कमतरता तीव्र असल्यास संपूर्ण शिरादेखील पिवळ्या पडतात व संपूर्ण पाने फिकट पिवळी होऊन गळून पडतात.
- पीक नियमित फुलोऱ्यात येत नाही, फळांचा आकार लहान राहतो, नवीन फांद्या वेड्यावाकड्या येतात.

जस्ताची कमतरता :

- झिंक / जस्ताच्या कमतरतेमुळे पाने लहान राहून अरुंद व निमुळती होतात.
- शेंड्यांची वाढ मर्यादित होऊन पर्णगुच्छात रूपांतर होते.
- पानांत हरितद्रव्याचा अभाव दिसतो.
- जुन्या पानांचा शिरांमधील भाग पिवळा पडतो.
- पानाच्या पृष्ठभागावर साखर साचते, पाने ठिकठिकाणी जळतात, भरपूर प्रमाणात पानगळ होते. झाडाला फुलोरा कमी प्रमाणात येतो.
- फळांचा आकार लहान राहून फळे अपरिपक्व राहतात.
- जस्ताची कमतरता तीव्र असल्यास झाडांची वाढच थांबते.
- मोसंबी पीक फुलावर येण्यास व फळे पक्व होण्यास उशीर होतो.

मँगनीजची कमतरता :

- मँगनीजच्या कमतरतेमुळे नवीन पानांच्या शिरा हिरव्या राहून, शिरांमधील भाग पिवळा पडतो.

पान जाळीदार दिसते.

- पानांवर ठिकठिकाणी काळसर व तेलकट डाग दिसतात.
- कमतरता तीव्र असल्यास पानांवर करपल्याचे डाग दिसतात.
- फळांच्या रसामध्ये 'क' जीवनसत्त्व कमी प्रमाणात तयार होते.

कॉपरची कमतरता :

- तांबे या अन्नद्रव्याची कमतरता नवीन पानांत आढळते.
- प्रथम कोवळी पाने गडद हिरवी होतात व नंतर फिकट पिवळी होऊन गळून पडतात.
- पानांच्या टोकाकडून शिरांमधील भाग पिवळा होऊन, तो पानांच्या देठांकडे सरकत जातो.
- कमतरता तीव्र झाल्यास पाने देठाजवळ वाकतात, पिवळी होऊन दुमडतात व वाटुळी होतात.
- फुले न उमलताच फुलगळ होते.
- खोडांच्या सालीमधून डिंक बाहेर येतो.
- शेंड्यांची पाने गळतात आणि शेंड्यांकडील भाग वाळतो.
- बुरशीजन्य रोगांचा प्रादुर्भाव वाढतो.
- मोसंबी पिकांत पिथीयम, फायटोप्थेरा या बुरशींमुळे होणाऱ्या मूळकूज व पायकूज या रोगांमुळे झाडांचा ऱ्हास होतो. या बुरशींना प्रतिबंध करण्यासाठी झाडाला तांबे या अन्नद्रव्याचा पुरवठा अतिशय महत्त्वाचा आहे.

बोरॉनची कमतरता :

- बोरॉनच्या कमतरतेमुळे कोवळी मुळे व शेंडे सडतात.
- नवीन पालवी वाळून मुख्य शेंडा मरतो, त्यामुळे बगल डोळे फुटतात व आखूड कांड्यांच्या फांद्या फुटतात.
- पाने पिवळी होऊन जाड, रखरखीत व कडक होतात. पानांचा आकार बेढब होतो.
- खोडावर भेगा पडून ते ठिसूळ होते. फळांना भेगा पडतात.
- खोडाचा गाभा लाल होऊन खोड तडकते.
- परागी भवन व फलन यामध्ये अडचणी येऊन कच्ची फळे गळून पडतात.
- फळांची पक्वता होण्यापूर्वीच मोठ्या प्रमाणात गळ होते.
- फळांचा आकार लहान राहतो.
- फळांवर व फळात काळा डाग पडतो.
- फळाच्या रसामधील साखरेचे प्रमाण (गोडी) देखील कमी होते.

मोलाब्दची कमतरता :

- मोलाब्द कमतरतेची लक्षणे सर्वसाधारणपणे तळाकडील जुन्या व त्यांच्याशी लगतच्या वरील पानांवर आढळते.
- मोलाब्द कमतरतेला पिवळे ठिपके (यलो स्पॉट) रोग असेदेखील म्हणतात.
- विशेषतः मोलाब्दची कमतरता आम्लयुक्त जमिनीत जास्त प्रमाणात आढळते.
- मोसंबी पिकाची पाने पिवळी होऊन त्यावर तपकिरी ठिपके पडतात व पाने रंगीबेरंगी होतात.
- तीव्र कमतरता असल्यास पानांच्या कडा गुंडाळल्या जाऊन पाने वाळून जातात.
- पानांच्या खालील बाजूस गोलाकार फुगलेला फोड दाबल्यानंतर एक विशिष्ट प्रकारचा द्रव बाहेर येतो.
- झाडाला फुलोरा अतिशय कमी प्रमाणात येतो.
- मोलाब्द कमतरतेमुळे नत्राचीदेखील कमतरता मोसंबी पिकामध्ये दिसून येते.

मोसंबी बागेसाठी खत व्यवस्थापन :

मोसंबी बागेमध्ये मुख्य अन्नद्रव्य नत्र, स्फुरद, पालाश यांचा असंतुलित किंवा गरजेपेक्षा कमी-जास्त वापर बागेच्या ऱ्हासास कारणीभूत ठरत आहेत. बहर धरल्यानंतर खते दिल्याने मोसंबी झाडाला फूट होऊन फुलाफळांचा बहर येतो. मात्र अन्नद्रव्यांच्या अपुऱ्या पोषणाअभावी पानगळ, फूलगळ, गुंडीगळ व फळगळ या समस्या प्रकर्षाने जाणवत आहेत. त्यामुळे अन्नद्रव्यांचा (खतांचा) वापर योग्यवेळी, माती परीक्षणानुसार योग्य प्रमाणात व योग्य पद्धतीने करणे महत्त्वाचे ठरते. म्हणूनच मोसंबी बागेसाठी अन्नद्रव्य व्यवस्थापन खालीलप्रमाणे शिफारशीनुसारच करणे आवश्यक आहे.

मोसंबीसाठी मुख्य अन्नद्रव्यांची गरज :

- मोसंबी कलमांची लागवड केल्यानंतर

सर्वसाधारणपणे तीन ते चार आठवड्यांनंतर नव्या मुळांची जोमाने वाढ होण्यास सुरुवात होते. झाडांना नवी पालवी आल्यानंतरच खते देण्यास सुरुवात करावी.

- मोसंबीला वर्षातून तीन वेळेस जून-जुलै (मृग बहर) आणि जानेवारी-फेब्रुवारी (आंबे बहर) या कालावधीत पालवी येते. या वाढीला (तक्ता क्र. १ नुसार) मुख्य अन्नद्रव्यांची खते द्यावीत.
- दिलेल्या अन्नद्रव्यांची कार्यक्षमता वाढविण्यासाठी तीनही खते- नत्र, स्फुरद, पालाश यांचा वापर दोन वेळेस विभागून (जून व जानेवारी) केल्यास योग्य तो प्रतिसाद मिळतो.
- शक्यतोवर, सर्व रासायनिक खते ही सेंद्रिय खताबरोबर (गांडूळ खत, शेणखत, कंपोस्ट खत) द्यावीत. त्यामुळे खतांची उपलब्धता वाढून दीर्घकाळ अन्नद्रव्यांचा पुरवठा होतो. तसेच जमिनीचे आरोग्यदेखील

मोसंबी बागेसाठी सूक्ष्म अन्नद्रव्यांचे व्यवस्थापन :

मोसंबी फळझाडाचे वय चार वर्षांपेक्षा अधिक झाल्यानंतर खोडाच्या सालीमधून डिंक बाहेर येणे व नंतर डायबॅक सुरू होऊन मोसंबी झाडांचा ऱ्हास होण्याची समस्या मोठ्या प्रमाणात दिसून येते. या समस्यांबाबत जगभर संशोधन चालू आहे. या संशोधनामध्ये सूक्ष्म अन्नद्रव्यांचा कमी वापर किंवा वापरच न करणे हे एक कारण दिसून आले आहे.

मोसंबी झाडांच्या संतुलित पीक पोषणाअभावी झाडे कमजोर होऊन कीड व रोगांना बळी पडतात. त्यामुळे मोसंबी बागेमधील सूक्ष्म अन्नद्रव्यांच्या कमतरता ओळखून त्या दूर करण्याचा प्रयत्न करावा. खालील लक्षणांवरून मोसंबी बागेमधील सूक्ष्म

तक्ता क्र. १: मोसंबी पिकांसाठी मुख्य अन्नद्रव्यांचा वापर

झाडाचे वय	खते देण्याची वेळ	सेंद्रिय खत (गांडूळ/शेणखत, कंपोस्ट खत) कि.ग्रॅ./ झाड	रासायनिक अन्नद्रव्ये (ग्रॅम प्रति झाड)		
			नत्र	स्फुरद	पालाश
६ महिने	जानेवारी	५	५०	२५	२५
१ वर्ष	जून	५	५०	२५	२५
	जानेवारी	५	५०	२५	२५
२ वर्षे	जून	१०	१००	५०	५०
	जानेवारी	१०	१००	५०	५०
३ वर्षे	जून	१५	१५०	७५	७५
	जानेवारी	१५	१५०	७५	७५
४ वर्षे	जून	२०	३००	१५०	१५०
	जानेवारी	२०	३००	१५०	१५०
५-७ वर्षे	जून	२५	४००	२००	२००
	जानेवारी	२५	४००	२००	२००
८-१० वर्षे	जून	३०	५००	२५०	२५०
	जानेवारी	३०	५००	२५०	२५०
११ वर्षे व पुढे	जून	३०	६००	३००	३००
	जानेवारी	३०	६००	३००	३००

राज्य शासनप्रमाणित सूक्ष्म अन्नद्रव्ये मिश्रखते ग्रेड - २ चा वापर				
फळाची अवस्था	फवारण्याची वेळ		प्रमाण	मात्रा (ग्रेड-२) १० लिटर पाण्यात
	आंबे बहर	मृग बहर	प्रतिशत टक्के	
नवीन पालवीस	जानेवारी	जून	१	१०० ग्रॅम
फळे हरभऱ्याएवढी असताना	मार्च	ऑगस्ट	१	१०० ग्रॅम
फळे बोराएवढी असताना	मे	ऑक्टोबर	१	१०० ग्रॅम
फळे भरत असताना	ऑगस्ट	डिसेंबर	१	१०० ग्रॅम
फळे तोडण्याआधी	ऑक्टोबर	फेब्रुवारी	१	१०० ग्रॅम

राज्य शासनप्रमाणीत सूक्ष्म अन्नद्रव्ये मिश्रखते प्रतिशतमध्ये						
प्रमाण	जस्त	लोह	बोरॉन	तांबे	मंगल	मोलाब्द
ग्रेड-१	५	२	१	०.५	१	--
ग्रेड-२	३	२.५	०.५	१	१	०.१

अन्नद्रव्यांच्या कमतरता ओळखता येते.

- पानांवर पिवळे चट्टे दिसून येतात.
- झाडांवर पर्णगुच्छ तयार होतात व पाने लहान, अरुंद व निमुळती होतात.
- झाडांची पानगळ होते व फांदीवर पाने विरळ होतात.
- झाड फळधारणेला आल्यानंतर मोसंबीची पाने काही प्रमाणात पिवळी पडतात.
- मुख्य अन्नद्रव्य दिल्यानंतरदेखील झाडांना हिरवा रंग येत नाही.
- झाडांना फुलोरा कमी प्रमाणात येतो.
- फळांचा आकार अतिशय लहान राहतो व कच्ची फळे गळून पडतात.
- फळे जाड सालीची तयार होतात.
- फळे, फांद्या वेड्यावाकड्या आकाराची होतात.
- झाडाची साल, खोड, फळे, पाने तडकतात व खोडाच्या सालीतून डिंक बाहेर येतो.
- वरील लक्षणांमुळे झाडांची वाढ थांबते आणि वाढीवर व उत्पादनावर अनिष्ट परिणाम होतो.

उपाययोजना :

मोसंबीला वर्षातून तीन वेळेस नवीन पालवी येते. प्रत्येक वेळेस येणाऱ्या नवीन पालवीस सूक्ष्म अन्नद्रव्यांचा फवारणीद्वारे वापर केल्यास झाडाचे कार्यक्षम वयोमान वाढविण्यास मदत होते. तसेच काही प्रमाणात डायबॅकची संभावना टाळली जाते. सूक्ष्म अन्नद्रव्यांचा वापर हा माती परीक्षण अहवालानुसार किंवा खाली दिलेल्या प्रमाणानुसार जमिनीद्वारे व फवारणीद्वारे करावा.

सूक्ष्म अन्नद्रव्यांचा जमिनीद्वारे वापर :

- मोसंबी फळझाडाचे वय चार वर्षांवरील झाले असता, सूक्ष्म अन्नद्रव्याचा वापर करण्यासाठी, झिंक सल्फेट व फेरस सल्फेट प्रत्येकी २०० ग्रॅम, मोरचूद १०० ग्रॅम, मॅंगनीज सल्फेट २०० ग्रॅम, बोरॅक्स ५० ग्रॅम व सोडिअम किंवा अमोनिअम मॉलिब्डेट २० ग्रॅम प्रति झाड, प्रति वर्ष एकदा किंवा दोन वेळेस जून व जानेवारीमध्ये विभागणी करून जमिनीद्वारे द्यावे.

- महाराष्ट्र राज्य शासन प्रमाणित ग्रेड-१ चा वापर जमिनीद्वारे ४०० ग्रॅम प्रति झाड प्रतिवर्षी एकदा किंवा दोन वेळेस जून व जानेवारीमध्ये विभागणी करून करावा.

सूक्ष्म अन्नद्रव्यांचा फवारणीद्वारे वापर :

- प्रत्येक वेळेस येणाऱ्या नवीन पालवीस जस्त सल्फेट, मॅग्नेशिअम सल्फेट प्रत्येकी ०.५ टक्का, फेरस सल्फेट व कॉपर सल्फेट ०.३ टक्का व बोरॅक्स ०.२ टक्का एकत्रित स्वरूपात फवारणी करावी.
- महाराष्ट्र राज्य शासन प्रमाणित ग्रेड - २ चा वापर फवारणीसाठी पाच वेळेस १.० टक्का प्रमाणानुसार करावा.

२१

गहू पिकासाठी अन्नद्रव्य व्यवस्थापन

गहू पिकास नत्र, स्फूरद, पालाश या अन्नद्रव्यांशिवाय जस्त या सूक्ष्म अन्नद्रव्याचीही गरज असते. गव्हाच्या उत्पादनात वाढ होण्यासाठी जस्ताच्या वापराचे व्यवस्थापन उपयुक्त ठरते.

गहू उत्पादनवाढीसाठी जस्ताचा वापर :

गहू पिकास नत्र, स्फुरद व पालाश या अन्नद्रव्यांशिवाय जस्ताचीही गरज असते. सध्या महाराष्ट्रात बरेच शेतकरी गव्हाचे चांगले उत्पादन काढत आहेत; पण अजूनही गहू उत्पादनात वाढ करण्यास बराच वाव आहे. त्या दृष्टीने गहू पिकामध्ये जस्त या मूलद्रव्याचा वापर फायदेशीर ठरू शकतो.

राष्ट्रीय उत्पादनाच्या तुलनेत महाराष्ट्रात गव्हाचे सरासरी उत्पादन फारच कमी आहे. गहू उत्पादनवाढीच्या सूत्रांपैकी रासायनिक खतांचा योग्य वापर हे प्रमुख सूत्र आहे. अनेक ठिकाणच्या संशोधनांवरून असे आढळून आले आहे, की जस्ताच्या वापरामुळे गव्हाच्या उत्पादनात भरपूर वाढ होते.

- महाराष्ट्रात ३५.४ टक्के जमिनीत उपलब्ध जस्ताची कमतरता आहे. अधिक उत्पादन देणाऱ्या सुधारित व संकरित जातींना जास्त अन्नद्रव्यांची आवश्यकता असते. सध्या शेतकरी सेंद्रिय खतांपेक्षा रासायनिक खतांचा वापर करत आहेत.
- पंजाब, हरियाणा, उत्तर प्रदेश यासारख्या राज्यांत ज्या ठिकाणी सघन शेतीचा कार्यक्रम मोठ्या प्रमाणात चालू आहे, तेथे जस्ताची कमतरता आढळून आली आहे. नत्र, स्फुरद, पालाशच्या सोबतच जस्ताचा वापर केल्याने उत्पादनात वाढ होते असा अनुभव आहे. तेथील शेतकरी व शास्त्रज्ञ गव्हासाठी जस्त वापराचे महत्त्व नत्राखालोखाल गृहीत धरतात.
- तसेच, जस्तावरील अनेक संशोधनांवरून स्फुरद व जस्त यांमध्ये परस्पर विरुद्ध उपलब्धता दिसून आली आहे. स्फुरदीय खतांचा जास्त वापर जस्ताची उपलब्धता कमी करतो म्हणून जमिनीमध्ये स्फुरद व जस्ताचा समतोलपणा टिकवणेदेखील आवश्यक आहे.

वनस्पतीमध्ये जस्ताचे कार्य :

- गहू पिकात जस्ताचे एक आवश्यक व विशेष महत्त्वाचे स्थान आहे.
- वनस्पतीवाढीची नैसर्गिक अंतर्गत क्रिया नियंत्रित करणाऱ्या विकरांचा जस्त हा एक प्रमुख घटक आहे.
- जस्त वाढ प्रेरक हार्मोन्सना चालना देतो.
- जस्तामुळे न्युक्लिक ॲसिड तयार होण्याच्या प्रक्रियेस चालना मिळते.
- वनस्पती प्रजननसंबंधी कार्य घडते. प्रथिनांच्या निर्मितीस हातभार लागतो.
- बी/धान्य यांची पक्वता योग्य वेळी घडवून आणली जाते.

गहू पिकाचा जस्त वापरास प्रतिसाद :

- विविध राज्यांत घेतलेल्या प्रयोगांती असे सिद्ध झाले आहे, की जस्त वापरामुळे गव्हाचे हेक्टरी ३ ते १९.४ क्विंटल अधिक उत्पादन मिळते. भरपूर जलधारणा असलेल्या जमिनीत जेथे जस्त कमतरतेची लक्षणे आढळून येतात,

गहू पिकावर जस्त कमतरतेचे परिणाम

- जस्त कमतरतेमुळे गहू पिकात पाने लहान, अरुंद होतात.
- पानांत हरितद्रव्याचा अभाव दिसतो व खालच्या बाजूच्या पानांवरील हिरवा रंग नाहीसा होतो. पुढे हळू हळू त्याचे रूपांतर लहान ठिपक्यांत होते. हे रंगहीन लहान ठिपके कालांतराने मोठे होतात व संपूर्ण पानावर पसरतात. कधीकधी या रंगहीन ठिपक्यांच्या ठिकाणी मृतवत स्थिती निर्माण होते.
- याशिवाय गव्हाच्या खोडावरही त्याचा प्रभाव होऊन वाढ खुंटते. शेंड्याची वाढ मर्यादित होऊन पर्णगुच्छात रूपांतर होते.
- झाडाला फुलोरा कमी प्रमाणात येतो. पीक फुलावर येण्यास व बी/धान्य पक्व होण्यास उशीर होतो.

तेथे नत्र, स्फुरद व पालाशसोबत १२.५ कि.ग्रॅ. जस्त सल्फेट वापरल्याने अधिक उत्पादन मिळते.

- गुजरात राज्यातील संशोधनामध्ये, मूळ उपलब्ध जस्त ०.२५ ते ०.४७ दशलक्ष भाग (पीपीएम) प्रमाणात असलेल्या जमिनीत जस्तामुळे गहू उत्पादनात ४.८ ते २४ टक्के वाढ झाली.
- पंजाब कृषी विद्यापीठांतर्गत घेतलेल्या प्रयोगात जवळपास ३० जमिनींमध्ये जस्त वापरामुळे कमी, मध्यम आणि पुरेसे असा जमिनीतील मूळ उपलब्ध जस्ताचा साठा असलेल्या जमिनीत अनुक्रमे ४.७ ते ४०.७ टक्के, ४.० ते २९.६ टक्के आणि ३.१ ते १४.५ टक्के अधिक उत्पादन मिळाले.
- या संशोधनांच्या आधारे, सर्वसाधारणपणे असे अनुमान काढता येईल, की जमिनीत १ दशलक्ष भाग (पीपीएम) पेक्षा कमी उपलब्ध जस्त असल्यास, वरखत म्हणून जस्ताचा वापर केल्यास गहू पिकामध्ये चांगला प्रतिसाद मिळतो.
- नवीन सुधारित जातींना जस्ताची अधिक गरज आहे.

जस्ताचा जमिनीद्वारे वापर :

- जस्त सल्फेट हे अद्याप शेतीसाठी सर्वसाधारण खत म्हणून गणले जात नाही, बऱ्याच शेतकऱ्यांना त्याची माहितीही नाही. कारण ते बाजारात सुलभपणे व सहजपणे उपलब्ध नाही. जस्त सल्फेट हे एक महत्त्वाचे खत आहे.
- महाराष्ट्र राज्य शासनाच्या कृषी विभागामार्फत जस्त सल्फेट या खताचा अनुदानाद्वारे पुरवठा केला जातो. याबाबतही शेतकरी अनभिज्ञ आहेत.
- जस्ताची मात्रा जमिनीतून द्यावयाची झाल्यास जमिनीतील उपलब्ध साठ्यानुसार हेक्टरी १५ ते ४० कि.ग्रॅ. झिंक जस्त सल्फेटचा वापर करावा.
- जस्ताचे जमिनीतील चलनवलन मर्यादित असल्याने ते पिकाच्या मुळांना सुलभपणे मिळू शकेल अशा पद्धतीने जमिनीत मिसळून द्यावे.
- गहू पीक काढल्यानंतरदेखील जस्त सल्फेटचा शेष परिणाम पुढील पिकावर चांगल्या स्वरूपात दिसून येतो, त्यामुळे लगेच पुढच्या पिकास जस्त वापरण्याची गरज भासत नाही.

गहू पिकामध्ये जस्ताची कमतरता तयार होताना दिसत आहे.

जस्त फवारणीद्वारे देण्याची पद्धत :

- उभ्या पिकात जस्त कमतरतेची लक्षणे आढळून आल्यास, जस्त सल्फेटचा द्रावणाच्या स्वरूपात वापर करून पिकाच्या पानांवर फवारून देणे लाभदायक ठरते.
- साधारणपणे एक हेक्टरच्या फवारणीसाठी ०.५ टक्के जस्त सल्फेट व ०.२५ टक्के चुन्याच्या भुकटीचे द्रावण फवारावे. म्हणजेच ५ कि.ग्रॅ. जस्त सल्फेट, २.५ कि.ग्रॅ. चुन्याबरोबर १००० लिटर पाण्यात मिसळून फवारणी करावी. यासाठी १० ते १५ लिटर पाणी एका बादलीत घेऊन त्यात २.५ कि.ग्रॅ. भाजलेल्या चुन्याची वस्त्रगाळ भुकटी टाकावी. ड्रममध्ये सुमारे १००० लिटर पाण्यात ५ कि.ग्रॅ. जस्त सल्फेटची भुकटी टाकावी. ड्रममध्ये वस्त्राने गाळून एकजीव चुन्याची निवळी हळूहळू ओतावी. चुन्याची निवळी ड्रममध्ये ओतत असताना ड्रममधील द्रावण एकजीव होण्यासाठी अधून मधून ढवळत राहावे. हे एकजीव द्रावण गहू पिकावर फवारणीकरिता वापरावे. अशा दोन फवारण्या करणे आवश्यक आहे.
- अशा रीतीने दोन्हीपैकी एका पद्धतीने गहू पिकासाठी जस्ताचा वापर केल्यास उत्पादनात लक्षणीय वाढ होऊ शकते.

गहू उत्पादनवाढीसाठी अन्नद्रव्यांची गरज :

उत्पादनवाढीचे उद्दिष्ट डोळ्यांसमोर ठेवून प्रतिटन उत्पादनाकरिता योग्य अन्नद्रव्यांचा पुरवठा करावा.

सूक्ष्म अन्नद्रव्य मिश्र खतांचा वापर :

- माती परीक्षण करून जमिनीचे गुणधर्म आणि जमिनीत असलेल्या अन्नद्रव्यांच्या कमतरता यांच्यानुसारच नवीन सूक्ष्म अन्नद्रव्य मिश्र खतांच्या ग्रेडचा वापर करावा.
- सूक्ष्म अन्नद्रव्य मिश्र खताच्या ग्रेड -१ चा वापर जमिनीद्वारा २० ते २५ कि.ग्रॅ. प्रतिहेक्टर या प्रमाणात करावा. तर सूक्ष्म अन्नद्रव्य मिश्र खताच्या ग्रेड -२ चा वापर फवारणीद्वारा पिकाच्या वाढीच्या संवेदनशील अवस्थेत २ ते ३ वेळा फवारणीद्वारा ०.५ ते १ टक्के (५०० ते १००० ग्रॅम प्रति १०० लिटर पाण्यात) या प्रमाणात करावा.

कमतरतेची लक्षणे

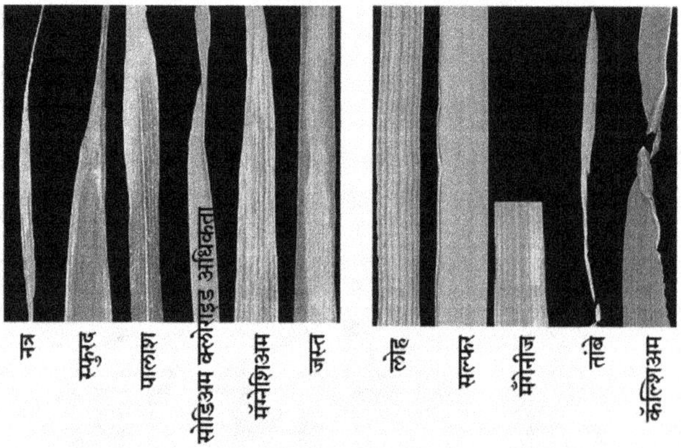

१ टन गहू उत्पादनाकरिता मुख्य व दुय्यम अन्नद्रव्यांची आवश्यकता						
अन्नद्रव्ये	नत्र	स्फुरद	पालाश	गंधक	कॅल्शिअम	मॅग्नेशिअम
गहू	२५	३.९	२७.५	४.७	५.३	४.७

१ टन गहू धान्योत्पादनासाठी सूक्ष्म अन्नद्रव्यांची आवश्यकता						
अन्नद्रव्ये	जस्त	लोह	मंगल	तांबे	बोरॉन	मोलाब्द
गहू	५६	६२४	७०	२४	४८	२

गहू पिकासाठी जमिनीद्वारा रासायनिक खताचे हेक्टरी व्यवस्थापन		
नत्र १०० कि.ग्रॅ.	अमोनियम सल्फेट, युरिया	५०० कि.ग्रॅ/हेक्टर किंवा २१७ कि.ग्रॅ.
स्फुरद ५० कि.ग्रॅ.	सिंगल सुपर फॉस्फेट / डी.ए.पी.	३१२ कि.ग्रॅ./हेक्टर किंवा १०८ कि.ग्रॅ./हेक्टर
पालाश ५० कि.ग्रॅ.	पोटॅशियम सल्फेट मुरेट ऑफ पोटॅश	१०० किवो किंवा ८५ कि.ग्रॅ.
गंधक	गंधक	२५ कि.ग्रॅ./हेक्टर
जस्त	झिंक सल्फेट	२० ते २५ कि.ग्रॅ./ हेक्टर
बोरॉन	बोरॅक्स	५ कि.गॅ./हेक्टर

●●

३०

भुईमूग पिकासाठी अन्नद्रव्ये व्यवस्थापन

भुईमुगाच्या उत्पादनवाढीसाठी नत्र, स्फुरद आणि पालाश या मुख्य अन्नद्रव्यांसोबतच गंधक, कॅल्शिअम यांची आवश्यकता असते. माती परीक्षणानुसार कमतरतांचा विचार करून सूक्ष्म अन्नद्रव्यांचे नियोजन करावे.

भुईमूग हे रब्बी व उन्हाळ्यात घेतले जाणारे मुख्य पीक आहे. भुईमूग हे पीक वालुकामय व पोयटायुक्त, पाण्याचा योग्य निचरा होणाऱ्या जमिनीत चांगले उत्पन्न देते. तांबड्या जमिनीत लोहाचा चांगला पुरवठा होत असल्यामुळे, तांबड्या व निचरा होणाऱ्या जमिनीतही याचे उत्पादन चांगले होते. पोषणतत्त्वांची उपलब्धता होण्यासाठी विविध घटक परिणाम करत असतात. उदा. जमिनीचा सामू, तापमान, पाण्याचे प्रमाण, पीक पद्धती, मुख्य व सूक्ष्म अन्नद्रव्यांचा पुरवठा करणाऱ्या खनिजांचे जमिनीतील प्रमाण, सेंद्रिय घटकांचे प्रमाण इत्यादी. जमिनीचा सामू ६ पेक्षा कमी व ८ पेक्षा जास्त असल्यास अशा जमिनी भुईमूग पिकासाठी उपयुक्त नसतात.

खत व्यवस्थापन :

पिकाला लागणाऱ्या पोषणतत्त्वांचे योग्य व्यवस्थापन केल्यास चांगले उत्पादन मिळते. एक हेक्टर जमिनीतून भुईमुगाचे एक क्विंटल उत्पादन होण्यासाठी पिकाकडून ११२ कि.ग्रॅ. नत्र, २७ कि.ग्रॅ. स्फुरद व ३४ कि.ग्रॅ. पालाश शोषले जाते.जास्त उत्पादन देणाऱ्या भुईमुगाच्या वाणाला पोषणतत्त्वांची गरज जास्त असते.

सेंद्रिय घटकांचा वापर :

- पीक पोषणात व जमिनीचे आरोग्य उत्तम राहण्यात सेंद्रिय खतांचा मुख्य वाटा आहे.
- एक टन शेणखतापासून ५ ते ६ कि.ग्रॅ. स्फुरद व ७ ते ८ कि.ग्रॅ. पालाश मिळते. तसेच लोह, मंगल, जस्त यांसारख्या इतर सूक्ष्म मूलद्रव्यांचाही पुरवठा होतो.

पेरणीच्या आधी ८ ते १० गाडी शेणखत प्रति एकरी मिसळल्यास पीक उत्पादन वाढण्यास मदत होते.

रासायनिक खतांचा वापर :

नत्रयुक्त खते : शेंगवर्गीय पीक असल्यामुळे भुईमुगास नत्राची मात्रा पेरणी अथवा लागवड करताना एकदाच २५ कि.ग्रॅ. प्रतिहेक्टरी या प्रमाणात द्यावी. त्यासाठी युरिया, अमोनिअम सल्फेट व कॅल्शिअम अमोनिअम नायट्रेट यापैकी भुईमूग पिकास अमोनिअम सल्फेटचा वापर फायदेशीर ठरतो. कारण, या खतामध्ये २४ टक्के गंधक असते. त्यामुळे तेल, प्रथिने, बियांचे वजन आणि उत्पादनात वाढ होण्यास मदत होते.

भुईमुगातील लोह कमतरतेची लक्षणे

स्फुरदयुक्त खते : स्फुरदामुळे भुईमूग पिकामध्ये शेंग धारणा, पिकाच्या मुळांची चांगली वाढ होणे, बीजविरहित शेंगांची संख्या कमी करणे आणि पिकाची पक्वता लवकर होण्यास मदत होते.

- भुईमूग पिकास स्फुरदाची संपूर्ण मात्रा म्हणजेच ५० कि.ग्रॅ. प्रतिहेक्टरी पेरतेवेळेस द्यावी. स्फुरद बियांच्या खालच्या बाजूस ५ ते १० सें.मी. पडेल याची दक्षता घेतल्यास पिकाच्या मुळांना स्फुरद सहज उपलब्ध होतो,स्फुरदाचे स्थिरीकरणही कमी होते.
- सिंगल सुपर फॉस्फेटमध्ये १६ टक्के स्फुरद, १९ ते २० टक्के कॅल्शिअम व १२ टक्के सल्फर असते. हे खत पाण्यात लवकर विरघळते व पिकांच्या मुळांना लवकर उपलब्ध होते. सिंगल सुपर फॉस्फेट व्यतिरिक्त डी.ए.पी. (१८:४६:०) इत्यादी खतांचा वापर करावा. डी.ए.पी.चा वापर मुख्यत्वेकरून पेरतेवेळी करावा.

भुईमूग पिकासाठी दुय्यम खते, सूक्ष्म अन्नद्रव्ये महत्त्वाची :

भुईमुगाच्या उत्पादनवाढीसाठी नत्र, स्फुरद आणि पालाश या मुख्य अन्नद्रव्यांसोबतच गंधक, कॅल्शिअम या दुय्यम अन्नद्रव्यासोबत सूक्ष्म अन्नद्रव्यांची गरज असते.

गंधक :

- भुईमूग पिकात रासायनिक प्रक्रियेमध्ये हरितलवके तयार होण्यासाठी जैविक चयापचय प्रक्रियेमध्ये तसेच प्रथिने तयार होण्याच्या प्रक्रियेत गंधकाची गरज असते.

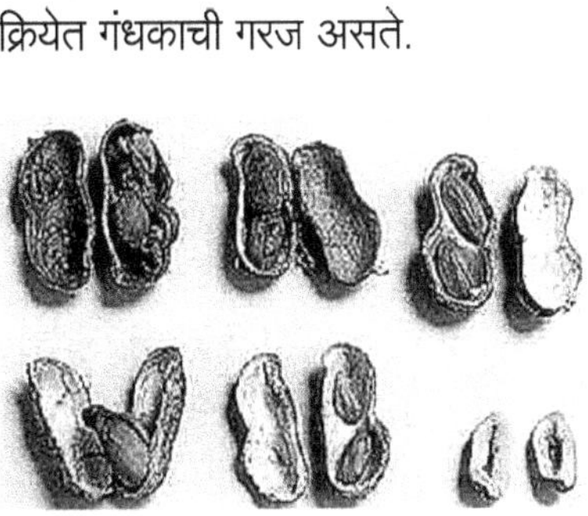

भुईमुगातील बोरॉन कमतरतेची लक्षणे

पालाशयुक्त खते

भुईमूग पिकास पालाशची गरज जास्त असते. पिकास ३० कि.ग्रॅ. प्रतिहेक्टर पालाश देणे उपयुक्त ठरते. भुईमूग पिकास पालाशची संपूर्ण मात्रा पेरतेवेळी पोटॅशियम सल्फेट (५० टक्के पालाश) दिल्यास पिकास पालाशबरोबर गंधकाचाही पुरवठा केला जातो, त्यामुळे पिकास त्यांचा फायदा होतो. पोटॅशियम सल्फेट खत हलक्या ते मध्यम जमिनीत वापरल्यास याचा फायदा जास्त होतो, त्याचप्रमाणे जास्त चुना असणाऱ्या जमिनीतही पिकास गंधक सहज उपलब्ध होतो. म्युरेट ऑफ पोटॅशचा (६० टक्के पालाश)देखील वापर करता येतो.

- ज्या जमिनीत उपलब्ध गंधकाचे प्रमाण १० दशलक्ष भागापेक्षा कमी असते, अशा जमिनींना गंधक कमतरतेची मृदा म्हणतात व अशा जमिनीत गंधकाचा वापर केल्यास त्या जमिनी पिकास चांगला प्रतिसाद देतात.
- गंधकाच्या कमतरतेमुळे भुईमुगाची नवीन व मधल्या भागातील पाने पिवळी होतात व वाळतात. जास्त कमतरता असल्यास पाने कागदासारखी पातळ होतात, पिकांची वाढ कमी होते, शिरांच्या आतील भाग पिवळा पडतो. त्या वेळी २५० कि.ग्रॅ. जिप्सम प्रतिहेक्टरी दिल्यास भुईमुगाच्या उत्पादनासोबतच बियांमधील तेल व प्रथिनांचे शेकडा प्रमाण वाढलेले दिसून येते.

कॅल्शिअम :

- कॅल्शिअमची कमतरता असलेल्या जमिनीत शेंगा बीजविरहित येतात, पानांवर वरच्या व खालच्या बाजूस काळपट ठिपके दिसतात आणि उत्पादनात घट होते. त्यामुळे शेंग भरतेवेळी भुईमूग पिकास कॅल्शिअमची मात्रा देणे अगत्याचे ठरते.
- माती परीक्षणानुसार सामान्यतः २५० कि.ग्रॅ. जिप्सम प्रतिहेक्टरी जमिनीत टाकावे. जिप्सममध्ये २४ टक्के कॅल्शिअम व १८ टक्के गंधक असते.

भुईमूग पिकासाठी खत व्यवस्थापन			
पोषणतत्व मात्रा प्रतिहेक्टर	स्त्रोत	वापरण्याची पद्धत	पेरतेवेळेस प्रमाण/ प्रतिहेक्टर
नत्र २५ कि.ग्रॅ.	अमोनियम सल्फेट	किंवा जमिनीद्वारे	१२५ कि.ग्रॅ.
	युरिया	जमिनीद्वारे	५५ कि.ग्रॅ.
स्फुरद ५० कि.ग्रॅ.	सिंगल सुपर फॉस्फेट	किंवा जमिनीद्वारे	३१२ कि.ग्रॅ.
	डी.ए.पी.	जमिनीद्वारे	१०८ कि.ग्रॅ.
पालाश ३० कि.ग्रॅ.	पोटॅशियम सल्फेट	किंवा जमिनीद्वारे	६५ कि.ग्रॅ.
	मुरेट ऑफ पोटॅश	जमिनीद्वारे	५० कि.ग्रॅ.
गंधक	जिप्सम	जमिनीद्वारे	२५० कि.ग्रॅ.
जस्त	झिंक सल्फेट	जमिनीद्वारे	२०-२५ कि.ग्रॅ.
लोह	फेरस सल्फेट	जमिनीद्वारे	१५ कि.ग्रॅ. कि.
बोरॉन	बोरॅक्स	जमिनीद्वारे	५ कि.ग्रॅ.

- आऱ्या भरण्याच्या अवस्थेत व शेंगा भरतेवेळी भुईमूग पीक जमिनीतून कॅल्शिअमचे व गंधकाचे जास्त शोषण करते. बारीक भुकटी असलेले जिप्सम फुलधारणेच्या अवस्थेत झाडाच्या कडेने मातीत ५ सें.मी. दिल्यास भुईमूगाच्या उत्पादनात लक्षणीय वाढ होते.

जस्त :

- सेंद्रिय पदार्थांचे प्रमाण कमी, सामू अधिक व स्फुरदाचे प्रमाण जास्त असलेल्या जमिनीत जस्ताची कमतरता आढळते.
- जस्त हे भुईमूग पिकात नवीन पाने निर्मितीसाठी, शेंगा तयार होण्यासाठी, पानांमध्ये हरितलवके तयार होण्यासाठी, मुळावरील गाठींचे प्रमाण व त्यांचे वजन वाढण्यासाठी महत्त्वाचे आहे.
- जस्ताच्या कमतरतेमुळे पानांवर पिवळसरपणा यासारखी लक्षणे दिसतात, त्यामुळे २५ कि.ग्रॅ. जस्त सल्फेट प्रतिहेक्टरी जमिनीत टाकावे.

लोह :

- चुनखडीयुक्त जमिनी, ज्या जमिनीचा सामू जास्त आहे आणि मुक्त चुना जास्त असणाऱ्या जमिनीत लोहाची कमतरता आढळून येते.
- मुळांच्या गाठींत लेगहिमोग्लोबीन तयार होण्यासाठी लोहाची पिकास गरज असते, तसेच लोहामुळे गाठींचे प्रमाणही वाढते; परंतु लोह पिकास कमी पडल्यास नवीन पानांच्या शिरांमधील भाग सुरुवातीस पिवळा पडतो व नंतर पाने पांढरी दिसतात, मुळांची वाढ कमी होते.
- भुईमूग पिकास ०.५ ते १.० टक्के फेरस सल्फेट फवारणी केल्यास लोहाची कमतरता दूर होते.

बोरॉन :

- महाराष्ट्रातील जमिनीत बोरॉनची कमतरता (०.५ दशलक्ष भागपेक्षा कमी) दिसून येत आहे. बोरॉनच्या कमतरतेमुळे भुईमूग पिकात शेंगा भरत नाहीत व काळपट पदार्थ साठतो, त्यामुळे शेंगांची प्रत खराब होते, पानांच्या कडा करपतात.
- भुईमूग पिकात ५ कि.ग्रॅ. बोरॅक्स प्रतिहेक्टरी जमिनीत टाकल्यास उत्पादनात वाढ होते.

जैविक खतांचा वापर :

- रायझोबियम व स्फुरद विरघळवणाऱ्या जीवाणूंचा वापर भुईमुगाच्या बियांस पेरणीपूर्वी २५० ग्रॅ. प्रति १० कि.ग्रॅ. या प्रमाणात करावा, त्यामुळे भुईमूग उत्पादनात १५ ते २० टक्क्यांपर्यंत वाढ होते.

माती परीक्षणानुसार खतांचा वापर :

- माती परीक्षण अहवालानुसार शिफारशीप्रमाणे खतांचे व्यवस्थापन करावे.
- सेंद्रिय खते व रासायनिक खतांचा एकत्रित वापर केल्यास जमिनीच्या भौतिक गुणधर्मांवर व रासायनिक खतांद्वारे दिल्या जाणाऱ्या पोषणतत्त्वांच्या उपलब्धतेवर अनुकूल परिणाम होतो.

●●

३१

विविध पिकांसाठी सूक्ष्म अन्नद्रव्ये

सूक्ष्म अन्नद्रव्यांचा वापर न केल्याने होणारे दुष्परिणाम तात्काळ दृश्य स्वरूपात दिसत नाहीत, मात्र त्यांची कमतरता खूपच नुकसानकारक ठरू शकते, म्हणूनच सूक्ष्म अन्नद्रव्ये पुरवताना पिकाला अचूकपणे आवश्यक तेवढी पोषणद्रव्ये समतोल प्रमाणात पुरवली पाहिजेत.

सर्वच पिकांना मुख्य, दुय्यम व सूक्ष्म अन्नद्रव्यांची गरज असते. या अन्नद्रव्यांचे वर्गीकरण हे सर्वसाधारणपणे पिकांच्या गरजेनुसार मुख्य, दुय्यम व सूक्ष्म अन्नद्रव्ये या प्रकारात करण्यात आले आहे. याचाच अर्थ असा, की मुख्य व दुय्यम अन्नद्रव्यांच्या तुलनेत सूक्ष्म अन्नद्रव्यांची गरज ही अत्यल्प प्रमाणात व सूक्ष्म स्वरूपात असते.

तक्ता क्र. १ मध्ये दिल्याप्रमाणे, विविध पिकांना एक टन (१००० कि.ग्रॅ. किंवा १० क्विंटल) धान्योत्पादनासाठी खालीलप्रमाणे सूक्ष्म अन्नद्रव्यांचे जमिनीद्वारे शोषण करणे आवश्यक असते; तसेच त्या प्रमाणात उत्पादन होऊ शकते.

सूक्ष्म अन्नद्रव्यांच्या शोषणाबाबतच्या तक्त्यावरून असे लक्षात येते, की तृणधान्य पिकांत धान पिकाच्या १ टन किंवा १० क्विंटल उत्पादनासाठी मुख्य व दुय्यम अन्नद्रव्यांसोबतच जस्त ४० ग्रॅम, लोह १५३ ग्रॅम, मंगल ६७५ ग्रॅम, तांबे १८ ग्रॅम, बोरॉन १५ ग्रॅम व मोलाब्द २ ग्रॅम इतक्या प्रमाणात सूक्ष्म अन्नद्रव्यांचे शोषण केले जाते. अशाच प्रकारे इतर पिकांची सूक्ष्म अन्नद्रव्यांची गरज तक्ता क्र. १ मध्ये नमूद केली आहे. सूक्ष्म अन्नद्रव्यांच्या गरजेची तुलना इतर अन्नद्रव्यांसोबत अधिक स्पष्ट होण्यासाठी तक्ता क्र. २ मध्ये विविध पिकांद्वारे मुख्य व दुय्यम अन्नद्रव्यांचे होणारे शोषण नमूद केले आहे.

तक्ता क्र. २ वरून असे निदर्शनास येते, की धान पिकाच्या १ टन उत्पादनाकरिता सूक्ष्म अन्नद्रव्यांशिवाय २० कि.ग्रॅ. नत्र, ४.८ कि.ग्रॅ. स्फुरद, २५ कि.ग्रॅ. पालाश, ३ कि.ग्रॅ. गंधक, ७ कि.ग्रॅ. कॅल्शिअम आणि ३ कि.ग्रॅ. मॅग्नेशिअमची आवश्यकता आहे. अशाच प्रकारे इतर पिकांची मुख्य व दुय्यम अन्नद्रव्यांची गरज तक्ता क्र. २ मध्ये नमूद केली आहे.

सूक्ष्म अन्नद्रव्यांच्या कमतरतेस पिकांची संवेदनशीलता :

पीक पोषणातील प्रत्येक अन्नद्रव्याचे कार्य हे विशिष्ट प्रकारचे असते. म्हणजेच एखादे अन्नद्रव्य हे दुसऱ्या अन्नद्रव्याची जागा घेऊ शकत नाही. पिकांची सूक्ष्म अन्नद्रव्यांची गरज वेगवेगळी असते. म्हणूनच विविध प्रकारची पिके वेगवेगळ्या सूक्ष्म अन्नद्रव्यांच्या कमतरतेसाठी संवेदनशील असतात. या संवेदनशील पिकांविषयी जाणून घेऊ या.

सूक्ष्म अन्नद्रव्यांचा वापर न केल्याने होणारे दुष्परिणाम ताबडतोब दृश्य स्वरूपात दिसत नाहीत; मात्र त्यांची कमतरता खूपच नुकसानकारक ठरू शकते. पिकांस अन्नद्रव्ये पुरवताना कोणतेही अन्नद्रव्य प्रमाणापेक्षा कमी अथवा जास्त प्रमाणात न पुरवता पिकाला अचूकपणे आवश्यक तेवढी पोषणद्रव्ये समतोल प्रमाणात पुरवावीत.

तक्ता क्र. १ : विविध पिकांद्वारे एक टन उत्पादनासाठी होणारे सूक्ष्म अन्नद्रव्यांचे शोषण (ग्रॅम प्रति टन उत्पादन)						
अन्नद्रव्ये	जस्त	लोह	मंगल	तांबे	बोरॉन	मोलाब्द
तृणधान्ये						
धान/भात/साळ	४०	१५३	६७५	१८	१५	२
गहू	५६	६२४	७०	२४	४८	२
मका	१३०	१२००	३२०	१३०	--	--
ज्वारी	७२	७२०	५४	६	५४	२
बाजरी	४०	१७०	२०	८	--	--
कडधान्ये						
हरभरा	३८	८६८	७०	११	--	--
तूर	३२	१२००	१०७	२६	--	--
गळीत धान्ये						
भुईमूग	१०९	२२८४	९३	३६	--	--
मोहरी	१००	११२३	९५	१७	--	--
सोयाबीन	७७	३४६	८३	३०	--	--

तक्ता क्र. २ : विविध पिकांद्वारे होणारे मुख्य व दुय्यम अन्नद्रव्यांचे शोषण (कि.ग्रॅ. अन्नद्रव्य प्रति टन उत्पादन)						
अन्नद्रव्ये	नत्र	स्फुरद	पालाश	गंधक	कॅल्शिअम	मॅग्नेशिअम
तृणधान्ये						
धान/भात/साळ	२०	४.८	२५.०	३	७	३
गहू	२५	३.९	२७.५	४.७	५.३	४.७
मका	२९.९	५.९	२७.३	--	--	--
ज्वारी	१६.४	३.३	२१.२	--	--	--
बाजरी	३१.८	७.६	५१.१	--	--	--
कडधान्ये						
हरभरा	६०.७	४.०	३२.७	८.७	१८.७	७.३
तूर	७०.८	६.६	१३.३	७.५	१९.२	१२.५
गळीत धान्ये						
भुईमूग	५८.१	८.५	२५.१	७.९	२०.५	१३.३
मोहरी	३२.८	७.१	३४.८	१७.३	४२.०	८.७
सोयाबीन	७०.७	१३.४	४८.०	६.७	१४.०	७.६

सूक्ष्म अन्नद्रव्यांच्या कमतरतेस संवेदनशील पिके	
अन्नद्रव्ये	संवेदनशील पिके
लोह	तृणधान्ये, टोमॅटो, लिंबूवर्गीय व इतर फळझाडे.
मंगल	ऊस, भात, मुळा, कांदा, बटाटा, सोयाबीन व लिंबूवर्गीय झाडे.
जस्त	तृणधान्ये, कापूस, सोयाबीन व लिंबूवर्गीय झाडे.
तांबे	लिंबूवर्गीय व इतर फळझाडे, कांदा व लसूण, गाजर.
बोरॉन	बटाटे, सूर्यफूल, गाजर, मोहरी, हरभरा, द्राक्षे, कापूस, भाजीपालावर्गीय पिके, लिंबूवर्गीय व इतर फळझाडे.
मोलाब्द	मोहरी, कडधान्ये, भाजीपालावर्गीय पिके.

एकापेक्षा अधिक सूक्ष्म अन्नद्रव्यांच्या कमतरतेस संवेदनशील पिके	
अन्नद्रव्ये	कमतरतेस बळी पडणारी पिके
लोह, मंगल, जस्त	गहू, सोयाबीन, ज्वारी
बोरॉन, लोह, मंगल, जस्त, तांबे	लिंबूवर्गीय फळझाडे, द्राक्षे
बोरॉन, लोह	भुईमूग
जस्त व बोरॉन	पेरू, द्राक्षे, आंबा

दर्जेदार उत्पादनासाठी सूक्ष्म अन्नद्रव्याचे महत्त्व :

लोह :

- हे अन्नद्रव्य पिकांना हरितद्रव्य तयार करण्यास मदत करते.
- लोहाच्या योग्य पुरवठ्याने पिके इतर अन्नद्रव्ये भरपूर प्रमाणात शोषून घेऊ शकतात.
- लोह बऱ्याच एन्झाइम्सचे प्रेरक आहे.

लोहाची कमतरता :

१. सर्वप्रथम कोवळ्या पानांवर दिसून येते. पानांच्या शिरांमधील भाग पिवळा पडतो, मात्र शिरा हिरव्या राहतात, हे प्रमुख लक्षण आहे.

२. लोहाची कमतरता असताना नत्र देऊनही पानांना हिरवा रंग येत नाही. पाने खोलगट होतात.

३. कमतरता तीव्र असल्यास संपूर्ण शिरादेखील पिवळ्या पडतात व संपूर्ण पाने फिकट पिवळी व पांढरी होऊन गळून पडतात.

४. पीक नियमित फुलोऱ्यात येत नाही. फळांचा आकार लहान होतो. नवीन फांद्या वाकड्या होतात.

जस्त :

- पीक पोषण संजीवके तयार करणे.
- प्रथिनांच्या निर्मितीस हातभार लावणे.
- बी/धान्य पक्वता व निर्मिती करणे.

जस्ताच्या कमतरता :

१. कमतरतेमुळे पाने लहान, अरुंद व निमुळती होतात. शेंड्याची वाढ मर्यादित होऊन पर्णगुच्छात रूपांतर होते.

२. पानांत हरितद्रव्याचा अभाव दिसतो. जुन्या पानांच्या शिरांमधील भाग पिवळा पडतो. पानांच्या पृष्ठभागावर साखर साचते, पाने ठिकठिकाणी जळतात व भरपूर प्रमाणात पानगळ होते.

३. झाडाला फुलोरा कमी प्रमाणात येतो. जस्ताच्या कमतरतेमुळे फळांचा आकार लहान होतो व फळे अपरिपक्व राहतात.

४. कमतरता तीव्र असल्यास झाडाची वाढ थांबते. पीक फुलांवर येण्यास व फळ पक्व होण्यास उशीर होतो.

जमिनीचे गुणधर्म व सूक्ष्म अन्नद्रव्यांची कमतरता	
सूक्ष्म अन्नद्रव्ये	कमतरतेस कारणीभूत ठरणारे गुणधर्म
बोरॉन	शुष्क व साधारण शुष्क विभागातील जमिनी
	हलक्या, बरड, वाळूसर, डोंगराळ व धूप झालेल्या जमिनी
	सेंद्रिय पदार्थ कमी असणाऱ्या जमिनी
	जेथे सतत बटाटा, भुईमूग आणि ऊस ही पिके घेतली जातात
जस्त	विम्लधर्मी व चुनखडीयुक्त जमिनी
	ज्या जमिनीत पाण्याचा निचरा चांगला होत नाही
	स्फुरदाचे प्रमाण जास्त आहे अशा जमिनी
	जेथे ज्वारी, मका, सोयाबीन व गहू ही पिके सतत घेतली जातात
लोह	विम्लधर्मी व चुनखडीयुक्त जमिनी,
	हलक्या जमिनी घट्ट जमिनी व
	सेंद्रिय पदार्थ कमी असलेल्या जमिनी
मंगल	शुष्क विभागातील विम्लधर्मीय व चुनखडीयुक्त जमिनी
	हलक्या वाळूसर व जास्त निचऱ्याच्या जमिनी
तांबे	सेंद्रिय पदार्थ कमी व चुनखडीचे प्रमाण जास्त असणाऱ्या जमिनी
	अल्कधर्मी जमिनीत तांबे कमी प्रमाणात असते
मोलाब्द	आम्लधर्मी जमिनीत मोलाब्द कमी आढळते
	उपलब्ध मोलाब्दचे प्रमाण जमिनीच्या सामूसोबत वाढत जाते

●●

३२

रब्बी पिकांसाठी अन्नद्रव्ये व्यवस्थापन

पिकांच्या उत्पादनासाठी जमिनीतून अन्नद्रव्यांची उचल होत असताना योग्य खते आणि अन्नद्रव्यांची समतोलता साधण्याच्या योग्य नियोजनास अन्नद्रव्यांचे व्यवस्थापन असे म्हणता येईल.

खताची कार्यक्षमता वाढवण्यासाठी सेंद्रिय, जैविक खतांचा रासायनिक खतासोबत योग्य प्रमाणात वापर करण्याची आवश्यकता असते.

जमिनीचे प्रकार, त्यांची सुपीकता, उपलब्ध अन्नद्रव्यांचे जमिनीतील प्रमाण, हवामान, ओलित आणि जिरायती पीक पद्धती, पिकांचे प्रकार, त्यांच्या जाती आणि त्यांना लागणारे अन्नद्रव्यांचे प्रमाण या बाबींवर पिकांना घ्यावयाची खताची मात्रा अवलंबून असते. पिकांच्या उत्पादनासाठी जमिनीतून अन्नद्रव्यांची उचल होत असताना योग्य खते आणि अन्नद्रव्यांची समतोलता साधण्याच्या योग्य नियोजनास 'अन्नद्रव्यांचे व्यवस्थापन' असे म्हणता येईल. सेंद्रिय, जैविक आणि रासायनिक खतांचा एकत्रित वापर करणे म्हणजे 'एकात्मिक अन्नद्रव्य व्यवस्थापन' होय. पिकांच्या व जमिनींच्या आरोग्यासाठी असे व्यवस्थापन आवश्यक आहे.

सेंद्रिय खते (शेणखत किंवा कंपोस्ट) :

उष्ण कटिबंधीय हवामान पट्ट्यामध्ये उष्ण आणि कोरड्या हवामानातील जमिनीमध्ये सेंद्रिय कर्बाचे प्रमाण कमी असते म्हणून जिरायती किंवा ओलित पिकांसाठी शेणखत मशागतीच्या वेळी जमिनीतून उपलब्ध करून द्यावे.

- रब्बी ज्वारी आणि गहू बागायती पद्धतीने घेताना सुमारे ८ ते १० टन चांगले कुजलेले शेणखत किंवा कंपोस्ट खत समप्रमाणात मिसळून द्यावे.
- करडई व सूर्यफूल पिकासाठी सेंद्रिय खताची मात्रा ३ ते ५ टन नांगरटी वेळी जमिनीतून द्यावी.
- जवस, मोहरी, हरभरा आणि वाटाणा पिकासाठी उपलब्धतेनुसार नांगरटीच्या वेळी जमिनीतून शेणखत किंवा कंपोस्ट उपलब्ध करून द्यावे.

जैविक किंवा जीवाणू खते :

- ज्वारी व गहू ही तृणधान्य वर्गीय पिके असून, वातावरणातील मुक्त नत्राचे स्थिरीकरण असहयोगी पद्धतीने करण्यासाठी ॲझेटोबॅक्टर या सूक्ष्म जीवाणूंची बीज प्रक्रिया करणे आवश्यक असते. यासाठी दहा कि.ग्रॅ. बियाणास २५० ग्रॅम जीवाणू खताचा वापर करावा.
- कडधान्य पिकांसाठी (हरभरा आणि वाटाणा) रायझोबियम सूक्ष्म जीवाणूयुक्त जैविक खताची बीजप्रक्रिया उपयुक्त ठरते.
- तृणधान्य, कडधान्य आणि तेलबियांची स्फुरदाची गरज भागवण्यासाठी स्फुरद विद्राव्य जीवाणू खताची बीजप्रक्रिया करावी.
- या दोन्ही प्रकारच्या जीवाणू खतांचा वापर केल्यास पिकांना अधिक प्रमाणात नत्र आणि स्फुरद उपलब्ध होतो.

रासायनिक खते : रासायनिक खतामध्ये प्रमुख अन्नद्रव्ये ही नत्र, स्फुरद व पालाश ही आहेत. त्यांचा वापर सेंद्रिय खतासोबत केल्यास रासायनिक खतांची कार्यक्षमता वाढते.

- **जिरायती ज्वारी आणि गहू** : नत्र, स्फुरद आणि पालाशची मात्रा हेक्टरी ४० : ४० : २० म्हणजेच ८६ कि.ग्रॅ. युरिया, १२५ कि.ग्रॅ. सिंगल सुपर फॉस्फेट आणि ३३ कि.ग्रॅ. म्युरेट ऑफ

पोटॅश प्रतिहेक्टरी पेरणीच्या वेळी द्यावी.

- **बागायती रब्बी ज्वारी** : नत्र, स्फुरद आणि पालाशची मात्रा हेक्टरी ८० : ४० : ४० द्यावी लागते. पेरणीच्या वेळी हेक्टरी १२५ कि.ग्रॅ. सिंगल सुपर फॉस्फेट आणि ६७ कि.ग्रॅ. पोटॅशिअम क्लोराईड आणि नत्राची अर्धी मात्रा ८७ कि.ग्रॅ. प्रतिहेक्टरी जमिनीतून द्यावी. नत्राची उर्वरित ८७ कि.ग्रॅ. प्रतिहेक्टरी मात्रा सुमारे २१ ते २५ दिवसांनी संकरित ज्वारीची मुकूटमुळे फुटण्याच्या अवस्थेत द्यावी.
- **बागायती गहू** : रासायनिक खतांची मात्रा हेक्टरी १०० : ५० : ५० शिफारसीत अशी आहे. त्यातील नत्राची अर्धी मात्रा (१०८ कि.ग्रॅ. युरिया, ३१२ कि.ग्रॅ. सिंगल सुपर फॉस्फेट आणि ८३ कि.ग्रॅ. पोटॅशिअम क्लोराईड) पेरणीच्या वेळी जमिनीत मिसळून द्यावी. उर्वरित नत्र (१०८ कि.ग्रॅ. युरिया) २१ दिवसांनी मुकूटमुळे फुटण्याच्या अवस्थेत गहू पिकांच्या ओळीमधून द्यावा.
- **करडई आणि रब्बी सूर्यफूल** : नत्र, स्फुरद आणि पालाशची मात्रा करडईसाठी हेक्टरी ६० : ३० : ३० व सूर्यफूलासाठी हेक्टरी ६० : ४०: ३० अशी शिफारसीत आहे. करडईसाठी १३१ कि.ग्रॅ. युरिया, १८७ कि.ग्रॅ. कि.ग्रॅ. सिंगल सुपर फॉस्फेट आणि ५० कि.ग्रॅ. पोटॅशिअम क्लोराईड पेरणीच्या वेळीच जमिनीतून मिसळून द्यावे. मात्र रब्बी सूर्यफुलासाठी नत्राची अर्धी मात्रा (६५ कि.ग्रॅ. युरिया) पेरणीच्या वेळी व उर्वरित अर्धी मात्रा ३० दिवसांनी ओळीतून द्यावी. स्फुरद व पालाशची पूर्ण मात्रा (१८७ कि.ग्रॅ. सिंगल सुपर फॉस्फेट आणि ५० कि.ग्रॅ. पोटॅशिअम क्लोराईड) प्रतिहेक्टरी पेरणीच्या वेळीच जमिनीतून द्यावी.
- **जवस आणि मोहरी** : या तेलबिया पिकांना अनुक्रमे २५ : २५ : ० आणि ५० : २५ : ० अशा हेक्टरी मात्रा द्याव्या लागतात. त्यासाठी जवस पिकास ५४ कि.ग्रॅ. युरिया आणि १५६ कि.ग्रॅ. सिंगल सुपर फॉस्फेट पेरणीच्या वेळी जमिनीतून मिसळून द्यावे, तसेच मोहरीच्या पिकास १०९ कि.ग्रॅ. युरिया आणि १५६ कि.ग्रॅ. सिंगल सुपर फॉस्फेट पेरणीच्या वेळी जमिनीतून दिले पाहिजे.
- **हरभरा आणि वाटाणा** : या पिकांसाठी २५ :५० :० अशी हेक्टरी रासायनिक खतांची मात्रा आवश्यक असते. ५४ कि.ग्रॅ. युरिया आणि ३१२ कि.ग्रॅ.ग्रॅम सिंगल सुपर फॉस्फेट ही खते पेरणीच्या वेळी जमिनीतून मिसळून द्यावीत.

रब्बी पिकांसाठी एकात्मिक अन्नद्रव्य व्यवस्थापन

पीक	सेंद्रिय खत (शेणखत/ कंपोस्ट) प्रतिहेक्टरी	जैविक खत २५० ग्रॅम प्रति १० कि.ग्रॅ. बियाणास	रासायनिक खते (कि.ग्रॅ. प्रतिहेक्टरी)*		
			प्रमुख न.स्फु.पा.	दुय्यम गंधक	सूक्ष्म
जिरायती ज्वारी	३ ते ५	अझॅटोबॅक्टर	४०:४०:२०	----	----
जिरायती गहू	३ ते ५	आणि पीएसबी	४०:४०:२०	----	----
बागायती ज्वारी	८ ते १०		८०:४०:४०	२० कि.	२० कि.ग्रॅ. झिंक सल्फेट
बागायती गहू	८ ते १०		८०:४०:४०	२० कि.	२०कि.ग्रॅ.झिंक सल्फेट
करडई	३ ते ५	अझॅटोबॅक्टर	६०:३०:३०	२० कि.	२० कि.ग्रॅ.झिंक सल्फेट
सूर्यफूल	८ ते १०	आणि पीएसबी	६०:४०:३०	२० कि.	५ कि.ग्रॅ. बोरॅक्स
मोहरी	३ ते ५		५०:२५:००	२० कि.	५ कि.ग्रॅ. बोरॅक्स
जवस	३ ते ५		२५:२५:००	२० कि.	----
हरभरा	३ ते ५	रायझोबीयम	२५:५०:००	२० कि.	२० कि.ग्रॅ. झिंक सल्फेट
वाटाणा	३ ते ५	आणि पीएसबी	२५:५०:००	२० कि.	५ कि. बोरॅक्स

●●

३३

कडधान्य पिकांसाठी अन्नद्रव्ये व्यवस्थापन

पिके जमिनीतून अन्नद्रव्ये शोषण करतात, म्हणूनच जमिनीची सुपीकता टिकवणे आवश्यक आहे. सेंद्रिय खतांमुळे जमिनीचा कस व जलधारण शक्ती वाढून अन्नद्रव्यांचा उपलब्ध स्वरूपात योग्य प्रमाणात पुरवठा होतो, जमीन भुसभुशीत होते व हवा खेळती राहते; तसेच उपयुक्त सूक्ष्म जीवाणूंची वाढ होण्यास मदत होते.

कडधान्य पिकांसाठी संतुलित खतमात्रा :

तूर, मूग, उडीद या पिकांकरिता मध्यम व भारी प्रतीची, पाण्याचा निचरा होणारी व जमिनीचा सामू ६.५ ते ७.५ पर्यंत असणारी जमीन पिकाच्या वाढीस अतिशय उत्तम असते. एकात्मिक अन्नद्रव्य व्यवस्थापन करताना सेंद्रिय खते, जीवाणू खते, पिकांची फेरपालट, रासायनिक खते, रासायनिक खतांचा कार्यक्षम वापर, सूक्ष्म अन्नद्रव्ये वापर आणि अपारंपरिक सेंद्रिय पदार्थांचा वापर करणे महत्त्वाचे आहे.

एकात्मिक अन्नद्रव्य व्यवस्थापनाच्या दृष्टीने शेणखत किंवा कंपोस्ट खत किंवा गांडूळ खत पाच टन प्रतिहेक्टरी वापरावे. पेरणीपूर्वी शेवटच्या वखरपाळीच्या वेळेस जमिनीत चांगले मिसळून द्यावे. यामुळे जमिनीची सुपीकता कायम ठेवण्यास मदत होते, तसेच रासायनिक खतांचा कार्यक्षम वापर होतो. या खतांमधून जमिनीला भरपूर प्रमाणात सेंद्रिय पदार्थ व वनस्पतींना जमिनीद्वारे घेतली जाणारी सर्व अन्नद्रव्ये मिळतात. या खतांमध्ये अन्नद्रव्ये कमी प्रमाणात असली, तरी अन्नद्रव्यांची तूट ही रासायनिक अथवा वरखतांचा वापर करून भरून काढता येते. एक टन शेणखत जमिनीत मिसळल्यास ६ ते ७ कि.ग्रॅ. नत्र, ३ ते ४ कि.ग्रॅ. स्फुरद व ७ ते ८ कि.ग्रॅ. पालाश जमिनीत मिसळले जाते. यासोबतच १ कि.ग्रॅ. गंधक, १०० ग्रॅम जस्त, २५० ग्रॅम मंगल, ७५ ग्रॅम लोह व २५ ग्रॅम बोरॉन आणि २ ग्रॅम मोलाब्द इतकी अन्नद्रव्ये जमिनीत मिसळली जातात.

जीवाणूसंवर्धकांचा वापर :

वनस्पतींना हवेतील नत्र शोषता येत नाही. वनस्पतींना वापरता येण्यासारख्या रूपात नत्राचे रूपांतर करण्याच्या प्रक्रियेला नत्र स्थिरीकरण असे म्हणतात. जमिनीमध्ये मुक्त अवस्थेत राहणारे जीवाणू काही वनस्पतींच्या सहयोगातून जैविकरीत्या नत्र स्थिरीकरणाचे काम करतात. तूर, मूग, उडीद या पिकांच्या मुळांवर रायझोबियम जीवाणू सहजीवी पद्धतीने कार्य करतात. पेरणी करताना २५० ग्रॅम रायझोबियम जीवाणूसंवर्धक प्रति १०

संतुलित पद्धतीने खतमात्रा दिल्यामुळेच मूग, तूर आदी पिकांची चांगली वाढ होण्यास मदत होते.

कि.ग्रॅ. बियाण्यास प्रक्रिया करून पेरणी करावी. सुरुवातीला कडधान्याच्या मुळांकडून मातीमध्ये विविध प्रकारची रसायने सोडली जातात. त्यापैकी काहींमुळे आजूबाजूच्या परिसरातील जीवाणूंच्या वाढीला प्रोत्साहन मिळते. त्यानंतर मुळे व जीवाणू यामध्ये काही रासायनिक अभिक्रिया होतात आणि त्यातून जीवाणू आपले नेमके यजमान पीक कोणते हे शोधतात व त्यांच्या मुळांवरील केसांवर जाऊन राहतात व मुळांवर गाठींची निर्मिती होते. या गाठींमध्ये जीवाणू राहतात व नत्र स्थिरीकरण करतात.

या खतांमुळे जमिनीत अनुपलब्ध स्वरूपातील अन्नद्रव्ये पिकांना उपलब्ध स्वरूपात पुरवठा केली जातात, तसेच वरखतांद्वारे पुरवठा केलेल्या अन्नद्रव्यांची कार्यक्षमतादेखील वाढवली जाते.

तूर, मूग, उडीद पिकांना नत्र या अन्नद्रव्यासाठी पेरणीपूर्वी रायझोबियम जीवाणू आणि स्फुरदाकरिता पीएसबी स्फुरद विरघळवणाऱ्या जीवाणूंची बीजप्रक्रिया करावी. पेरणीपूर्वी २५० ग्रॅम पीएसबी जीवाणूसंवर्धक प्रति १० कि.ग्रॅ. बियाण्यास प्रक्रिया करावी. बीजप्रक्रिया करताना बियाणे जोरात घासू नये. प्रथम बुरशीनाशकाची प्रक्रिया करून नंतर जीवाणूसंवर्धकाची बीजप्रक्रिया करावी. बीजप्रक्रियेसाठी जीवाणू खते पुरेशा पाण्यात मिसळून (पाण्यात १० टक्के गूळ किंवा साखर आणि ४ टक्के डिंक विरघळून दाट द्रावण तयार करावे) ते बियाण्यास चोळून बियाणे सावलीत सुकवावे, त्यानंतर पेरणी करावी.

रासायनिक खतांचे नियोजन :

माती परीक्षणानुसारच रासायनिक खतांचा वापर करावा. तूर, मूग, उडीद या पिकांना संतुलित पीक पोषणाकरिता नत्र, स्फुरद, पालाश व गंधक गुणोत्तर १:२:१:१ असले पाहिजे. माती परीक्षण केले नसल्यास प्रतिहेक्टरी २५ कि.ग्रॅ. नत्र : ५० कि.ग्रॅ. स्फुरद : ३० कि.ग्रॅ. पालाश : २० कि.ग्रॅ. गंधकाचा वापर करावा. पीक पोषणशास्त्रानुसार, गंधक हे चौथे महत्त्वाचे अन्नद्रव्य आहे. पिकाची गंधकाची गरज जवळ जवळ स्फुरदाएवढी असून, पिकातील त्याचे कार्य नत्राच्या कार्याशी मिळतेजुळते आहे.

विविध पिकांत केवळ गंधक वापराने १० ते ३० टक्के उत्पादनात वाढ आढळून आली आहे. पीक पोषक अन्नद्रव्यांव्यतिरिक्त गंधकाचा जमीन सुधारक म्हणूनही उपयोग होतो. कडधान्यात प्रथिनांचे प्रमाण वाढते. गंधक (सल्फर) हे अन्नद्रव्य म्हणून आणि बुरशीनाशक म्हणूनदेखील कार्य निभावते. सल्फरची कमतरता असल्यास पिके इतर अन्नद्रव्यांचेदेखील शोषण योग्य प्रमाणात करू शकत नाहीत. शक्य झाल्यास स्फुरद सिंगल सुपर फॉस्फेटद्वारेच द्यावे. गंधक अन्नद्रव्यासाठी स्वतंत्र गंधकयुक्त खतांचा वापर अवश्य करावा. यासाठी प्रतिहेक्टरी २० कि.ग्रॅ. गंधक मात्रेचा वापर करावा.

रासायनिक खतांचा कार्यक्षम वापर :

रासायनिक खते पेरणी करूनच द्यावीत, फेकून देऊ नयेत. नत्रयुक्त खतांचा अतिवापर टाळावा, अन्यथा केवळ शाखीय वाढ जास्त प्रमाणात होते; तसेच झाडास फुले येणे व फळधारणा कमी प्रमाणात होते. नत्राच्या जास्त वापरामुळे झाडांवर किडींचे प्रमाणदेखील वाढते. युरियाचा वापर करताना त्याला ५:१ या प्रमाणात निंबोळी पावडर चोळावी. स्फुरदयुक्त खतांची कार्यक्षमता वाढवण्यासाठी पी.एस.बी. ५ कि.ग्रॅ. प्रति एकरी २५ कि.ग्रॅ. शेणखत / गांडूळ खत / कंपोस्ट खतात मिसळून वापरावे.

विशेष अन्नद्रव्य व्यवस्थापन :

सूक्ष्म अन्नद्रव्यांचा वापर :

संतुलित पीक पोषण करून अधिक व दर्जेदार उत्पादनासाठी सूक्ष्म अन्नद्रव्ये यांचा वापर करणेदेखील आवश्यक आहे. गेल्या काही वर्षांत मातीत सूक्ष्म अन्नद्रव्यांची कमतरता भासू लागली आहे. सर्वसाधारणपणे गंधक, जस्त व बोरॉन यांची कमतरता लक्षणीय आहे. त्याकरिता प्रतिहेक्टरी २५ कि.ग्रॅ. जस्त सल्फेट आणि पाच कि.ग्रॅ. बोरॅक्स यांचा वापर करावा. वनस्पतींना मातीतून योग्य प्रमाणात बोरॉन मिळाल्यास कॅल्शिअम, पोटॅशिअम, मॅग्नेशिअम यांचे कार्य व्यवस्थित सुरू राहते. काही प्रमाणात किडींना दूर ठेवण्यास बोरॉनची मदत होते. तूर, मूग, उडीद पिकासाठी शिफारशीत रासायनिक खतांचा वापर हा पेरणी करतानाच करावा.

तक्ता क्र. १ : कडधान्य (तूर, मूग, उडीद) पिकासाठी एकात्मिक अन्नद्रव्य व्यवस्थापन			
अ. क्र.	एकात्मिक अन्नद्रव्य व्यवस्थापन घटक	वापराचे प्रमाण	वापरण्याची वेळ/प्रकार
१	**सेंद्रिय खते**		
	शेणखत/ कंपोस्ट/ गांडूळ खत	५ टन प्रतिहेक्टरी	पेरणी/ लागवडीपूर्वी
२	**जीवाणू खते**		
अ)	नत्रासाठी रायझोबियम जीवाणू	२५० ग्रॅम प्रति	बीजप्रक्रिया
		१० कि.ग्रॅ. बियाण्यास	
ब)	स्फुरदासाठी स्फुरद विरघळवणारे	२५० ग्रॅम प्रति	बीजप्रक्रिया
	जीवाणू	१० कि.ग्रॅ. बियाण्यास	
३	**रासायनिक खते**		
अ)	नत्र : स्फुरद : पालाश (प्रतिहेक्टरी)	२५ : ५० : ३० कि.ग्रॅ.	पेरणी करतेवेळी
ब)	गंधक (प्रतिहेक्टरी)	२० कि.ग्रॅ.	पेरणी करतेवेळी
क)	सूक्ष्म अन्नद्रव्ये (प्रतिहेक्टरी)	बोरॅक्स ५ कि.ग्रॅ. झिंक सल्फेट २५ कि.ग्रॅ.	पेरणी करतेवेळी
४	**विशेष अन्नद्रव्य व्यवस्थापन**		
अ)	मुख्य अन्नद्रव्ये (तूर पिकासाठी)	२ टक्के डीएपीची फवारणी	५०ते५५ दिवसांनी
ब)	सूक्ष्म अन्नद्रव्ये	०.५ टक्के झिंक सल्फेट आणि ०.२ टक्के बोरॅक्सची फवारणी	पेरणीनंतर दोनदा ३०ते३५ व ४०ते४५ दिवसांनी

तुरीचे अधिक उत्पादन मिळवण्यासाठी शिफारस केलेल्या खतमात्रेसोबत पेरणीनंतर ५० ते ५५ दिवसांनी दोन टक्के डीएपीची फवारणी करावी. पेरणी करताना सूक्ष्म अन्नद्रव्यांचा जमिनीद्वारे वापर करता आला नाही, तर फवारणी करूनदेखील पिकांसाठी या अन्नद्रव्यांची गरज भागवता येईल. यासाठी पेरणीनंतर ४० व ६० दिवसांनी ०.५ टक्के झिंक सल्फेट आणि ०.२ टक्के बोरॅक्सची फवारणी करावी.

आंतरपीक पद्धतीसाठी कडधान्ये फायदेशीर

कडधान्ये आंतरपीक म्हणून महत्त्वाची आहेत. साधारणतः त्यांच्या वाढीची अवस्था पसरट व बुटकी असल्यामुळे जमिनीची धूप कमी होते आणि पावसाचे पाणी जमिनीत मुरते. तूर, मूग, उडीद ही पिके आंतरपीक म्हणून घेतल्यास अन्नद्रव्य व्यवस्थापनासोबतच आर्थिक उत्पन्नातदेखील वाढ होते. या आंतरपिकांमुळे मुख्य पिकांना फार काळपर्यंत ओलावा मिळतो, पाण्याचा ताण बसत नाही. कडधान्य पिकामुळे जमिनीत सेंद्रिय कर्बाच्या प्रमाणात वाढ होऊन जमिनीच्या भौतिक गुणधर्मांत सुधारणा होते.

कडधान्य पिकांसाठी करा विशेष अन्नद्रव्य व्यवस्थापन

कडधान्य पिकाची उत्पादकता व लागवडीखालील क्षेत्र वाढविण्यासाठी प्रयत्न सुरू आहेत, ज्यामुळे देशातील डाळीचा तुटवडा कमी करता येईल.

कडधान्य पिके घेताना शेतकरी अन्नद्रव्य व्यवस्थापनाकडे विशेष लक्ष देत नाहीत. परंतु मर्यादित क्षेत्रावर कमी खर्चातील अन्नद्रव्य व्यवस्थापनाकडे विशेष लक्ष दिल्यास राज्यातील कडधान्य पिकांची उत्पादकता वाढवता येऊ शकते. कडधान्य पिकांसाठी शिफारस केलेल्या अन्नद्रव्यांव्यतिरिक्त विशेष अन्नद्रव्य व्यवस्थापन

म्हणून काही अन्नद्रव्यांच्या वापराबाबत लक्ष दिल्यास निश्चितच कडधान्य पिकांची उत्पादकता व गुणवत्ता वाढवता येईल.

सर्व डाळवर्गीय पिके तसेच सोयाबीन व भुईमुगासारखी तेलबिया पिके यांच्या मुळावर नत्राच्या गाठी असतात. या गाठीत रायझोबियम जिवाणू सहजीवी पद्धतीने राहतात. गाठीतील जिवाणू हवेतील नायट्रोजन वायूचे रुपांतर अमोनिकल नत्रामध्ये करून ते पिकाला उपलब्ध करून देतात. मग पिके अमोनिकल नत्र स्वत:च्या वाढीसाठी वापरतात आणि त्या बदल्यात रायझोबियम जिवाणूंना आधार, प्रथिने व ऊर्जा देतात. परंतु हवेतील नायट्रोजन (नत्र) वायूचे रूपांतरण होऊन तो पिकाला नत्र स्वरुपात मिळणे एक विस्तृत प्रक्रिया आहे. आणि जगभर या विषयावर मोठे संशोधन झाले आहे. याचा जर आपण बारकाईने अभ्यास केला तर आपल्या लक्षात येईल की, आपण नत्राचे हे नैसर्गिक रूपांतरण वाढवू शकतो. म्हणजे आपल्या पिकाला व जमिनीला वातावरणातील नत्र मोफत स्वरुपात मोठ्या प्रमाणात मिळेल.

साधारणत: कडधान्ये, तुरीचे किंवा सोयाबीनचे पिकामुळे पीक काढणीनंतर जमिनीत प्रतिहेक्टर २५ किलो म्हणजे अंदाजे ५५ किलो नत्र मिसळत असते. यासाठी कडधान्य पिकाला खालीलप्रमाणे अन्नद्रव्ये विशेष रूपाने दिली पाहिजेत. यामुळे मुळावरील गाठी मोठ्या होतील, जिवाणूंना चांगले काम करता येईल आणि अधिक नायट्रोजन (नत्र) रुपांतरित होईल. पिकाची चांगली वाढ होऊन भरघोस उत्पादन मिळेल. येथे लक्षात घेतले पाहिजे, की मुळावरील नत्राच्या गाठींच्या संख्येपेक्षा त्या गाठींचा आकार मोठा करणे गरजेचे आहे. मुळावर नत्राच्या भरपूर व फुगीर गाठी म्हणजे भरपूर उत्पादनाची हमी !

या करिता खालील अन्नद्रव्यांचा कसा सहभाग आहे,हे सविस्तर पाहू :-

१. मोलाब्द :

सर्व पिकांना अत्यावश्यक असलेले असे हे सूक्ष्म अन्नद्रव्य असून ते नत्राच्या गाठी असणाऱ्या पिकात तर फार फार महत्त्वाचे असते. हे झाडामध्ये नायट्रोजनेज नावाचे विकर (enzyme) तयार करते आणि हेच विकर नत्र रूपांतरण प्रक्रियेत प्रत्यक्ष सहभागी असते. मोलाब्द हे सूक्ष्म अन्नद्रव्य कडधान्य पिकासाठी वातावरणातील नत्र रूपांतरण प्रक्रियेचा आधारस्तंभच आहे. आम्लयुक्त जमिनी (जसे कोकणातील माती) मध्ये मोलाब्दची कमतरता आढळून येते , तर आम्लारीधर्मी जमिनीत ते पुरेसे असते. म्हणजे जमिनीचा सामू (पीएच) वाढला तर मोलाब्दची उपलब्धता वाढते. त्यामुळे सहसा मोलीब्डेनम हे खतातून देण्याची गरज पडत नाही. परंतु नत्राच्या गाठी तयार होऊन वाढण्यासाठी याची विशेष गरज असल्याने मोलाब्द देण्याची आवश्यकता भासत आहे. कारण मोलाब्द अन्नद्रव्य अत्यंत कमी लागते व जमिनीतील त्याचे प्रमाणही सर्वात कमी आढळते. मोलाब्द अन्नद्रव्य खतातून जास्त झाले तरी ते झाडाला बाधत नाही. डाळवर्गीय पिकांमध्ये जी प्रथिने तयार होतात, त्या प्रक्रियेत मोलाब्द महत्त्वाची भूमिका बजावते. तसेच मोलाब्दमुळे कडधान्य पिकाला दिलेल्या स्फुरदाची कार्यक्षमता वाढून पीक उत्पादनात वाढ होते, त्यामुळे डाळवर्गीय पीकपेरणी अथवा लागवड करताना मोलाब्दचा वापर करणे फायदेशीर ठरते. जमिनीतून अमोनियम मोलेब्डेट किंवा सोडियम मोलेब्डेट २५० ग्रॅम प्रतिहेक्टर मुख्य अन्नद्रव्ये खतांसोबत द्यावे.

२. लोह (फेरस – Fe)

जर मुळावरील नत्राच्या गाठी आपण दाबून पिळल्या तर त्यातून गुलाबी द्रव बाहेर येतो. तो फेरस-लेगहिमोग्लोबिन द्राव असतो. मानवी रक्तातील हिमोग्लोबिनप्रमाणे कडधान्य पिकांच्या मुळाच्या नत्र गाठींमध्ये लेग-हिमोग्लोबिन हा घटक असतो. याचा वापर करून रायझोबियम जिवाणू चांगले श्वसन करतात. पर्यायाने जिवाणूंचे कार्य चांगले होते. त्यामुळे फेरस अन्नद्रव्य हे जिवाणूकडून होणाऱ्या नत्र रूपांतरण क्रियेचे केंद्रीय मूलद्रव्य आहे. म्हणून मुळावरील गाठींकरिता कडधान्य पिकांची लोहाची गरज ही इतर पिकांच्या गरजेपेक्षा बरीच जास्त असते. चुनखडीयुक्त जमिनीत व कडधान्य पिके घेणाऱ्या जमिनीत लोहाची कमतरता मोठ्या प्रमाणात आढळते. त्यामुळे लोहयुक्त खते बाहेरून देण्याची

गरज पडते. कडधान्य पिकांकरिता जमिनीतून पेरणी अथवा लागवड करताना जमिनीत प्रतिहेक्टर २५ किलो फेरस सल्फेट मुख्य अन्नद्रव्य खतांसोबत द्यावे.

३. कॅल्शियम (Ca)

रायझोबियम जिवाणू पिकाच्या मुळाशी जोडले जाण्यामध्ये कॅल्शियम हे अन्नद्रव्य महत्त्वाची भूमिका बजावते. याचाच अर्थ रायझोबियम जिवाणू आणि रोप यांच्यामधील सुसंवादाचे काम कॅल्शियम घडवून आणते. जिवाणूंशी मुळाचा संपर्क झाल्यानंतर मुळाच्या पेशीमधील कॅल्शियम अन्नद्रव्यामुळे मुळावर गाठ होऊ देण्यास झाड तयार होते.यामुळे पिकाच्या सुरुवातीच्या अवस्थेत कॅल्शियमची कमतरता होणे उपयोगाचे नाही. विशेषतः उथळ व हलक्या जमिनीतील कडधान्य पिकांसाठी कॅल्शियम व्यवस्थापनाकडे लक्ष देणे आवश्यक आहे. दाणेदार सिंगल सुपर फॉस्फेटमधून कॅल्शियमची गरज भागवली जाते.

४. स्फुरद (P)

स्फुरद अन्नद्रव्य जैविक ऊर्जा पुरवते. या जैविक उर्जेचा वापर करूनच नत्र वायूचे रूपांतर होऊ शकते. कारण नत्राचे अमोनिकल नत्रामध्ये रुपांतर या प्रक्रियेकरिता जैविक ऊर्जा लागते, जी स्फुरदापासून मिळते. त्यामुळे गाठी तयार होण्यासाठी स्फुरदाची गरज जास्त प्रमाणात असते. तसेच कडधान्ये पिके घेणाऱ्या जमिनीत स्फुरदाची कमतरता देखील आढळून येते. व जमिनीचा सामु जास्त असल्याने दिलेले स्फुरद जास्त प्रमाणात लागू होत नाही व स्फुरदयुक्त खतांची कार्यक्षमता कमी होते. त्यामुळे जमिनीतील व खतांद्वारे दिलेला स्फुरद पिकास उपलब्ध होण्यासाठी नत्र स्थिरीकरण करणाऱ्या (रायझोबियम) जिवाणूंसोबतच स्फुरद विरघळवणाऱ्या (पीएसबी) जिवाणूंची देखील बीज प्रक्रिया करावी. दोन्हींची एकत्रित बीज प्रक्रिया करता येते. याकरिता प्रत्येकी २५० ग्रॅम प्रति १० किलो बियाणांस बीज प्रक्रिया करावी. शक्य झाल्यास द्रवरूप जिवाणू खतांचा वापर करावा.

अशा रीतीने, स्फुरद, कॅल्शियम, लोह, व मोलाब्द ही अन्नद्रव्ये कडधान्य पिकांतील नत्र स्थिरीकरण प्रक्रियेसाठी विशेष आवश्यक असतात.

कडधान्य पिकांसाठी ही अन्नद्रव्ये कशी वापरावीत ?

- **बीजप्रक्रियेद्वारे वापर :** मोलाब्दची बीजप्रक्रिया करता येते, कारण यांची गरज खूपच अत्यल्प असते. १० ग्रॅम अमोनियम मोलेब्डेट किंवा सोडियम मोलेब्डेट प्रति १० किलो बियाण्यांस बीज प्रक्रियेद्वारे द्यावे. द्रवरूप किंवा घनरूप जिवाणू खतांसोबत बीज प्रक्रिया करता येते.

- **फवारणीद्वारे वापर :** शासन प्रमाणित सूक्ष्म अन्नद्रव्य श्रेणी- २ ची १ % फवारणी (१०० ग्रॅम १० लिटर पाण्यात मिसळून) दोनदा करावी. पहिली फवारणी पेरणीनंतर ४०-४५ दिवसांनी तर दुसरी फवारणी ६०-६५ दिवसांनी करावी. या श्रेणी - २ मध्ये लोह व मोलेब्डेनम दोन्ही आवश्यक अन्नद्रव्ये असतात.

- **जमिनीद्वारे वापर :**

दाणेदार सिंगल सुपर फोस्फेट या खताद्वारे स्फुरद व कॅल्शियम या दोन्ही अन्नद्रव्यांची गरज भागवली जाते. विविध कडधान्य पिकांसाठी जेवढे शिफारस केले गेले आहे, तेवढेच म्हणजे ५०-६० किलो स्फुरद प्रति हेक्टरी द्यावे. कडधान्य पिकांसाठी जमिनीतून पेरणी अथवा लागवड करताना मुख्य अन्नद्रव्ये खतांसोबत प्रति हेक्टर २५ किलो फेरस सल्फेट द्यावे. तसेच अमोनियम मोलेब्डेट किंवा सोडियम मोलेब्डेट बीजप्रक्रिया करणे शक्य न झाल्यास जमिनीत पेरणी अथवा लागवड करतानाच प्रतिहेक्टर २५० ग्रॅम मोलेब्डेट मुख्य अन्नद्रव्ये किंवा सूक्ष्म अन्नद्रव्य खतांसोबत द्यावे.

हे लक्षात असू द्या : नत्राची शिफारस केलेली मात्राच जाणीवपूर्वक देणे महत्त्वाचे आहे. आपण जर नत्रयुक्त खते जास्त प्रमाणात दिली तर त्याचा विपरित परिणाम जिवाणूंद्वारे होणाऱ्या नत्रस्थिरीकरण वर होतो. कारण जास्त नत्रयुक्त खते दिल्यास मुळावर गाठी येण्याचे प्रमाण कमी होऊ शकते. त्यामुळे कृषी विद्यापीठाने विविध कडधान्य पिकांना शिफारस केले तेवढेच २५ ते ३० किलो नत्र प्रतिहेक्टरी दिले पाहिजे.

●●

३४

कॅल्शिअमचा वापर

कॅल्शिअम हे नत्र, स्फुरद व पालाश अन्नद्रव्याप्रमाणेच पीकपोषणात महत्त्वाचे असे दुय्यम अन्नद्रव्य आहे. त्याच्या वापरासंदर्भात माहिती जाणून घेणे आवश्यक असून, त्याचा डोळसपणे वापर केल्यास पीकपोषण चांगल्या प्रकारे होईल.

कॅल्शियम पिकांच्या महत्त्वाच्या शरीरक्रियांमध्ये महत्त्वाचे अन्नद्रव्य आहे. त्याचप्रमाणे नत्रयुक्त खतांचा (युरिया) कार्यक्षम वापर वाढवण्यासाठी विद्राव्य कॅल्शियममुळे मदत होते.

कॅल्शियमची जमिनीतील उपलब्धता :

- निसर्गात कॅल्शिअम सुमारे ३.६ टक्के असून, तोम्फीबोल, पेटाइट, कॅलसाइट, डोलोमाइट, फेल्डस्पार, जिप्सम आणि पायरॉक्सिन यासारख्या स्वरूपामध्ये आढळतो.
- कॅल्शियम कार्बोनेट निसर्गतः आढळणारे संयुग आहे. कॅल्शियम जमिनीचे भौतिक व रासायनिक गुणधर्म चांगले ठेवण्यास मदत करते. कॅल्शियममुळे जमिनीची पाणी निचरा क्षमता चांगली राहते. मुळांसाठी हवा खेळती राहते.
- जमिनीचा सामू ७ ते ८.५ दरम्यान असल्यास कॅल्शियमची उपलब्धता जास्त असते, तर आम्लयुक्त जमिनीत (६ पेक्षा कमी सामू) कॅल्शियम कमी प्रमाणात असते.
- आम्लधर्मी जमिनीप्रमाणेच चोपण जमिनीत सोडियमचे प्रमाण अधिक असल्यामुळे पिकांना कॅल्शियमची उपलब्धता कमी होते.

कॅल्शियमची वनस्पतीच्या शरीरांतर्गत कार्ये खालीलप्रमाणे आहेत :

- **पेशी मजबूत ठेवणे :** पेशीभित्तिका (सेल वॉल) मजबूत ठेवण्यासाठी कॅल्शियम मदत करते. कॅल्शियममुळे पेशीभित्तिका मजबूत व जाड बनतात. पेशीमध्ये पेक्टिन व पॉलिसॅकराइड आधारक तयार होण्यासाठी कॅल्शियमची आवश्यकता असते. या घटकांमुळे पेशींना मजबुती येते. पिकांच्या पेशी, उती व अवयवांची लवकर वाढ व मजबुती कॅल्शियममुळेच मिळते.
- **फूल व फळधारणा :** पिकांमध्ये फूल, फळधारणाक्षमता वाढवण्यासाठी कॅल्शियम मदत करते.
- **पिकांची प्रत :** पिकांची प्रत उत्तम राहण्यास व उत्पादन अधिक काळ टिकून राहण्यास कॅल्शियम मदत करते.
- **उष्णतेपासून पिकांचे संरक्षण :** वातावरणातील तापमान जर ३५ अंश सेल्सिअसपेक्षा अधिक झाल्यास प्रकाशसंश्लेषण क्रिया मंदावते. अति उष्णतेमुळे झाडांचे खोड लांब होते, तर पानांचा आकार लहान होतो. या सर्व घटकांशी लढा देण्यासाठी पिकांना कॅल्शियम गरजेचे असते.

कॅल्शिअम कमतरता : कोबी

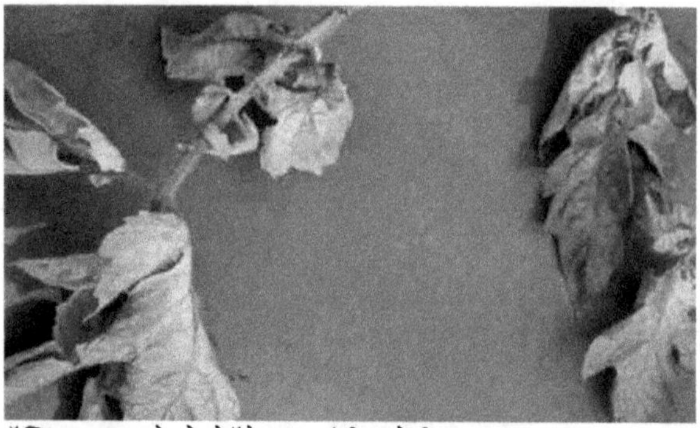

कॅल्शिअम कमतरतेमुळे टोमॅटोच्या पानांची झालेली अवस्था.

कॅल्शियममुळे पिकामध्ये उष्माघातविरोधी प्रथिने तयार केली जातात.

- **रोगप्रतिकारक क्षमता** : कॅल्शियम पिकांमध्ये बुरशीजन्य व जिवाणुजन्य रोगाविरुद्ध रोगप्रतिकारक क्षमता वाढवते. पिकांमध्ये कॅल्शियमची कमतरता असल्यास, बुरशीचा प्रादुर्भाव होऊन पाणीवहन करणाऱ्या नलिकेवर (xylem) विपरीत परिणाम होतो. पेशीभित्तिकांना पाणी व अन्नपुरवठा करणाऱ्या अवयवांची झीज होऊन मर रोगाची लक्षणे पिकांत दिसून येतात.
- भुईमूग पिकाला कॅल्शियमची योग्य मात्रा दिली असता शेंगकूज रोग उद्‌भवत नाही. तसेच शेंगा चांगल्या भरल्या जातात.
- कॅल्शियममुळे फळ पिके, भाजीपाला पिके यांचाही बुरशीजन्य व जीवाणुजन्य रोगांपासून बचाव होतो. पिथियम, रायझोक्टोनिया, फ्युजारियम, कोलोट्रोटिकम, बोट्राइटीस, ब्लाइट, स्लेटोटिनिया, हैलमिथेस्पारियम यासारख्या रोगापासून संरक्षण मिळण्यास मदत होते.
- **अन्नद्रव्याचे शोषण** : अन्नद्रव्ये शोषण करणाऱ्या प्रथिनांच्या कार्यात कॅल्शियम महत्त्वाची भूमिका बजावते. कॅल्शियम नायट्रेट किंवा कॅल्शियम अमोनियम नायट्रेट पाण्याद्वारा व ठिबक सिंचनाद्वारा दिल्यास फायदा होतो.

जमिनीत कॅल्शियम योग्य राखण्यासाठी उपाय :

- सेंद्रिय घटकांचा वापर हलक्या व रेताड जमिनीत करावा.
- कॅल्शियमयुक्त खतांचा वापर नायट्रेट नत्र असलेल्या खतांसोबत करावा. त्यामुळे दोन्हींचा कार्यक्षम वापर होतो.
- आल्मधर्मी जमिनीत चुना आणि चोपण जमिनीत जिप्समचा वापर करावा. जमिनीची भौतिक, रासायनिक व जैविक स्थिती चांगली राहण्यास मदत होते.

फवारणीद्वारा वापर :

- कॅल्शियम फवारणीद्वारा पिकांना दिल्यास पिकांद्वारा लवकर शोषला जा-तो. शेंड्याकडील भागांना कॅल्शियम लवकर व मुबलक प्रमाणात उपलब्ध होतो व पिकांची वाढ व पोषण चांगल्या प्रकारे होते.
- तसेच नत्रयुक्त खतासोबत कॅल्शियम दिल्यास (फवारणीद्वारा) पिकांची वाढ जोमाने होते.

भूसुधारक म्हणून कॅल्शियमयुक्त खतांचा वापरः

कॅल्शियमचा वापर भूसुधारकांमध्येही होतो. कॅल्शियमयुक्त खतांचा वापर जमिनीची आम्लता कमी करण्यासाठी आणि मातीची जडणघडण चांगली राखण्यासाठी केला जातो.

- जमिनींची आम्लता कमी करण्यासाठी चुना (कॅल्शियम कार्बोनेट) कणांचा आकार ०.२५ मि.मी. पेक्षा अधिक (जाड, भरड) असल्यास अधिक फायदेशीर ठरते.
- आम्लधर्मी जमिनीत फळपिकांची लागवड करावयाची झाल्यास लागवड करायच्या आधी ७ ते ८ महिने चुन्याचा वापर करणे फायदेशीर ठरते.
- हिवाळ्यात जर चुना मातीत मिसळला तर ते जमिनीच्या आरोग्याच्या दृष्टीने अधिक फायदेशीर ठरते.

जिप्समचा भूसुधारक म्हणून वापर करतानाः

चोपण जमिनीमध्ये सुधारणा करण्यासाठी जिप्सम (कॅल्शिअम सल्फेट) साधारणतः ५ ते१० टन प्रतिहेक्टर याप्रमाणे जमिनीत मिसळले जाते. त्यामुळे मातीच्या कणांवरील सोडियम दूर होऊन जमिनीच्या जडणघडणीत सुधारणा होते.

कॅल्शियमचे स्रोत व प्रमाण		
अ.क्र.	स्रोत	प्रमाण
१	सिंगल सुपर फॉस्फेट	१८ते२१ टक्के
२	ट्रिपल सुपर फॉस्फेट	१२ते१४ टक्के
३	कॅल्शियम नायट्रेट	१५ते१९ टक्के
४	जिप्सम	१८ते२२ टक्के
५	डोलोमाइट चुना	२२ टक्के
६	चुना	४० टक्के
७	कॅल्शियम अमोनियम नायट्रेट	१५ टक्के

कॅल्शियमचे पिकातील कार्य :

- कॅल्शिअम पिकांच्या मुळांची व पिकांची वाढ लवकर करण्यास मदत करते.
- कॅल्शियममुळे नत्र, लोह, बोरॉन, जस्त, तांबे आणि मँगेनिजचे पिकांमध्ये शोषण वाढवले जाते.
- कॅल्शियममुळे पिकांमध्ये शर्करेचे वहन चांगले होण्यास मदत होते. कॅल्शियममुळे बीजोत्पादन चांगले होते.

कॅल्शियमच्या कमतरतेची लक्षणे :

- याची लक्षणे पिकांच्या शेंड्याकडे प्रथम दिसतात. कारण पिकांमध्ये कॅल्शियमचे नत्राप्रमाणे वहन होत नाही.
- पिकांची वाढ कमी होते, तसेच बीजोत्पादनात घट येते.
- पिकांच्या पानांच्या कडा करपणे, पिवळे डाग पडणे, टोके जळणे इत्यादी लक्षणे दिसून येतात. पिकांच्या फळ, फुले व टोकाकडील भागाचा आकार लहान होतो. फूल व फळांची गळती होते व टोके जळतात.

पीकनिहाय लक्षणे :

- मका पिकात कॅल्शियमच्या कमतरतेमुळे नवीन पाने चिकटतात, गुंडाळतात. पानांची वाढ चांगली होत नाही.
- टोमॅटो पिकाला फळांच्या वरच्या भागापासून तडा जातो व नंतर फळे काळी पडतात.
- भुईमूग या पिकात शेंगा पोकळ व लहान बनतात. शेंगबिया व्यवस्थित भरत नाहीत.
- गाजर फळांवर खवले पडतात, डागाळतात.
- बटाटा पिकात कॅल्शिअमच्या कमतरतेमुळे फळांच्या आतला भाग लालसर तपकिरी किंवा काळा होतो, तसेच साठवण क्षमता कमी होते.
- कोबीच्या आतील पानांच्या कडा जळतात. पाने कुजतात.

कॅल्शियम उपलब्धतेवर परिणाम करणारे घटक :

- **जमिनीचा प्रकार :** भरड्या व रेताड जमिनीत कॅल्शियमची कमतरता चिकणमाती किंवा पोयटायुक्त जमिनीपेक्षा जास्त असते. काळ्या जमिनीत इतर जमिनीच्या तुलनेत कॅल्शियम जास्त असते.
- **जमिनीचा सामू :** आल्मधर्मी (सामू ६ पेक्षा कमी) असलेल्या जमिनीत ॲल्युमिनियमचे प्रमाण अधिक असते. तर अल्कधर्मी (सामू ८.५ पेक्षा अधिक) असलेल्या जमिनीत सोडियमचे प्रमाण अधिक असते. त्यामुळे कॅल्शियमची कमतरता निर्माण होते.
- **सेंद्रिय घटक :** सेंद्रिय घटकांचे प्रमाण कमी असलेल्या जमिनीत कॅल्शियम मातीच्या कणांना चिकटून राहत नाही. त्याचे वहन होते.

●●

३५

मॅग्नेशिअमचा वापर

फुलधारणा व फळधारणा अवस्थेत झाडांना मॅग्नेशिअमची गरज जास्त असते. या अवस्थेत फूल व फळ यांच्या वाढीसाठी पिकांतील इतर अवयवांतील मॅग्नेशिअम जास्त खर्च होतो. त्यामुळे फूल व फळधारणा अवस्थेत पिकांना पुरेसे मॅग्नेशिअम उपलब्ध न झाल्यास पिकांमध्ये मॅग्नेशिअमच्या कमतरतेची लक्षणे दिसून येतात.

मॅग्नेशिअम पिकांना Mg^{++} या विद्राव्य स्वरूपात उपलब्ध होतो. तसेच पिकांमध्ये मॅग्नेशिअमचे प्रमाण ०.१ ते ०.५ टक्का एवढे असते. नत्र, स्फुरद व पालाश या प्रमुख अन्नद्रव्यांचा असंतुलित वापर, सेंद्रिय खतांचा कमी वापर व मॅग्नेशिअम खतांचा कमी वापर यामुळे उत्पादनांत मोठी घट जाणवत आहे. म्हणून या अन्नद्रव्याचे पीक पोषणात योग्य व्यवस्थापन करणे गरजेचे आहे.

जमिनीमध्ये मॅग्नेशिअमची उपलब्धता :

जमिनीच्या वरच्या भागात मॅग्नेशिअमचे सर्वसाधारण प्रमाण ०.०३ ते ०.८४ टक्का असते. रेताड जमिनीत मॅग्नेशिअमचे प्रमाण सर्वांत कमी (०.०५ टक्का), तर पोयटायुक्त जमिनीत मॅग्नेशिअमचे प्रमाण जास्त असते (०.५ टक्का). जमिनीत मॅग्नेशिअम विद्राव्य आणि अविद्राव्य स्वरूपात आढळतो. खनिजीय मॅग्नेशिअम व सेंद्रिय पदार्थांमधील मॅग्नेशिअम हे मॅग्नेशिअमचे जमिनीतील स्त्रोत आहेत.

मॅग्नेशिअमची कमतरता लक्षणे :

पिकांना त्यांच्या वाढीच्या वेगवेगळ्या अवस्थेत मॅग्नेशिअमची गरज कमी अधिक प्रमाणात असते. त्यामध्ये फुलधारणा व फळधारणा अवस्थेत झाडांना मॅग्नेशिअमची गरज जास्त असते. या अवस्थेत फूल व फळ यांच्या वाढीसाठी पिकांतील इतर अवयवांतील मॅग्नेशिअम जास्त खर्च होतो. त्यामुळे फूल व फळधारणा अवस्थेत पिकांना पुरेसे मॅग्नेशिअम उपलब्ध न झाल्यास पिकांमध्ये मॅग्नेशिअमच्या कमतरतेची लक्षणे दिसून येतात. मॅग्नेशिअमच्या कमतरतेची लक्षणे प्रथम जुन्या पानांवर दिसून येतात. मॅग्नेशिअमच्या कमतरतेमुळे झाडांची पाने सुकून जातात आणि जुन्या पानांच्या कडा पिवळ्या पडतात व कालांतराने शिरांकडील भाग पिवळा पडतो. तसेच मॅग्नेशिअमची पिकांना जास्त कमतरता झाल्यास पालाश कमतरता व मॅग्नेशिअम कमतरता यामध्ये फरक करणे अवघड होते.

मॅग्नेशिअमच्या कमतरतेमुळे पानातील हरितद्रव्यांचा अभाव जाणवतो व पाने लहान आकाराची

फुलधारणेसाठी मॅग्नेशिअम गरजेचे आहे.

दिसतात. काही पिकांमध्ये मॅग्नेशिअमच्या अभावामुळे जुन्या पानांच्या कडा तपकिरी रंगाच्या दिसतात. कापूस या पिकात मॅग्नेशिअमच्या अभावामुळे पानांचा रंग लाल होतो. म्हणजेच हरितद्रव्याचा ऱ्हास पानांतील इतर रंगद्रव्यांच्या विघटनाच्या तुलनेत जास्त होतो. तसेच पानांतील प्रथिनांचा ऱ्हास होतो व पाने सुकून जातात. पाने सुकून किंवा पिवळी पडणे ही प्रक्रिया ज्या पानांवर सूर्यप्रकाश जास्त पडतो, अशा भागातील पानांवर जास्त होते तर ज्या पानांवर सावली पडते ती पाने हिरवी राहतात. मका पिकात सर्वांत खालच्या पानांमध्ये पिवळसर रेषा दिसतात, नंतर संपूर्ण पानांवर पसरतात. अति मॅग्नेशिअमच्या कमतरतेमुळे पानांवर डाग दिसतात. पानांची गळ होते.

मॅग्नेशिअमचे पीक पोषणातील कार्य :

- हरितद्रव्य तयार होण्यासाठी मॅग्नेशिअमची गरज असते. प्रकाशसंश्लेषण क्रियेमध्ये मॅग्नेशिअम महत्त्वाची भूमिका बजावतो.
- पिकांमध्ये कर्बोदके, प्रथिने व मेद तयार होण्यासाठी, त्यांचे वहन व पिकांत साठा होण्यासाठी मॅग्नेशिअम उपयुक्त असते.
- मॅग्नेशिअममुळे पिकांतील संप्रेरके व त्यांचे कार्य यांची गती वाढते.
- पिकांमध्ये संप्रेरके व ऊर्जा तयार होण्याची प्रक्रिया सुरळीत पार पडण्यासाठी मॅग्नेशिअम अन्नद्रव्य महत्त्वाचे असते.
- पिकात न्युक्लीक आम्ल (RNA) तयार होण्यास कार्य करते.

मॅग्नेशिअमचे स्रोत/खते :

खते	मॅग्नेशिअमचे शेकडा प्रमाण
डोलोमाईट चुनखडक	६ ते ११ टक्के
मॅग्नेशिअम आमोनिअम फॉस्फेट	१५ टक्के
मॅग्नेशिअम ऑक्साईड	५०ते५५ टक्के
मॅग्नेशिअम सल्फेट	१५ ते२० टक्के
पोटॅशिअम मॅग्नेशिअम सल्फेट	११ टक्के
मॅग्नेशिअम क्लोराईड	७.५ टक्के

- पिकांमध्ये ऊर्जा साठवण क्रियेमध्ये मॅग्नेशिअमची उपयुक्तता आहे.
- पिकांतील पेशींची वाढ, पेशीभित्तिका तयार होण्यास मॅग्नेशिअम महत्त्वाचे आहे. तसेच पिकांमध्ये पाण्याचे प्रमाण व संप्रेरकाचे प्रमाण संतुलित ठेवण्यास उपयुक्त असतो.
- पिकांमध्ये लोहाचा वापर जास्त होण्यास मॅग्नेशिअम मदत करतो.

मॅग्नेशिअम वापरण्याचे प्रमाण व पद्धत :

मॅग्नेशिअमचा जमिनीतून वापर पेरणी किंवा लागवड करतानाच २० कि.ग्रॅ. प्रतिहेक्टरी करावा किंवा पिकांच्या वाढीच्या संवेदनशील अवस्थांमध्ये फवारणीद्वारे ०.२ ते ०.५ टक्का (२० ते ५० ग्रॅम प्रति १० लिटर पाण्यातून) वापर करण्यात यावा.

●●

३६

गंधकाचा वापर

तेलबियांमध्ये प्रथिने व तेल तयार होण्यासाठी गंधक अत्यंत महत्त्वाचे अन्नद्रव्य आहे. गंधकामुळे पिकांमध्ये संप्रेरकांना त्यांच्या कार्यात गती मिळते. काही जीवनसत्त्वांमध्येही गंधक प्रमुख घटक आहे. त्यामुळे बियांतील तेल, प्रथिने वाढीसाठी गंधकाची गरज असते.

तेलबिया पिकांसाठी गंधक हे एक महत्त्वाचे अन्नद्रव्य आहे. तेलबिया उत्पादित होणाऱ्या क्षेत्रीय जमिनीत गंधकाचे प्रमाण फार कमी आढळून आले आहे. सर्वेक्षणानुसार, मृदा व पिके यात गंधकाची कमतरता होण्यामागे विविध मुख्य कारणे म्हणजे १) बहुपीक पद्धतीमुळे होणारे मातीतील गंधकाचे घटते प्रमाण. २) वारंवार गंधक विरहित रासायनिक खतांचा वापर. ३) जास्त पावसाच्या प्रदेशात गंधकाचे पाण्याद्वारे होणारे वहन. ४) रासायनिक खतांचा असंतुलित वापर. ५) सेंद्रिय घटकाचा कमी वापर. ६) जमिनीचे अयोग्य व्यवस्थापन.

तेलबियांमध्ये प्रथिने व तेल तयार होण्यासाठी गंधक अत्यंत महत्त्वाचा अन्नद्रव्य आहे. कारण सिसटिन, मिथिओनाईन आणि न्यूक्लिक आम्ल यासारख्या प्रथिने निर्माण करणाऱ्या घटकांमध्ये गंधक प्रमुख घटक आहे. गंधकामुळे पिकांमध्ये संप्रेरकांना त्यांच्या कार्यात गती मिळते. काही जीवनसत्त्वामध्येही गंधक प्रमुख घटक आहे. त्यामुळे तेलबियांना आकार, तेल, प्रथिने वाढीसाठी गंधकाची गरज असते. या व्यतिरिक्त तेलबिया पिकांमध्ये गंधक हा मुख्यत्वेकरून पिकांच्या मुळांद्वारे शोषला जातो व बियांमध्ये साठवला जातो. त्यामुळे तेलबियांचे वजन वाढते. परंतु मातीतील गंधकांचे प्रमाण घटते.

तेलबिया पिकांत गंधकाचा वापर फायदेशीर:

गंधक हे नत्र, स्फुरद, पालाशनंतर महत्त्वाचे मुख्य अन्नद्रव्य असून, गंधकाची कमतरता वाढत चालली आहे, त्यामुळे मुख्य खतांबरोबर गंधकयुक्त खतांचा वापर केल्यास पिके चांगला प्रतिसाद देतात, उत्पादनवाढीस मदत होते. तेलबियावर्गीय पिकांसाठी गंधक फायदेशीर आहे.

पिकांच्या वाढीसाठी गंधकाचे प्रमाण पीकनिहाय वेगवेगळे असते. ज्या जमिनीत गंधकाचे प्रमाण १० मि.ग्रॅ./ कि.ग्रॅ.पेक्षा कमी असते अशा जमिनीला गंधक कमतरतेची मृदा म्हणतात. नत्राप्रमाणेच गंधकाचे मातीमध्ये एका ठिकाणाहून इतर ठिकाणी वहन होते. त्यामुळे विद्राव्य गंधक लागलीच खालच्या थराला

तेलबिया पिकांसाठी गंधकयुक्त खतांचा वापर

बाजारामध्ये गंधकयुक्त खतांचे विविध प्रकार आहेत. गंधकयुक्त खतांची निवड ही खतांमधील असलेले गंधकाचे प्रमाण, पीक, स्थानिक उपलब्धता, त्यांची किंमत आणि इतर पोषणतत्त्वाची गरज यावर अवलंबून असते. मूलद्रव्ययुक्त गंधक व पायराईट हे पाण्यात विरघळून पिकांच्या मुळांना हळूहळू उपलब्ध होतात. त्यामुळे अशा गंधकयुक्त खतांचा वापर हा लागवडीच्या वेळी करणे फायदेशीर ठरते. मूलद्रव्ययुक्त गंधक व पायराईट सल्फेटमध्ये रूपांतरित होण्याच्या क्रियेला काही काळ लागतो. त्यामुळे अशी खते किंवा त्यांचे स्रोत यांचा वापर पिकांच्या लागवडीपूर्वी तीन-चार आठवडे आधी जमिनीद्वारे करावा. गंधकयुक्त व पायराईट खतांचा वापर चोपण आणि चुनखडीयुक्त जमिनीवर करणे फायद्याचे ठरते.

जातो (मुख्यत्वेकरून वालुकामय जमिनीत).

जास्त आर्द्रता असणाऱ्या प्रदेशात जमिनीच्या वरच्या थरात असणारा गंधक सेंद्रिय पदार्थांबरोबर संयोग स्वरूपात असतो. विद्राव्य गंधक (SO_4) म्हणजेच सल्फेट हा नांगरणीच्या खोलीवर असतो. त्यामुळे गंधकाचे वहन त्याखालच्या जमिनीच्या थरात होते. त्यामुळे खालच्या थरातील साठलेला गंधक हा मुख्यत्वे करून आयर्न आणि ॲल्युमिनिअम ऑक्साईडद्वारे शोषला जातो. पिकांच्या मुळांची वाढ खालच्या थरापर्यंत होते, त्यामुळे ही मुळे या भागातून जास्तीत जास्त गंधक घेऊ शकतात. या व्यतिरिक्त जमिनीतील सेंद्रिय घटकाद्वारे गंधक पिकांना उपलब्ध होतो. सेंद्रिय पदार्थ रासायनिक गंधकाचे सेंद्रिय घटकात रूपांतर करतात. त्यामुळे विद्राव्य गंधक पिकांना सहज उपलब्ध होऊन उत्पादनात चांगली वाढ होते.

दर्जा वाढण्यास मदत :

गंधक हे आता नत्र, स्फुरद आणि पालाश यानंतर महत्त्वाचे मुख्य अन्नद्रव्य असून, गंधकाची कमतरता वाढत चालली आहे त्यामुळे मुख्य खतांबरोबर गंधकयुक्त खतांच्या वापरामुळे पिके चांगले प्रतिसाद देतात व उत्पन्नवाढीबरोबरच उत्पन्नाचा दर्जा वाढण्यास मदत होते हे संशोधनाने सिद्ध झाले आहे. त्यामुळे तेलबियावर्गीय पिकांसाठी गंधकाचा वापर करणे फायदेशीर आहे (तक्ता क्र. १ पाहा).

संशोधनाअंती असे निदर्शनास आले आहे, की गंधकयुक्त खतांची मात्रा ही २० ते ३० कि.ग्रॅ. गंधक प्रतिहेक्टर वापरणे हे सर्वसाधारण जमिनीला योग्य ठरते. सुपर फॉस्फेट आणि जिप्सम हे भुईमुगासाठी परिणामकारक गंधकाचे स्रोत आहेत. कारण भुईमूग या पिकात शेंग तयार होण्यास कॅल्शिअमचीदेखील आवश्यकता असते. गंधकाची कमतरता दूर करण्यासाठी अमोनिअम सल्फेट हादेखील मुख्य स्रोत आहे (तक्ता क्र. २ पाहा).

वरील गंधकयुक्त खतांचे सर्व स्रोत व त्याबरोबरच सेंद्रिय घटक आणि जमिनीचे योग्य व्यवस्थापन केल्यास तेलबिया पिकांचे उत्पन्न वाढून तेलबियामध्ये तेल व प्रथिनांचे प्रमाण वाढण्यास मदत होईल, परिणामी दर्जाही सुधारेल. त्यामुळे तेलबिया पीकपोषणात गंधकाचे कार्य महत्त्वाचे आहे.

गंधकाचे कार्य :

- हरितलवके निर्मितीमध्ये महत्त्वाचे कार्य करतो, त्यामुळे पेशींची वाढ होते व झाडांची वाढ चांगली होते.
- शेंगवर्गीय पिकांच्या मुळावरती गाठी तयार होण्यास मदत करतो. पिकांच्या मुळाची वाढ चांगली होते. त्याबरोबरच बियांच्या वाढीसाठीही गंधकाचे महत्त्व आहे.

गंधकाच्या कमतरतेमुळे दिसून येणारी लक्षणे

गंधकाच्या कमतरतेमुळे दिसून येणारी लक्षणे ही नत्राच्या कमतरतेमुळे दिसून येणाऱ्या लक्षणासारखीच असतात. नवीन पाने पिवळट हिरवी व फिकट दिसतात. पिकांची मुळे व खोड

भुईमूग पिकाची सरी-वरंबा पद्धतीने लागवड

तक्ता क्र.१ गंधक वापराचा प्रतिसाद			
अ. क्र.	पिकांचे वाण	गंधक वापरायचे प्रमाण	शेकडा उत्पन्नात वाढ (टक्के)
१	मोहरी	२० कि.ग्रॅ./ हेक्टर	२५.४
२	भुईमूग	२० कि.ग्रॅ./ हेक्टर	११.९
३	सोयाबीन	२० कि.ग्रॅ./ हेक्टर	६.५९

तक्ता क्र. २ गंधकाचे स्रोत व गंधकाचे प्रमाण		
अ. क्र.	गंधकाचे स्रोत	गंधकाचे प्रमाण (टक्के)
१	अमोनिअम सल्फेट	२४
२	कॅल्शिअम सल्फेट (जिप्सम)	२६
३	मॅग्नेशिअम सल्फेट	२३
४	पोटॅशिअम मॅग्नेशिअम सल्फेट	२८
५	पोटॅशिअम सल्फेट	१८
६	सुपर फॉस्फेट	१२
७	झिंक सल्फेट	१३-१८

यांची जास्त वाढ होते. पिकांच्या मुळावरती गाठींचे प्रमाण घटते. त्यामुळे नत्राच्या स्थिरीकरणावर नकारात्मक परिणाम होतो.

- **सूर्यफूल** : पानांचा हिरवा रंग नाहीसा होऊन नंतर तो गडद पिवळा होतो.
- **मोहरी** : नवीन येणाऱ्या पानांच्या शिरांतील रंग फिकट पिवळा होतो.
- **भुईमूग** : नवीन पानांचा आकार इतर पानांच्या तुलनेत लहान दिसतो. जुन्या पानांचा रंग हिरवाच राहतो. शेंग तयार होत नाही. परिणामी बियाण्यांची वाढ लांबते.
- **जवस** : पिकांची पाने पिवळी पडतात नंतर गोळा होतात आणि शेवटी पानांच्या कडा वाळून जातात. तसेच फांद्या कमी फुटतात व कळ्या कमी प्रमाणात उमलतात.
- **तीळ** : पिकांची वाढ खुंटते. पानांचा आकार लहान होतो आणि संपूर्ण वाढ झालेली पाने फिकट होतात व नंतर पिवळी पडतात. फुलांच्या आणि शेंगांच्या संख्येमध्ये घट होते व याचा परिणाम म्हणून उत्पादन घटते.
- **सोयाबीन** : नवीन पाने सतत फिकट पिवळसर हिरवी राहतात. अतिकमतरतेमुळे संपूर्ण झाड पिवळे पडते.
- **केळी** : शेंड्याकडील पाने लहान होऊन ती गुच्छासारखे दिसतात.
- **द्राक्ष** : पानांच्या शिरांमधील भाग पिवळा पडतो. पाने व देठ यांचा आकार बारीक होतो. झाडे खुरटी, खोड व फांद्या पातळ व चातीसारख्या बारीक गोलाईच्या दिसतात. मुळांचा आकार लहान होऊन त्यांची वाढ खुंटते. प्रकाशसंश्लेषण कमी झाल्याने साखरेचे प्रमाण घटते.
- **कोबीवर्गीय पिके** : पिकाची वरची व खालच्या बाजूची पाने तांबडी व जांभळी होतात. पानांचा आकार लांब आणि अरुंद होतो.

●●

३७

पालाशचा वापर

फळांची टिकवणक्षमता, फुलझाडांची देठे मजबूत व फुलांची प्रत सुधारण्यास, तसेच धान्य पिके, फळे, भाज्या यांचा आकार व प्रत चांगली होण्यास पालाश गरजेचे आहे. पिकांतील वेगवेगळ्या जीवरसायन क्रियेत व वनस्पतींच्या शरीरक्रियेत पालाशचे कार्य महत्त्वाचे आहे. त्यामुळे पिकांची संतुलित वाढ होऊन उत्पादनात वाढ होते.

पालाश हे पिकांना लागणाऱ्या नत्र, स्फुरद या नंतरचे प्रमुख अन्नद्रव्य आहे. सर्वच पिकांना पालाशची गरज असते, परंतु ज्या पिकांत कर्बोदकाचे प्रमाण जास्त असते, अशा पिकांना पालाशची गरज जास्त असते. विविध पिकांमध्ये पालाश वेगवेगळी भूमिका बजावतो. उदा. कापूस या पिकांत लांब धागा तयार होण्यासाठी, फळांची टिकवणक्षमता वाढण्यासाठी, फुलझाडांची देठे मजबूत होण्यास व फुलांची प्रत सुधारण्यास, तसेच धान्य पिके, फळे, भाज्या यांचा आकार व प्रत चांगली होण्यास पालाश गरजेचे असते.

जमिनीमध्ये पालाशची उपलब्धता :

जमिनीमध्ये आढळणाऱ्या एकूण खनिजांपैकी प्रमाणानुसार पालाशचा सातवा क्रमांक लागतो. असे असले तरी पिकांना १ ते २ टक्केच पालाश उपलब्ध होतो. उरलेल्या पालाशचे जमिनीमध्ये इतर खनिजांसोबत स्थिरीकरण होऊन पिकांना उपलब्ध होऊ शकत नाही. खतांद्वारे पालाश K^2O या स्वरूपात मिसळला जातो. पिकांना तो K^{++} या स्वरूपात उपलब्ध होतो. ज्या जमिनीत उपलब्ध पालाशचे प्रमाण २५० कि.ग्रॅ. प्रतिहेक्टरपेक्षा कमी असते, अशा जमिनींस पालाश कमतरतेच्या जमिनी म्हणून संबोधतात.

पालाशचे पीक पोषणातील महत्त्व :

पालाश पिकांतील वेगवेगळ्या जीवरसायन क्रियेत व वनस्पतीच्या शरीरक्रियेत महत्त्वाचे कार्य करतो. त्यामुळे पिकांची वाढ संतुलित होते, उत्पादनात वाढ होते.

- **संप्रेरकांना उत्तेजना देणे :**

पिकांमध्ये विविध जीव रासायनिक क्रिया

फळपिकांबरोबरच इतर सर्व पिकांत पालाशचा वापर आवश्यक असतो.

पिकांतील पालाशच्या कमतरतेची लक्षणे :

- पिकांमध्ये पालाशचे सर्वांगात लवकर वहन होते व हे वहन जुन्या उतीपासून ते नवीन उती असे होत असते. त्यामुळे पालाशच्या कमतरतेची लक्षणे प्रथम खालच्या किंवा जुन्या पानांवर दिसून येतात.
- पालाशची अधिक कमतरता असल्यास पिकांच्या खालच्या भागापासून नवीन पालवीपर्यंत कमतरतेची लक्षणे दिसून येतात. पिकांच्या पानांच्या कडा जळून जाऊन पाने गळणे हे पालाशच्या कमतरतेचे प्रमुख लक्षण आहे. तसेच, रुंद पाने असणारी पिके उदा. सोयाबीन, कापूस इ. पिकांची पाने पालाशच्या कमतरतेमुळे माने टाकतात व अपक्व अवस्थेतच गळून जातात.
- पालाशची कमतरता असते अशा पिकांची वाढ हळूहळू होते, मुळांची वाढ व्यवस्थितरीत्या होत नाही.
- झाडांचे खोड मजबूत होत नाही त्यामुळे पिके लवकर आडवी पडतात (उदा. मका).
- दाण्याचा आकार लहान राहतो, पिके रोगांना लवकर बळी पडतात.
- फळांना नैसर्गिक रंग येत नाही व त्यामध्ये कर्बोदकाचे प्रमाण कमी येते.
- फळभाज्या व पालेभाज्यांची प्रत खालावते; त्या लवकर खराब होतात; त्यांची साठवण क्षमता कमी होते.

होत असताना त्या क्रियांना गती देण्यासाठी संप्रेरके महत्त्वाची भूमिका बजावतात, परंतु कुठल्याही जैव रासायनिक क्रियेत भाग घेत नाहीत. पालाश सर्वसाधारणपणे पिकांतील ६० वेगवेगळ्या संप्रेरकांना उत्तेजना देण्याचे कार्य करतो. पालाशमुळे संप्रेरकांच्या भौतिक जडण-घडण कार्यात मदत होते. तसेच वेगवेगळे सेंद्रिय अणु व पिकांतील इतर संयुगे यांचा सामू ७ ते ८ यामध्ये स्थिरावण्यास मदत होते. त्यामुळे रासायनिक क्रिया व्यवस्थित पार पाडण्यास पिकांच्या पेशींना पालाश गरजेचे असते.

- **पर्णरंद्राचे कार्य :**

पर्णरंद्राच्या उघड व बंद होण्याच्या क्रियेवर पालाश नियंत्रण ठेवते. पिकांतील पर्णरंद्राचे काम व्यवस्थित चालण्यासाठी पालाश महत्त्वाचे आहे. कारण त्यावर असणाऱ्या छिद्रांद्वारे कार्बन-डाय-ऑक्साईड्ची वातावरणात देवाण-घेवाण होत असते. त्याचप्रमाणे पर्णरंद्रे व्यवस्थित असणे हे प्रकाशसंश्लेषण, पाणी व तापमान स्थिर ठेवण्याच्या दृष्टीने महत्त्वाचे असते. पिकांतील पाण्याचे प्रमाण स्थिर ठेवण्यासाठी व पाण्याचा ताण सहन करण्याची क्षमता वाढवण्यासाठी पालाश अन्नद्रव्य गरजेचे असते. पिकांच्या मुळांना जमिनीतून पाणी शोषण करण्यास ऊर्जा मिळते व मुळाद्वारे पाणी शोषले जाते.

- **प्रकाशसंश्लेषण :**

प्रकाशसंश्लेषण क्रियेमध्ये पालाशचे कार्य महत्त्वाचे परंतु अतिशय गुंतागुंतीचे आहे. पिकांमध्ये ए.टी.पी. (ATP) ऊर्जेचे जैविक स्वरूप तयार होण्यासाठी पालाश महत्त्वाचे असते. कारण सूर्यप्रकाश व कार्बन-डाय-ऑक्साईड यांचा संयोग होऊन पिके कर्बोदकाची निर्मिती करत असताना पिकांना ऊर्जेची (ATP) आवश्यकता असते. वरील सर्व महत्त्वाच्या क्रिया पालाशमुळे व्यवस्थित होतात.

- **शर्करेचे वहन :**

प्रकाशसंश्लेषणाद्वारे तयार झालेली शर्करा अन्नद्रव्य वाहून नेणाऱ्या नलिकांद्वारे म्हणजेच परिकाष्टाद्वारे (Phloem) झाडांच्या सर्व भागांना पुरवली जाते. शर्करेची वनस्पतीमध्ये साठवण होते व ती वहन केली जाते. या वहनक्रियेकरिता वनस्पतींना ऊर्जेची गरज असते. तेव्हा, वनस्पतींना असंतुलित किंवा कमी पालाशचा पुरवठा झाल्यास पिकांतील वहन क्रिया मंदावते, परिणामी प्रकाशसंश्लेषण क्रिया मंदावते.

- **पाणी व पोषणतत्त्वाचे वहन :**

वनस्पतीमध्ये पाणी व पोषणतत्त्व वाहून नेणाऱ्या नलिका म्हणजेच प्रकाष्ठीद्वारे (Xylem) पाणी

पालाश उपलब्ध होण्याचे स्रोत व प्रमाण :

स्रोत	प्रमाण	गुणधर्म (विद्राव्यता)
म्युरेट ऑफ पाटॅश	६० टक्के	पाण्यात विद्राव्य
पोटॅशियम सल्फेट	४८ टक्के	पाण्यात विद्राव्य
पोटॅशियम नायट्रेट	४५ टक्के	पाण्यात विद्राव्य

वहन करण्यात पालाश महत्त्वाची भूमिका बजावते. पिकांमध्ये जर पालाशची कमतरता असल्यास पिकांतील नत्र, स्फुरद, कॅल्शिअम, मॅग्नेशिअम व अमिनो आम्लाचे वहन मंदावते.

◆ **प्रथिने तयार करण्यासाठी :**

प्रथिने तयार होण्याच्या प्रत्येक महत्त्वपूर्ण क्रियेमध्ये पालाश गरजेचे असते. न्यूक्लिक आम्ल, प्रथिने व संप्रेरके तयार होण्यास पालाशची जरुरी असते. जर पिकांना संतुलित प्रमाणात पालाशची मात्रा मिळाली नाही, तर पिकांमध्ये प्रथिने तयार न होता नत्राचे प्रमाण वाढेल, झाडाची वाढ जास्त होईल. तसेच अमिनो आम्ल, अमाईड व नायट्रेटचे प्रमाण वाढेल. त्यामुळे संप्रेरकाचे कार्य मंदावेल. पिकांमधील जैवरासायनिक क्रियेवर याचा प्रतिकूल परिणाम होतो.

◆ **पिकांचे आरोग्य व प्रत :**

पिकांच्या आरोग्याच्या व प्रत वाढीच्या दृष्टीने पालाश महत्त्वाचे असते. जर पिकांना पालाशची उपलब्धता संतुलित असेल तर पिकांची भौतिक स्थिती, रोगप्रतिकारक क्षमता, फळांची टिकवणक्षमता वाढली जाते, उत्पादनाची प्रत सुधारते. त्यामुळे धान्यपिके व चारा पिकांची गुणवत्ता वाढली जाते. तसेच झाडांची मुळे मजबूत होतात. पिकांना अन्न पाणी व पोषणतत्त्वांचा पुरवठा व्यवस्थित होऊन पिकांना चांगला आधार मिळतो, पिके आडवी पडत नाहीत. त्याचप्रमाणे अति पाण्याची कमतरता, उष्णता व थंडीपासून पिके, पालाशमुळे तग धरतात व उत्पादनात वाढ होते.

पालाशयुक्त खते पिकांना जमिनीतून पेरतेवेळी किंवा लागवड करताना योग्य मात्रेत शिफारशीनुसार द्यावीत. शक्यतो फळपिके व भाजीपाला पिकांना म्युरेट ऑफ पोटॅश ऐवजी पोटॅशिअम सल्फेटचा वापर करावा. कारण, म्युरेट ऑफ पोटॅशमध्ये असणाऱ्या क्लोरिनला ही पिके संवेदनशील असतात. म्युरेट ऑफ पोटॅश या पिकांना वापरल्यास त्यांची प्रत कमी होऊ शकते. तसेच, पीक पक्व अवस्थेत असताना किंवा फुलोरावस्थेत १ टक्का पालाशयुक्त खतांची (पोटॅशिअम सल्फेट किंवा पोटॅशिअम नायट्रेटची) फवारणी करणे पीक पोषणाच्या दृष्टीने व उत्पादन वाढीसाठी फायदेशीर ठरते.

काही प्रमुख पिकांतील पालाश कमतरतेची लक्षणे

- **सोयाबीन :** पिकांच्या पानांच्या कडा जळतात व पाने करपली जातात, पिकांच्या पानांच्या आतील उती करपल्यामुळे पानांच्या कडा तुटल्या जातात. पाने पक्व होण्यास उशीर लागतो व हळूहळू पाने गळून जातात याचा परिणाम म्हणून पिके प्रकाशसंश्लेषणाद्वारे अन्न तयार करू शकत नाहीत व उत्पादनात घट होते.
- **मका :** मका पिकात पालाश कमतरतेमुळे पानांच्या कडा करपल्या जातात व पानांच्या मध्य भागातील शिरेजवळचा भाग हिरवाच राहतो. जुन्या व खालच्या भागातील पानांत पिवळ्या रेषा दिसतात, मुळांची वाढ चांगली होत नाही व पीक परिपक्व होण्यापूर्वीच आडवे पडते. तसेच कणीस आखूड येते.
- **कापूस :** कापूस पिकांत पाने प्रथम पिवळी पडतात, पानांच्या कडांवर व शिरांमधील भागात तपकिरी रंगाचे ठिपके पडतात. त्यानंतर पाने तपकिरी रंगाची होतात, नंतर गळून पडतात. झाडांचा आकार लहान होतो व झाडे बुटकी राहतात. बोंडे लहान आकाराची येतात व धाग्यास मजबुती येत नाही; बोंडाचे वजन कमी भरते.
- **भुईमूग :** पालाश कमतरतेमुळे भुईमुगाच्या पानांच्या शिरांच्या टोकाकडील भाग पिवळा पडतो. मुख्य शिरेलगतचा भाग हिरवाच राहतो व पानांच्या कडा करपतात. तसेच, पानांवर काळे-तपकिरी डाग दिसतात.
- **ऊस :** पानांच्या कडा जळतात, नंतर पानांच्या मुख्य शिरेवर लाल पट्टा दिसतो; पानांचा आकार लहान होतो.
- **गहू :** जुन्या पानांची टोके पिवळी पडतात व करपली जातात.
- **धान :** पानांच्या कडा पिवळ्या पडतात व नंतर पानांवर तपकिरी रंगाचे ठिपके येतात. नवीन पानांचा रंग गर्द हिरवा दिसतो. पिकांची वाढ खुंटते, ती बुटकी दिसतात व फुटवे कमी येतात. ओंबी आकाराने लांबट व लहान येते व रंग काळा दिसतो.

●●

३८

स्फुरदचा वापर

बीजोत्पादन करण्यासाठी, मुळांच्या चांगल्या वाढीकरिता, लवकर वाढ होऊन बियाण्यांच्या पक्वतेसाठी लागणारा वेळ कमी करण्यासाठी, खोडाची वाढ व मजबुतीसाठी, तसेच पिकांमध्ये रोगप्रतिकारक क्षमता वाढवणे व थंडीपासून बचाव करणे इ. महत्त्वाच्या क्रियांमध्ये स्फुरदाची पिकांना गरज असते. पिकामध्ये कार्यक्षम मुळ्या तयार होणे स्फुरदावर अवलंबून असते.

स्फुरद हे पिकांना लागणाऱ्या पोषण द्रव्यांपैकी एक प्रमुख मूलद्रव्य आहे. पिकांच्या परिपूर्ण वाढीसाठी याची गरज मोठ्या प्रमाणावर आहे. एकूण स्फुरदाचे पिकातील प्रमाण हे ०.१ ते ०.५ टक्के एवढे असते.

पिकांना ऊर्जा निर्माण करणाऱ्या प्रक्रियेत स्फुरदाचा समावेश :

पिकांना ऊर्जा देणाऱ्या सर्व प्रक्रियांमध्ये स्फुरद महत्त्वाचे कार्य करतो. जास्त ऊर्जा देणाऱ्या प्रक्रियेमध्ये रसायनांच्या म्हणजेच एडीपी (ऊर्जानिर्मिती संयुगे) आणि एटीपी स्वरूपात वेगवेगळ्या प्रक्रियेत भाग होतो, तेव्हा एडीपी आणि एटीपी यांचे रूपांतर जास्त ऊर्जेच्या फॉस्फेटकडून दुसऱ्या एका घटकांना पुरवली जाते, त्याला आपण 'फॉस्फोरिलेशन' संबोधतो. पिकांना त्यांच्या वाढीसाठी, पोषणासाठी लागणाऱ्या सर्व प्रक्रियांना ऊर्जा देण्याचे कार्य स्फुरद व स्फुरदयुक्त संयुगांद्वारे (ATP, ADP) होत असते, म्हणून याचे महत्त्व अनन्यसाधारण आहे.

प्रकाशसंश्लेषण :

निसर्गात सगळ्यात महत्त्वाची असणारी रासायनिक प्रक्रिया म्हणजे प्रकाशसंश्लेषण होय. या प्रक्रियेमध्ये पिके हरित लवकाद्वारे प्रकाशाचे शोषण करतात. पाणी आणि कार्बन-डाय- ऑक्साईड वायूची प्रक्रिया होऊन त्याचे साखरेमध्ये (ग्लुकोज) रूपांतर होते आणि पिकांना ऊर्जा एटीपीच्या स्वरूपात मिळते. यामुळे पिकांना पोषणासाठी व वाढीसाठी लागणाऱ्या सर्व प्रक्रियांना ऊर्जेचा स्रोत म्हणून एटीपीचा वापर होतो. साखरेचा उपयोग हा इतर अवयवांच्या वाढीसाठी होत असतो.

पीक पोषणासाठी स्फुरदाचा योग्य वापर महत्त्वाचा आहे.

जनुकीय वहन :

जनुकीय वहन एका पिढीतून त्यानंतरच्या पिढीत करण्यासाठी स्फुरदाची आवश्यकता असते. कारण जनुकाच्या निर्मितीमध्ये स्फुरद महत्त्वाचे कार्य करतो. स्फुरदीय आम्ल हा जनुकाचा प्रमुख घटक आहे. स्फुरदाचा पिकांना योग्य प्रमाणात पुरवठा केला, तर नवीन पेशी तयार होण्यास मदत होते आणि जनुकीय कोड (पिन) एका पिढीतून दुसऱ्या पिढीत जाण्यातही मदत होते. पिकांच्या बियाण्यांमध्ये व फळांमध्ये स्फुरदाचे प्रमाण हे जास्त असते. म्हणूनच पिकांच्या बिया तयार होण्यासाठी व त्यांच्या विकासासाठी स्फुरदाचे कार्य महत्त्वाचे आहे. त्यामुळेच कमी व असंतुलित स्फुरदाचा वापर पिकांसाठी केल्यास याचा परिणाम म्हणूनच बियांचा आकार लहान होतो आणि त्यांची संख्या कमी होते.

पोषणतत्त्वांचे वहन :

झाडांच्या पेशींमध्ये पोषणतत्त्वांचे प्रमाण हे त्यांच्या मुळांच्या सभोवतालच्या मातीतील प्रमाणापेक्षा नेहमीच जास्त असते, त्यामुळेच पिके अन्नद्रव्यांचे शोषण मुळांद्वारे करू शकतात. या अन्नद्रव्यांचे पिकांत इतर ठिकाणी वहन होण्यास एटीपी आवश्यक असते. कारण पिकात अन्नद्रव्यांचे वहन हे जास्त करून पेशीपटलाद्वारे होते. अशा वहनप्रक्रियेत क्षार संतुलन प्रक्रियेला विरोध करण्यासाठी ऊर्जा लागते व ही ऊर्जा स्फुरदाद्वारे पुरवली जाते.

स्फुरदाचे पीक पोषणात शोषण व वहन :

स्फुरद हा पिकात जमिनीतून त्याच्या मुळांद्वारे प्रवेश करतो. पिकाच्या मुळांवरील, केसांच्या स्वरूपातील मुळ्यांद्वारे, मुळांची टोके आणि मुळांच्या बाहेरील बाजूस असणाऱ्या पेशींद्वारे स्फुरदाचे शोषण होते, तसेच स्फुरदाचे शोषण हे मायकोरायझल बुरशीद्वारे मुळासोबत सहयोगी पद्धतीने काही विशिष्ट पिकामध्ये होत असते. स्फुरदाचे शोषण हे प्राथमिक स्वरूपात मुख्यत्वेकरून ऑर्थोफॉस्फेट (H_2PO_4-); परंतु काही प्रमाणात दुय्यम ऑर्थोफॉस्फेट (HPO^{2-}_4) स्वरूपात होते.

स्फुरद मुळामध्ये प्रवेश केल्यानंतर तो पिकाच्या मुळांमध्ये साठवला जातो. यानंतर पिकाच्या वरच्या भागाला पुरवला जातो. यानंतर विविध रासायनिक प्रक्रियांद्वारे स्फुरदाचे व सेंद्रिय घटकांचे समाविष्टीकरण होते. उदा. न्युक्लीक आम्ल (डीएनए आणि आरएनए), स्फुरदयुक्त प्रथिने, लिपीड्स, स्फुरदयुक्त साखर, संप्रेरके आणि इतर ऊर्जायुक्त स्फुरदाचे संयुगे तयार होण्यासाठी स्फुरदाची आवश्यकता असते. अशा प्रकारे स्फुरद असेंद्रिय स्वरूपात पिकांना उपलब्ध होतो व असेंद्रिय स्फुरद स्वरूपात पिकांच्या सर्व अवयवांत साठवला जातो.

स्फुरदाची जमिनीतील उपलब्धता :

जमिनीमध्ये स्फुरद हा सेंद्रिय पदार्थामार्फत व ॲपेटाईड या खनिजापासून विद्राव्य स्वरूपात पिकांना शोषण करण्यासाठी उपलब्ध असतो; परंतु रासायनिक अभिक्रियांद्वारे स्फुरद हा लुप्त होत असतो. तसेच, सेंद्रिय पदार्थांचे प्रमाण कमी झाल्यासदेखील जमिनीत स्फुरदाची कमतरता जाणवते. सर्वसाधारणपणे १४ कि.ग्रॅ. प्रतिहेक्टरपेक्षा

स्फुरदाची गरज

स्फुरदाची गरज ही पिकांच्या महत्त्वाच्या जैवरासायनिक प्रक्रिया पूर्ण करण्यासाठी अत्यंत महत्त्वाचा मूलद्रव्य आहे. एकूण पिकांना देण्यात येणाऱ्या खतांच्या मात्रेत स्फुरदाची मात्रा ही दिवसेंदिवस वाढत आहे. कारण जास्त उत्पादन देणाऱ्या जातींना स्फुरदाबरोबरच इतर मूलद्रव्यांची आवश्यकताही जास्त असते, तसेच जमिनीतील रासायनिक प्रक्रियेमुळे स्फुरदाची पिकांना उपलब्धता कमी होते. पिकांना बीजोत्पादन करण्यासाठी, मुळांच्या चांगल्या वाढीकरिता, लवकर वाढ होऊन बियाण्यांच्या पक्वतेसाठी लागणारा वेळ कमी करण्यासाठी, खोडाची वाढ व मजबुतीसाठी, तसेच पिकांमध्ये रोगप्रतिकारक क्षमता वाढवणे व थंडीपासून बचाव करणे इत्यादी महत्त्वाच्या क्रियेमध्ये स्फुरदाची पिकांना गरज असते. पिकामध्ये कार्यक्षम मुळ्या (अन्नद्रव्य व पाणी शोषण्यासाठी आवश्यक मुळ्या) तयार होणे स्फुरदावर अवलंबून आहे.

प्रमाण जमिनीत कमी असेल, तर त्या जमिनीस स्फुरद कमतरतेची जमीन असे म्हणतात व अशा जमिनीत पिकांची वाढ योग्य स्वरूपात न होता उत्पादनावर नकारात्मक परिणाम दिसून येतो.

स्फुरद उपलब्धतेवर परिणाम करणारे घटक:

जमिनीमध्ये जर सेंद्रिय कर्बाचे प्रमाण जास्त असेल, तर त्या जमिनीत सेंद्रिय स्फुरदाचे प्रमाण जास्त असते. त्यामुळे स्फुरदाची विद्राव्यता अशा जमिनीत जास्त असते. पिकांना स्फुरद लवकर व जास्त प्रमाणात उपलब्ध होतो.

स्फुरदाच्या उपलब्धतेवर विविध घटक परिणाम करतात. यामध्ये महत्वाचे घटक म्हणजे १) माती ज्या प्रकारच्या खडकांपासून तयार होते ते खडक, २) खडकांची झीज होण्याचे प्रमाण, ३) त्या भागातील हवामान, ४) तसेच, त्या भागातील माती वाहून जाण्याचे प्रमाण. ५) पीक काढणीद्वारे (शोषणाद्वारे) आणि ६) स्फुरदयुक्त खतांच्या वापराचे प्रमाण. या व्यतिरिक्त जमिनीतील रासायनिक घटकही कारणीभूत असतात. ते म्हणजे जमिनीचा सामू व इतर पोषणद्रव्यांचे प्रमाण हे घटकही महत्वाचे आहेत.

सामू : जमिनीचा सामू हा स्फुरदाच्या उपलब्धतेवर परिणाम करणारा सगळ्यात मुख्य घटक आहे. कारण चुनखडीयुक्त जमिनीचा सामू हा ८.०च्या जवळ असतो. त्यामुळे चुनायुक्त स्फुरदाची विद्राव्यता ही कमी होते. आम्लधर्मी जमिनीमध्ये स्फुरद हा आयर्न (Fe) किंवा ॲल्युमिनिअम (Al) बरोबर संयुक्त स्वरूपात आढळतो, त्यामुळे स्फुरदाची विद्राव्यता कमी असते. सर्वांत जास्त स्फुरदाची उपलब्धता ही ६.० ते ७.० या सामूमध्ये आढळते. ही स्थिती आम्लधर्मी जमिनीत चुन्याचा वापर केल्यास जमिनीचा सामू उदासीन होण्यास मदत होते. या सामूच्या प्रमाणात (६.० ते ७.०) स्फुरद H_2PO_{4-} स्वरूपात पिकांना उपलब्ध होतो व त्यामुळे पिकांना सहज उपलब्ध होतो, तर जमिनीचा सामू ७.०च्या वर असल्यास HPO_{4-} या स्वरूपात स्फुरद पिकांना उपलब्ध होतो.

इतर अन्नद्रव्यांचे प्रमाण :

संतुलित पोषणतत्त्वांचा वापर पिकांसाठी केल्यास स्फुरदाचे शोषण पिकांद्वारे जास्त होते; तसेच आमोनियमयुक्त नत्र खते स्फुरदयुक्त खतांबरोबर पिकांना दिली असता स्फुरदाचे शोषण पिकांद्वारे जास्त होते; परंतु जर नत्रयुक्त व स्फुरदयुक्त खतांच्या मात्रा जर वेगवेगळ्या स्वरूपात दिल्या, तर स्फुरदाच्या शोषणावर परिणाम होतो. तसेच, गंधकही उदासीन व अल्कधर्मी जमिनीतील स्फुरदाची उपलब्धता वाढवण्यास मदत करतो.

सेंद्रिय कर्बाचे प्रमाण :

जमिनीमध्ये जर सेंद्रिय कर्बाचे प्रमाण जास्त असेल, तर त्या जमिनीत सेंद्रिय स्फुरदाचे प्रमाण जास्त असते. त्यामुळे स्फुरदाची विद्राव्यता ही अशा जमिनीत जास्त असते व पिकांना स्फुरद लवकर व जास्त उपलब्ध होतो. या व्यतिरिक्त सेंद्रिय आणि स्फुरदयुक्त खतांचा एकत्रित वापर केल्यामुळे सेंद्रिय घटकांचे विघटन होत असताना सेंद्रिय आम्ले तयार होतात, त्यामुळे स्फुरदाचे आयर्न व ॲल्युमिनिअमसोबत स्थिरीकरण होत नाही, परिणामी स्फुरदाची पिकांना उपलब्धता जास्त होते.

चिकण मातीचे प्रमाण :

अति लहान कणांचे प्रमाण ज्या जमिनीत जास्त असते, अशा जमिनीत स्फुरदाचे स्थिरीकरण जास्त होत असते, त्यामुळे चिकन मातीयुक्त

सामूचा स्फुरद उपलब्धतेवर होणारा परिणाम		
सामूचे प्रमाण	**स्फुरदाचे स्वरूप**	**अवस्था**
७ ते ९.०	ट्रायकॅल्शिअम फॉस्फेट	पिकांना उपलब्ध होत नाही/ कमी उपलब्ध होतो.
५.५ ते ७.५	मोनो/ डायकॅल्शिअम फॉस्फेट	पिकांना सर्वांत जास्त उपलब्ध होतो.
० ते ५.५	आयर्न, ॲल्युमिनिअम फॉस्फेट	पिकांना उपलब्ध होत नाही.

जमिनीत स्फुरद स्थिरीकरण क्षमता ही वालुकायुक्त जमिनीपेक्षा जास्त असते, त्यामुळे उपलब्धता कमी होते. तसेच, पाऊस व तापमान जेथे जास्त असते, अशा ठिकाणच्या जमिनीत केओलिनचे प्रमाण जास्त असल्याकारणाने तेथे स्फुरदाचे स्थिरीकरण जास्त होते. जास्त पाऊस व तापमान हे जमिनीत आयर्न व ॲल्युमिनिअमचे ऑक्साईडचे प्रमाण वाढवण्यास मदत करतात, त्यामुळे स्फुरदाचे स्थिरीकरण अशा स्थितीमध्ये जास्त होते.

स्फुरद मात्रा देण्याची वेळ :

जमिनीतील विद्राव्य स्फुरद व मातीचे कण या दोघांमधील संपर्क काळ जितका जास्त असतो, अशा स्थितीमध्ये स्फुरदाचे स्थिरीकरणही वाढत जाते, त्यामुळे हा काळ कमी करण्यासाठी व स्फुरदाचे कार्य वाढवण्यासाठी पेरणीपूर्वीच स्फुरदाची मात्रा द्यावी. ही पद्धत ज्या जमिनीमध्ये स्फुरदाचे स्थिरीकरण क्षमता जास्त असते, त्या जमिनीमध्ये अवलंब करावी. म्हणजे स्फुरदाची विद्राव्यता वाढण्यास मदत होते. तसेच, जास्त स्फुरद स्थिरीकरण क्षमता असणाऱ्या जमिनीत स्फुरदाची पट्टा पद्धत (दोन ओळींमध्ये) वापरली असता अशा जमिनीत स्फुरदाची उपलब्धता पिकांना जास्त होते.

जमिनीचे तापमान :

जमिनीचे तापमान जास्त असल्यास स्फुरदाचे पिकांद्वारे शोषण जास्त होते. याउलट थंड किंवा कमी तापमानाच्या पिकांद्वारे स्फुरदाचे शोषण कमी होते. या व्यतिरिक्त काही रासायनिक व जैविक क्रियांमुळेही स्फुरदाच्या उपलब्धतेवर परिणाम होतो.

जमिनीचा टणकपणा (घट्ट होणे) :

स्फुरदाचे मातीमध्ये वहन फार कमी प्रमाणात होते, त्यामुळे पिकांच्या मुळांना वाढीसाठी व स्फुरदाच्या शोषणासाठी जमिनीमध्ये नवीन ठिकाण शोधावे लागते. जर जमीन घट्ट बनली (कमी हवा व पाणी), तर पिकांच्या मुळांच्या वाढीवर परिणाम होतो व परिणामी स्फुरदाचे शोषणही कमी होते. तसेच, जमिनीत हवा खेळती राहत नाही आणि पिकांच्या मुळांना प्राणवायूदेखील कमी मिळतो. प्राणवायू जर पिकांच्या मुळांना व्यवस्थित मिळाला नाही, तर पिकांद्वारे शोषल्या जाणाऱ्या स्फुरद क्षमतेत ५० टक्क्यांपर्यंत घट होते. त्यामुळे जमीन ही भुसभुशीत असणे अत्यंत गरजेचे आहे.

पिकांचे अवशेष :

पिकांचे अवशेष जमिनीत गाडले गेल्यामुळे त्यामधील स्फुरदाचे शोषण करण्यासाठी किंवा ते मिळवण्यासाठी सूक्ष्म जीवाणूंमध्ये स्पर्धा लागते. विघटन प्रक्रिया होत असताना वनस्पती व सूक्ष्म जीवाणूंमध्ये स्फुरद मिळवण्याची स्पर्धा होत असते. या जीवाणूंद्वारे शोषल्या गेलेल्या स्फुरदाची उपलब्धता हळूहळू जमिनीमध्ये होत असते. कारण, ज्या वेळी हे जीवाणू मृत होतात, त्या वेळी त्यांच्या शरीरातील स्फुरद आपोआपच जमिनीत मिसळला जातो व तो पिकांना लवकर उपलब्ध होतो.

मायकोरायझा बुरशी :

जमिनीमध्ये असणाऱ्या मायकोरायझा बुरशीमुळे स्फुरदाची उपलब्धता पिकांना जास्त होते. कारण, ही बुरशी पिकाच्या मुळांमध्ये प्रवेश करते व सहजीवी पद्धतीद्वारे मातीत वाढत जाते व जमिनीतील स्फुरद शोषण करून पिकाच्या मुळांपर्यंत वहन केले जाते. मायकोरायझा बुरशीचा वापर केल्यास पिकांना उपलब्ध नसलेला स्फुरद उपलब्ध करून देण्यास मदत होते.

●●

३९

पीक पोषणात नत्र अन्नद्रव्याचे महत्त्व

आपल्या वातावरणात वनस्पतीच्या सभोव-तालचा भाग नत्राने व्यापलेला आहे. वातावरणात नत्र (N_2) वायु स्वरूपात आढळतो. परंतु हा वायुस्वरूपातील नत्र पिकांना वाढीसाठी सरळ उपलब्ध होत नाही. पिकांना लागणाऱ्या आवश्यक अन्नद्रव्यामध्ये नत्राचे महत्त्वाचे स्थान आहे, कारण पिकांमधील विविध जैवरासायनिक क्रिया सुरळीतपणे पार पाडण्यासाठी नत्र प्रमुख भूमिका बजावतो. पिकांना नत्र कायिक वाढीसाठी, पुनरूत्पादन क्रिया, जैवरासायनिक क्रिया इ. महत्त्वाच्या क्रियांमध्ये महत्त्वाचे असते. तसेच नत्र वनस्पती पेशींचा घटक आहे. पृथ्वीवर वातावरणात सर्वात जास्त नत्राचे प्रमाण असूनही जमिनीत नत्राची कमतरता असणं एक मोठा जागतिक प्रश्न आहे.

नत्राची पीक पोषणात आवश्यकता :

नत्र हे पिकांना लागणाऱ्या अन्नद्रव्यांपैकी एक महत्त्वाचे व जास्त प्रमाणात गरज असणारे अन्नद्रव्य आहे. जमिनीमध्ये मूलद्रव्य स्वरूपातील नत्र अत्यंत कमी आहे. त्यामुळे पिकांना जमिनीतून नत्र उपलब्धता कमी होते. जमिनीमध्ये नत्र पिकांना मुख्यत्वेकरून नायट्रेट (NO_3^-) आणि अमोनियम (NH_4^+) या स्वरूपात मिळते. ते चल (Mobile) अन्नद्रव्य असल्यामुळे नत्राचे वातावरण, माती आणि सजीवातील चक्रीकरण सतत होत असते. जमिनीमध्ये ० ते १५ से.मी. या थरात नत्राचे प्रमाण ०.०२ ते ०.४ टक्के इतका असतो. तसेच, सरासरी पिकांना महत्त्वाच्या प्रक्रियेसाठी २ ते ५ टक्के इतकी गरज असते.

पीक पोषणातील नत्राचे प्रमुख कार्य :

- पिकांना नत्र प्रकाशसंश्लेषण प्रक्रियेत, अन्न निर्मितीमध्ये महत्त्वाचे असते.
- पिकांच्या कायिक व शाखीय वाढीत नत्र प्रमुख भूमिका बजावतो.
- नत्र पिकांना जैवरासायनिक प्रक्रियेमध्ये गरजेच्या असणाऱ्या ॲमिनो आम्लाचा प्रमुख घटक आहे.
- नत्रामुळेच प्रथिनांची निर्मिती होत असते.
- विकर (एन्झाईमस्) तयार होण्यासाठीही नत्र गरजेचे असते.
- पिकांना लागणाऱ्या सर्व क्रियेमध्ये ऊर्जेचे वहन करणाऱ्या सर्व पदार्थांमध्ये नत्र असते. तसेच एटीपी (ATP) तयार होण्यासाठी नत्र महत्त्वाचे असते.
- उर्जेचे वहन करणे यासाठीही नत्र महत्त्वाचे असते.
- नत्र पिकांना लागणाऱ्या महत्त्वाच्या न्युक्लीक आम्लातही महत्त्वाचा घटक आहे. ज्याद्वारे पिकांतील महत्त्वाचे गुणधर्म दुसऱ्या पिढीमध्ये वहन होण्यास मदत होते.

पिकांमध्ये नत्राच्या कमतरतेची लक्षणे :

- पिकांमध्ये नत्राचे प्रमाण १.१ टक्केपेक्षा कमी असेल तर ती पिके नत्र कमतरतेची लक्षणे दाखवतात.
- नत्र हे पिकांमध्ये सर्वात जास्त प्रवाही असल्याम ुळे पिकांमध्ये नत्र कमरतेची लक्षणे प्रथम जुन्या पानांवर आढळून येतात.
- नत्र कमतरतेमुळे पिकातील जुनी पाने पूर्ण पिवळी दिसतात.
- पिकांची कायिक वाढ थांबते व पिके खुरटी दिसू लागतात.

- नत्राच्या कमतरतेमुळे फूलधारणा कमी होते
- नत्राच्या कमतरतेमुळे प्रथिनांची निर्मिती कमी प्रमाणात होते.
- नत्राच्या कमतरतेमुळे पिकांच्या उत्पादन क्षमतेवर विपरीत परिणाम होतो व उत्पन्न कमी होते.

जमिनीतील नत्र :

प्रामुख्याने नत्र जमिनीत सेंद्रीय नत्र व असेंद्रीय नत्र या दोन स्वरूपात आढळते. सर्वसाधारणपणे सुमारे ९५ ते ९८ टक्के नत्र जमिनीमध्ये सेंद्रिय स्वरूपात आढळते. हे नत्र पिकांच्या, जीवजंतूंच्या व प्राणी यांच्या अवशेषामध्ये साठलेले असते व त्यालाच आपण जमिनीतील सेंद्रीय पदार्थ असे म्हणतो. सेंद्रिय स्वरूपातील नत्र पिकांना सहज उपलब्ध होत नाही; परंतु काही भाग जमिनीतील जीवाणूंद्वारे उपलब्ध स्वरूपात रूपांतरीत केला जातो व पिकांना नत्र उपलब्ध होते.

मुख्यत्वेकरून पिकांना उपलब्ध स्वरूपातील नत्र हे असेंद्रीय स्वरूपात उदा. अमोनियम आणि नायट्रेट स्वरूपात असते. जमिनीमध्ये उपलब्ध असणारा अमोनियम आयन्स इतर जमिनीतील घटकांसोबत चिकटला जातो व त्यापासून नवीन पदार्थ तयार होऊ शकतो. परंतु नायट्रेट स्वरूपातील नत्र मातीच्या कणांसोबत बांधला जात नाही. त्यामुळे तो पाण्यात विद्राव्य अवस्थेत असतो व पिकांना काही प्रमाणात उपलब्ध होतो.

जमिनीतील नत्राचे स्त्रोत :

जमिनीतून पिकांना पुरवल्या जाणाऱ्या नत्राचे मुख्यत्वेकरून वातावरणातील नत्र व नत्रयुक्त खनिजे हे दोन नैसर्गिक स्त्रोत आहेत.

१. वातावरणातील नत्र : वातावरणातील नत्र वायू हा पिकांना व जमिनीस नत्र उपलब्ध करणारा महत्त्वाचा स्त्रोत आहे. वातावरणात नत्र वायू स्वरूपात असलयामुळे नत्राचे स्वरुप बदलने आवश्यक असते व ही क्रिया दोन घटकाद्वारे होते. काही वायू स्वरूपातील नत्र आकाशात वीज कडकडल्यामुळे नायट्रेट स्वरूपात रूपांतरीत होत असतो. विजेमुळे नायट्रेट स्वरूपातील नत्र पाण्याच्या थेंबात विरघळला जातो आणि थेंबासोबत जमिनीत मिसळला जातो. अशा प्रकारे जमिनीत नत्र उपलब्धता होते. त्यामुळे पावसानंतर पिके लगेचच हिरवी दिसू लागतात.

या व्यतिरिक्त काही जीवाणू हवेतील वायू स्वरूपातील नत्र त्यांच्या पेशीमध्ये शोषूण नवीन नत्रयुक्त पदार्थ तयार करून जैवरासायनिक क्रियेत वापरले जाते. या क्रियेला जैविक नत्रस्थिरीकरण असे म्हणतात. यासाठी खूप मोठ्या प्रमाणात ऊर्जेची आवश्यकता असते. त्यामुळे मुक्त राहणाऱ्या जीवाणूंद्वारेच ही क्रिया होते. उदा. अझॅटोबॅक्टर, त्याचप्रमाणे स्थिरीकरण झालेले नत्र दुसऱ्या जीवाणूंना त्यांच्या जैवरासायनिक क्रियेसाठी पूर्वीच्या जीवाणूंच्या अवशेषापासून उपलब्ध होत असतो. उदा. रायझोबिया प्रकारातील जीवाणू पिकांच्या मुळांमध्ये आपली वसाहत निर्माण करतात आणि ज्या वेळी रायझोबिया जीवाणूंची नत्राची गरज पूर्ण होते, त्या वेळी जास्त साठवलेले नत्र हे जीवाणू पिकांसाठी उपलब्ध करून देतात. त्यामुळेच ज्या पिकांच्या मुळांवर गाठी आकारने मोठ्या व जास्त प्रमाणात असतात अशी पिके नत्रयुक्त खतांना कमी प्रतिसाद देतात. कारण पिकांना नत्राची गरज ही आधीच जीवाणूंद्वारे पुरवलेल्या नत्रामुळे पूर्ण झालेली असते.

२. नत्रयुक्त खनिजे : खनिजांचे विदारण होऊन नत्राची उपलब्धता हळूवारपणे जमिनीत होत असते. या क्रियेमुळे पिकास नत्राची कमी-मध्यम स्वरूपात उपलब्धता होते.

जमिनीमध्ये नत्राचे चक्रीकरण:

जमिनीमध्ये नत्राच्या स्वरूपात विविध बदल होत असतात. या बदलत्या स्वरूपालाच नत्राचे चक्रीकरण म्हणतात. कारण, सूक्ष्म जीवाणू नत्राच्या स्वरूप बदलाला कारणीभूत असतात. जर जमिनीचे तापगान २५ अंश सेल्सिअसपेक्षा कमी असेल तर स्वरूप बदल संथ गतीने होतो, पण जमिनीचे तापमान वाढल्यास ही क्रिया जलद गतीने होते. नत्राच्या चक्रीकरणात सर्वांत महत्त्वाची क्रिया म्हणजे असेंद्रिय नत्राचे सेंद्रिय नत्रामध्ये व सेंद्रिय नत्राचे परत असेंद्रिय स्वरूपात होणारा बदल होय. सूक्ष्म जीवाणू त्यांच्या वाढीसाठी सतत नत्र घेत असतात.

नत्राचे जमिनीतील रूपांतरण :

जमिनीतील नत्राचे वेगवेगळ्या स्वरूपात रूपांतरण होत असते.

- **मिनरलायझेशन (खनिजिकरण):** या प्रक्रियेमध्ये सेंद्रिय पदार्थातील नायट्रेट आयनमध्ये रूपांतर होते. ही क्रिया जमिनीतील वेगवेगळ्या जीवाणद्वारे घडवली जाते.

  सेंद्रिय नत्र → अमाईड → अमोनियम → नाईट्राइट → नायट्रेट

- **अमिनायझेशन :** ही क्रिया वेगवेगळ्या जीवाणूंव्दारे घडवली जाते, तसेच ती साधारण, आम्लधर्मी आणि अल्कधर्मी जमिनीत घडते.

साधारण व अल्कधर्मी (क्षारयुक्त) सामू असलेल्या जमिनीत अमिनायझेशन क्रिया जीवाणूंव्दारे सेंद्रिय पदार्थ विघटनाद्वारे घडवली जाते, तर आम्लधर्मी जमिनीत हीच क्रिया बुरशीद्वारे घडली जाते.

या क्रियेमध्ये प्रथिनांमधील संयुक्त नत्राचे जीवाणूंद्वारे अमिनो आम्लात रूपांतरण होते.

प्रथिने → अमाईन + ऊर्जा → इतर पदार्थ
(सेंद्रिय पदार्थातील संयुक्त स्वरूप)

- **अमोनिफिकेशन :**

अमिनायझेशन क्रियेद्वारे तयार झालेल्या अमाईन्सचे जीवाणूद्वारे अमोनिकल नायट्रोजनमध्ये रूपांतरीत होण्याच्या क्रियेला अमोनिफिकेशन असे म्हणतात. ज्या ठिकाणी पाणथळ जमिनी आहेत अशा ठिकाणच्या जमिनीमध्ये प्राणवायू (O_2) चे प्रमाण अत्यंत कमी असते. त्यामुळे अशा ठिकाणी सेंद्रीय नत्राचे रूपांतर अमोनियम नत्रामध्ये होते व येथेच थांबते. कारण प्राणवायूच्या कमतरतेमुळे सूक्ष्म जीवाणूंच्या क्रियाशिलतेवर प्रतिकूल परिणाम होतो. अमोनियम, अमाईन्स, अमाईड, व इतर काही नत्रयुक्त पदार्थांपासून नायट्राईटची निर्मिती होते. तर नायट्रोसोमोनास या जीवाणूंद्वारे आमोनिआकल नत्राचे नायट्राईट स्वरूपात अत्यंत प्रभावीपणे व सहजरित्या रूपांतरण केले जाते. ज्या जमिनीमध्ये शेणखत किंवा प्राण्यांचे विष्ठायुक्त पदार्थ जास्त प्रमाणात असतात अशा ठिकाणच्या जमिनीमधील नायट्रोसोमोनास व नायट्रोबॅक्टर जीवाणूंची संख्या जास्त असते.

- **डी–नायट्रीफिकेशन :**

ज्या जमिनी पाणथळ असतात किंवा जमिनीत ऑक्सिजनची कमतरता असते अशा जमिनीतील जीवाणू उपलब्ध नायट्रेट नत्राचे N_2 वायू आणि N_2O या स्वरूपात रूपांतरण करतात. ही प्रक्रिया घडवण्यासाठी मातीतील जीवाणूंना ऊर्जेची आवश्यकता असते. त्यामुळे जीवाणूंना ही ऊर्जाची भूक जमिनीत उपलब्ध असणाऱ्या सेंद्रिय पदार्थांपासून पुरवली जाते. डी-नायट्रेफिकेशन ही क्रिया अत्यंत जलद गतीने होते. जर जमिनीच्या पृष्ठभागावर पाणी २ ते ३ दिवस साचून राहिले तरी नत्राचा ऱ्हास लवकर व सहज होतो. त्यामुळेच पाणी साचलेल्या जमिनीत मका, सोयाबीन इ. पिके पिवळी दिसतात. ही क्रिया ज्या जमिनीत पाणी जास्त काळ साठून राहते व निचरा नसतो अशा जमिनीत होते.

जमिनीतून होणारा नत्राचा ऱ्हास :

- **वहन (लिचिंग) :** या प्रक्रियेद्वारे नायट्रेट नायट्रोजनचे वहन मोठ्या प्रमाणात होते. वालुकामय जमिनीत या स्थितीद्वारे नायट्रेट नत्राचा ऱ्हास जास्त प्रमाणात होतो. तर चिकण-माती पोयटायुक्त जमिनीत वहनाचे प्रमाण तुलनेने कमी असते व ऱ्हासाचे प्रमाणही कमी असते. चिकणमातीयुक्त जमिनीतून नत्राचा ऱ्हास अति जास्त प्रमाणात पाऊस पडल्यासच होतो. अमोनियम नत्र मातीच्या कणांना घट्ट चिकटून राहत असल्याकारणाने याचा ऱ्हास कमी होतो. या उलट नायट्रेट नत्र मातीच्या कणांना चिकटून राहत नाही आणि मुळांच्या खालच्या भागात याचे वहन होते व ऱ्हास होतो. अमोनियम नत्र हे जमिनीची चांगली स्थिती असेल तर नायट्रेट नत्रामध्ये लवकर रूपांतरीत होते व वहन होऊन त्याचाही ऱ्हास होतो.
- **वायू स्वरूपातील ऱ्हास (व्होलाटायझेशन)** ज्या वेळी भरखते, युरिया किंवा नत्रयुक्त खते किंवा नत्रयूक्त मिश्रणे जमिनीत टाकले त्या वेळी नत्र काही प्रमाणात अमोनिया वायू स्वरूपात वातावरणात मिसळला जातो व नत्राचा ऱ्हास होतो. तसेच द्रवरूप अमोनिया जर जमिनीत योग्य खोलीवर मिसळला नाही तर नत्र अमोनिया वायू स्वरूपात सहज वातावरणात मिसळला जातो. हे टाळण्यासाठी युरियायुक्त खते जमिनीत योग्य खोलीवरच मिसळून द्यावीत. ज्या ठिकाणी युरिया

नत्राचे विविध स्वरूप :

निसर्गामध्ये नत्र वेगवेगळ्या स्वरूपात आढळते.

नत्राचे स्वरूप	सांकेतिक चिन्ह	जमीन व पिकांसाठी असलेला उपयोग
हवेतील नत्र (वायू)	N_2	निसर्गात नत्र सामान्यत: वायू स्वरूपात असून नत्राचे वातावरणातील प्रमाण ७८ टक्के आहे. वायू स्वरूपातील पिकांसाठी उपयुक्त नसून हे स्वरूप हवेतील जीवाणू , अलगी व त्यांच्या जैविक क्रियेतील प्रकार उपयुक्त असतो. तसेच पावसाळ्यात विजा चमकत असताना हे नत्राचे स्वरूप पावसाच्या पाण्याद्वारे जमिनीत मिसळले जाते.
अमोनिकल नत्र	$(NH_4 N)$	या स्वरूपातील नत्र भात पिकाद्वारे शोषले जाते. तसेच या स्वरूपातील नत्र जमिनीतून सहजासहजी ऱ्हास होत नाही.
सेंद्रिय नत्र	संयुक्त सेंद्रिय घटकातील स्वरूप आहे.	सेंद्रिय स्वरूपातील नत्र निसर्गामध्ये वेगवेगळ्या स्वरूपात उपलब्ध असते. या स्वरूपातील नत्र जीवाणूद्वारे प्रथम अमोनियम व नंतर नायट्रेट स्वरूपात रूपांतरीत केल्या जाते. या स्वरूपात रूपांतरीत झालेले असेंद्रिय नत्र पिकांसाठी उपयुक्त असते.

खत फेकून दिली जातात व १ ते २ दिवसांत पाऊस पडला तर नत्र अमोनिया स्वरूपात ऱ्हास होते.

- **डी-नायट्रीफिकेशन :** या क्रियेमध्ये मातीतील उपलब्ध स्वरूपातील नायट्रेट हे नत्र वायूरूपात बदल होते व पिकांना उपलब्ध होत नाही. ज्या जमिनीमध्ये पाणी जास्त काळ साठून राहते किंवा जमिनी घट्ट व टणक असतात, ऑक्सिजनची किंवा हवेची देवाण-घेवाण होत नाही अशा जमिनीत या प्रक्रियेद्वारे नत्राचा ऱ्हास होतो.
- **पिकाद्वारे शोषण :** जेव्हा जमिनीत नत्र उपलब्धता जास्त असते किंवा नत्राचा वापर जास्त असतो अशा जमिनीतील पिके नत्राचे शोषण जास्त करतात व त्यामुळे जमिनीतील उपलब्ध नत्र कमी होते.

नत्र उपलब्धतेवर परिणाम करणारे घटक :

पिकांना नत्र उपलब्धता होण्यासाठी अमोनिफिकेशन व नायट्रीफिकेशन या दोन क्रिया अत्यंत महत्त्वाच्या असतात. त्यामुळे या दोन क्रियांवर परिणाम करणारे घटक महत्त्वाची भूमिका बजावतात.

अ) अमोनियम नत्राचे स्थिरीकरणावर परिणाम करणारे घटक :

१) चिकणमातीचे प्रमाण : ज्या जमिनीत चिकणमातीचे प्रमाण जास्त असते, त्या जमिनीत आमोनियमचे स्थिरीकरण जास्त होते.

२) पालाशचे जमिनीतील प्रमाण : जमिनीत पालाशचे प्रमाण अति असेल तर अमोनियमचे स्थिरीकरण कमी होते; कारण अमोनियम आणि पालाश या दोन्ही धन आयनांमध्ये स्पर्धा निर्माण होते; परिणामी अमोनियमची उपलब्धता मातीच्या कणांवर कमी होते पर्यायाने नत्र पिकांना कमी प्रमाणात उपलब्ध होते.

३) जमिनीची खोली : ज्या जमिनीची खोली जास्त त्या जमिनीत चिकणमातीचे प्रमाण जास्त असल्यामुळे अमोनियमचे स्थिरीकरण पृष्ठभागावरच्या मातीपेक्षा खालच्या भागातील थरांमध्ये जास्त प्रमाणात होते.

४) सेंद्रीय पदार्थ : सेंद्रीय घटक ज्या जमिनीत जास्त असतात त्या जमिनीत अमोनियमचे प्रमाण जास्त असते.

ब) नायट्रीफिकेशन प्रक्रियेवर परिणाम करणारे घटक :

अमोनिफिकेशन नंतर नायट्रीफिकेशन ही क्रिया होऊन पिकांना नत्र नायट्रेट स्वरूपात उपलब्ध करून दिले जाते.

१) जीवाणूंचे प्रमाण : पिकांना नायट्रेट नत्र मिळवून देण्यासाठी नायट्रोसोमोनास व नायट्रोबॅक्टर या जीवाणूंची गरज असते. कारण हे जीवाणू अमोनियम नत्राचे रूपांतर प्रथम नायट्राईट व नंतर नायट्रेट स्वरूपात करतात. या जीवाणूंचे प्रमाण जमिनीत जास्त असल्यास पिकांना नायट्रेट नत्र जास्त प्रमाणात उपलब्ध होते.

२) जमिनीतील ओलावा व हवेचे प्रमाण : ज्या जमिनीत योग्य प्रमाणात ओलावा (वापसा) असतो व हवा खेळती राहते अशा जमिनीत नत्र उपलब्धता जास्त होते.

- **नत्र अन्नद्रव्यांचा वापर :**

नत्र हे प्रमुख अन्नद्रव्यांपैकी एक अति महत्त्वाचे अन्नद्रव्य आहे. नत्र हे स्फुरद व पालाश या प्रमुख अन्नद्रव्यांची पिकांना उपलब्धता होण्यास मदत करते. तसेच, दुय्यम व सुक्ष्म अन्नद्रव्यांचीही उपलब्धी होण्यास नत्र प्रत्यक्ष वा अप्रत्यक्षपणे मदत करते. नत्र हे अन्नद्रव्य पीक पोषणात महत्त्वाची भूमिका बजावते. नत्र पाण्यात विद्राव्य असल्यामुळे व उर्ध्वगमन सहज होत असल्याकारणाने नत्राचा ऱ्हास लवकर व जास्त प्रमाणात होतो. त्यामुळे नत्राचा कार्यक्षम वापर व व्यवस्थापन करणे गरजेचे आहे.

नत्राचा कार्यक्षम वापर होण्यासाठी खालील उपाययोजना कराव्यात.

१) पिकांना नत्र विभागून द्यावे. त्यामुळे नत्र पाण्याद्वारे वहन होणार नाही.

२) सल्फरकोटेड युरिया, निम कोटेड युरिया यासारख्या हळूवारपणे पिकांना नत्र उपलब्ध करून देणाऱ्या खतांचा वापर करावा.

३) नायट्रीफिकेशन इनहिबिटर घटकांचा वापर केल्यास अमोनियम नत्राचे नायट्रेट नत्र स्वरूपात जलद रूपांतर होण्याची प्रक्रिया थांबून नायट्रेट नत्राचे पाण्याव्दारे वहन कमी होते व पिकांना नत्र सहज व जास्त काळ मिळते.

४) पिकांच्या अन्नद्रव्य व्यवस्थापनात असेंद्रिय नत्रासोबत सेंद्रिय घटकांचा एकत्रित वापर करावा. त्यामुळे एकात्मिक स्वरूपात नत्र उपलब्धता होते व जमिनीची सुपीकता वाढून मातीचे आरोग्य चांगले राहते.

नत्रयुक्त खते व त्यांचे गुणधर्म :

युरिया :

- युरिया पाण्यामध्ये सहज विरघळतो.
- युरिया खतांमधील नत्र जेव्हा अमोनियम (NH_4^+) आणि नंतर नायट्रेट (NO_3^-)स्वरूपात रूपांतर होऊन पिकांना उपलब्ध लवकर होतो व त्याचा उभ्या पिकांत वापर करता येतो.
- युरिया जमिनीत खोलवर न पडल्यास नत्राचा ऱ्हास (हवेद्वारे अमेनिया स्वरूपात) होतो. तसेच जास्त पाऊस पडल्यावरही नत्राचा ऱ्हास (वहन) होतो. या प्रक्रियेद्वारे टाकलेल्या नत्रापैकी ३० टक्के नत्र वाया जाते.

अमोनियम नायट्रेट :

- अमोनियम नायट्रेट यामध्ये ३३ ते ३४ टक्के नत्र असते.
- पिकांसोबत पेरणी करता येते.
- जमिनीत बियांच्या खालील बाजूस ५ से.मी. अंतरावर पडेल यांची काळजी घ्यावी.
- अमोनियम नायट्रेट खतांमध्ये नत्र हे अमोनियम व नायट्रेट या दोन्ही स्वरूपात पिकांना मिळते.

नत्रयुक्त खते व नत्राचे प्रमाण

खताचे नाव	प्रमाण/शेकडा (टक्के)
युरिया	४६
अमोनियम नायट्रेट	३३
अमोनियम सल्फेट	२१
अनहायड्रस अमोनिया	८२
अमोनियम नायट्रेट सल्फेट	३०
कॅल्शियम नायट्रेट	१५ ते १६
अमोनियम क्लोराईड	२५ ते २६
डाय-अमोनियम फॉस्फेट	१८
पोटॅशियम नायट्रेट	१३

विविध पिकांना नत्राची शिफारस (सर्वसाधारण प्रमाण)	
विविध पिके	नत्राची शिफारस
तृणधान्ये	८० ते १०० कि.ग्रॅ./हेक्टर
गळीतधान्ये	६० ते ८० कि.ग्रॅ./हेक्टर
कडधान्ये	२५ ते ३० कि.ग्रॅ./हेक्टर
भाजीपाला	१०० कि.ग्रॅ./हेक्टर
वेलवर्गीय भाजीपाला	६० कि.ग्रॅ./हेक्टर
फळझाडे	६०० ते १००० कि.ग्रॅ./झाड

त्यामुळे हवेमध्ये युरियाप्रमाणे नत्राचा ऱ्हास (हवेद्वारे अमोनिया स्वरूपात) न होता नायट्रेट स्वरूपात पिकांना सहज उपलब्ध होते.

अमोनियम सल्फेट :

- पिकांना नत्र व गंधकाचा पुरवठा होतो.
- कोरड्या खतात २१ टक्के नत्र व २४ टक्के गंधक असते.
- या खताद्वारे नत्र दिल्यास ते हवेद्वारे ऱ्हास होत नाही.
- तसेच गंधक व नत्र हे दोन्ही महत्त्वाचे अन्नद्रव्य पुरवठा करणारे स्त्रोत आहे.
- या खतात इतर नत्र खतांपेक्षा क्षाराचे प्रमाण जास्त आहे व नत्राची मात्रा कमी आहे.

अनहायड्रस अमोनिया :

- अनहायड्रस अमोनिया या खतामध्ये नत्राची मात्रा इतर नत्रयुक्त खतांपेक्षा सर्वात जास्त म्हणजे ८२ टक्के आहे.
- अनहायड्रस अमोनिया खत जमिनीत किमान ६ ते ८ इंच खोलीवर पडेल याची काळजी घ्यावी, जेणेकरून नत्राचा अमोनियम स्वरूपात ऱ्हास होणार नाही.
- हे खत जमिनीत टाकताना हातमोजे व डोळ्यांना चष्मा घातला पाहिजे, यामुळे हाताची त्वचा व डोळ्यांत जळजळ होत नाही.

कॅल्शियम नायट्रेट :

- कोरडे व दाणेदार स्वरूपात उपलब्ध असून यामध्ये १५ ते १६ टक्के नत्र असते.
- जमिनीवर फेकून देतात. परंतु या खताचा वापर अतिशय कमी आहे, कारण हे खत महाग आहे.

डायअमोनियम फॉस्फेट (डी.ए.पी) :

- डी.ए.पी हे खत स्थायू स्वरूपातील असून यामध्ये १८ टक्के नत्र व ४६ टक्के स्फुरद आहे.
- डी.ए.पी हे खत बियांच्या खालील बाजूस किंवा सभोवताली किमान ५ सेमी अंतरावर पडेल याची काळजी घ्यावी. जेणेकरून पिकांना व रोपांना इजा होणार नाही.
- डी.ए.पी हे खत अल्कधर्मी जमिनीत वापरण्यास योग्य आहे.
- डी.ए.पी हे खत जमिनीवर फेकून टाकल्यास नत्राचा ऱ्हास होतो व स्फुरदाचे जमिनीच्या वरच्या भागातच स्थिरीकरण होते. त्यामुळे पिकांना टाकलेल्या मात्रेपैकी फक्त १० ते १५ टक्के स्फुरद उपलब्ध होतो. त्यामुळे हे खत मुळांच्या खोलीवर पडेल याची काळजी घ्यावी.

पोटॅशियम नायट्रेट :

- पोटॅशियम नायट्रेट खतालाच साल्टपिटर या नावानेही ओळखतात.
- हे खत रंगहीन भुकटी स्वरूपात असते.
- यामध्ये १४ टक्के नत्र आणि ४५ ते ४६ टक्के पोटॅशियम असते.
- जमिनीचा सामू कमी होत नाही.

४०

आपत्कालीन परिस्थितीसाठी खत व्यवस्थापन

जिरायती शेती पद्धतीत पिकांची पेरणी अथवा लागवड पूर्णतः पावसावर अवलंबून असते. राज्यात पावसाची परिस्थिती वेगवेगळी असते. जिरायती क्षेत्रात खरीप पिकांकरिता खत व्यवस्थापन हा घटक सर्वांत महत्त्वाचा आहे. उत्पादन खर्चातील सुमारे ३० टक्के हिस्सा शेतकरी अन्नद्रव्य व्यवस्थापनासाठी खर्च करतात.

जिरायती शेतीतील जमिनींमध्ये सेंद्रिय कर्बाचे प्रमाण कमी असते. एकाहून अधिक - उदाहरणार्थ - नत्र, स्फुरद, जस्त, गंधक व बोरॉन या अन्नद्रव्यांच्या कमतरता जाणवतात. त्यामुळे पीक उत्पादन घटते. अति पाऊस सुरुवातीलाच झाल्यास अन्नद्रव्ये जमिनीत खालच्या थरात जमा होतात किंवा वरचा मातीचा थर वाहून गेल्यास त्यासोबत वाया जातात. पिकांना ती उपयोगी पडत नाहीत. मॉन्सूनचे एकूण कमी पाऊसमान, पावसाचे अस्थिर दिवस व कोरड्या कालावधीचे अंतर, अशा परिस्थितीत कमी व अशाश्वत शेती उत्पादन घडून येते. यावर उपाययोजना करण्यासाठी प्रत्येक अन्नद्रव्याचा वापर काळजीपूर्वक करणे आवश्यक आहे.

- सर्व रासायनिक खते जमिनीत पेरणी करूनच द्यावीत.
- रासायनिक खतांचा वापर सेंद्रिय खत (शेणखत, गांडूळ खत, कंपोस्ट खत) यासोबतच करावा.
- कापूस व फळपिकांमध्ये हिरवळीच्या खतांचा वापर करावा.
- जमिनीत ओल असतानाच रासायनिक खते पेरूनच द्यावीत.
- शिफारस केल्याप्रमाणे, परंतु २५ ते ३० टक्के खतांचे प्रमाण कमी करावे.
- पीक वाढीच्या संवेदनशील कालावधीतच फवारणीद्वारा अन्नद्रव्यांच्या वापर करावा.
- पीक पद्धतीत आंतरपिकांचा समावेश- विशेषतः कडधान्यांचा समावेश (हिरवळीचे खत व नत्र स्थिरीकरणासाठी) अवश्य करावा.
- जीवाणू खतांचा वापर रासायनिक व सेंद्रिय खतांना पूरक ठरतो. त्यामुळे प्रत्येक पिकांमध्ये जीवाणू खतांचा समावेश आवर्जून करावा.
- रासायनिक खतांद्वारा बहुतेक सर्व अन्नद्रव्यांची फवारणी करता येते. त्यामुळे पीक वाढीच्या संवेदनशील अवस्थेत शिफारशीनुसार फवारणी करावी.
- युरिया खताचा वापर जमिनीद्वारा अति कमी करून माफक प्रमाणातच फवारणीद्वारा वापर करावा.
- जमिनीद्वारा युरियाचा वापर करताना निंबोळी पेंडीसोबत करावा. जास्त प्रमाणात वापर केल्यास पीक कीड व रोगांना बळी पडते.
- पालाश हे अन्नद्रव्य पिकांमध्ये पाणी नियमनाचे कार्य करत असल्याने पालाशचा वापर (०.५ टक्के पालाश संयुग) फवारणीद्वारा करावा.
- जमिनीत ओलावा असल्याशिवाय जमिनीद्वारा दिलेल्या खतांचा वापर होतच नाही. त्यामुळे अति प्रमाणात व अयोग्य खतांचा वापर करू नये.

- सेंद्रिय खतांचा वापर केल्यास जमिनीत ओलावा टिकवून ठेवण्यास मदत होते. तसेच जमिनीत अन्नद्रव्यांच्या उपलब्धतेच्या अभिक्रियादेखील चालू राहतात.
- रासायनिक खतांचा जमिनीद्वारा वापर पेरणी अगोदर किंवा लागवडीपूर्वी करू नये.
- ठिबक संच असल्यास ठिबकद्वारा रासायनिक विद्राव्य खतांचा प्रमाणशीर वापर करावा. प्रत्येक पिकाची अन्नद्रव्यांची गरज वाढीच्या कालावधीनुसार वेगवेगळी असते. त्यानुसारच विद्राव्य खतांची निवड करावी.
- ठिबक संच असल्यास जमिनीद्वारा पेरणी स्वरूपात अथवा फेकून देण्याच्या स्वरूपात रासायनिक खतांचा वापर टाळावा. ठिबकद्वारा खते द्यावीत.
- रासायनिक खतांचा एकदाच वापर करण्यापेक्षा जमिनीतील ओलावा लक्षात घेऊन विभागणी करून वापर करावा.

सारांश रूपाने आपत्कालीन परिस्थितीसाठी जिरायती शेतीमध्ये एकात्मिक अन्नद्रव्य व्यवस्थापनाची अंमलबजावणी करावी- ज्यामध्ये सेंद्रिय, जैविक खते, हिरवळीचे आणि रासायनिक अशा खतांचा संयुक्तरीत्या वापर करावा.

४१

सूक्ष्म अन्नद्रव्यांचा वापर–स्पेशल टिप्स

आतापर्यंत सूक्ष्म अन्नद्रव्यांविषयी जे मुद्दे आपण अभ्यासले त्यातील प्रमुख मुद्द्यांची उजळणी करूया.

सूक्ष्म अन्नद्रव्यांचा साठा जमिनीतून का कमी होतोय?

शेती व्यवस्थापनातील स्थित्यंतर, परिवर्तन आणि आधुनिकीकरण यामुळे आजची शेती अधिक तांत्रिक आणि शास्त्रीयदृष्ट्या बळकट झाली आहे. नवनवीन संकरित व सुधारित असे रासायनिक खतांना प्रतिसाद देणारे वाण, ओलिताच्या वाढत्या सोयी, माती परीक्षण न करता खतांचा कमी–अधिक वापर, शेणखत किंवा अन्य सेंद्रिय खतांचा कमी वापर आदी कारणांमुळे जमिनीतील खनिज रूपातील सूक्ष्म अन्नद्रव्यांचा साठा संपुष्टात येत आहे. त्यामुळेच जवळपास सर्वच पिकांवर सूक्ष्म अन्नद्रव्यांच्या कमतरतेची लक्षणे दिसू लागली आहेत. या लक्षणांची योग्य पडताळणी करून, निदान ठरवून त्याप्रमाणे योग्य सूक्ष्म अन्नद्रव्यांची पूर्तता केल्यास उत्पादनात आणि दर्जात येणारी घट थांबू शकते.

सुधारित व संकरित पिकांच्या लागवडीमुळे नत्र, स्फुरद आणि पालाशचे अधिक शोषण होत आहे, त्यामुळे पिके अधिक प्रमाणात जमिनीतून त्यांची उचल करतात. त्याच प्रमाणात जमिनीतून सूक्ष्म अन्नद्रव्यांचीदेखील पिकांद्वारे उचल होते. तेवढी सूक्ष्म अन्नद्रव्याची मात्रा खतरूपाने अथवा सेंद्रिय पदार्थांच्या स्वरूपात न पुरवल्यामुळे जमिनीत मुख्य आणि सूक्ष्म अन्नद्रव्यांचा समतोल टिकत नाही. या असमतोलाचा प्रतिकूल परिणाम पिकांच्या उत्पादनावर होत आहे.

दर्जेदार व वाढीव पीक उत्पादनासाठी खालील सूचनांनुसार सूक्ष्म अन्नद्रव्यांचा वापर करावा :

- माती परीक्षण अहवालानुसार, सूक्ष्म अन्नद्रव्यांच्या कमतरतेवर उपाययोजना कराव्यात.
- पिकांच्या गरजेनुसारच सूक्ष्म अन्नद्रव्यांचा वापर करावा.
- तृणधान्य पिके तांबे, जस्त; तर कडधान्य पिके मोलाब्द, बोरॉन जास्त प्रमाणात शोषण करतात. त्यामुळे कडधान्ये व तृणधान्य पिकांची फेरपालट करावी.
- सुधारित व संकरित वाणांमध्ये सूक्ष्म अन्नद्रव्ये शोषण करण्याची क्षमता जास्त असल्यामुळे त्यांना योग्य प्रमाणात योग्य त्या सूक्ष्म अन्नद्रव्यांचा पुरवठा करावा.
- रासायनिक खतांबरोबरच सेंद्रिय खतांचा वापर करावा.
- गरजेपेक्षा जास्त प्रमाणात सूक्ष्म अन्नद्रव्यांचा वापर टाळावा, अन्यथा पिकांवर अनिष्ट परिणाम होऊ शकतात.
- एकाच प्रकारची पिके सतत एकाच जमिनीत घेऊ नयेत.
- सूक्ष्म अन्नद्रव्ययुक्त खतांच्या वापराबाबत सातत्य ठेवावे.
- सूक्ष्म अन्नद्रव्यांचा वापर तज्ज्ञांच्या सल्ल्यानेच करावा.
-

- फवारणीद्वारे सूक्ष्म अन्नद्रव्यांचा पुरवठा पिकांच्या वाढीच्या संवेदनशील अवस्थेमध्ये करावा.
- मुख्य अन्नद्रव्यांचा पुरवठा योग्य प्रमाणात असल्यासच सूक्ष्म अन्नद्रव्यांच्या वापरास प्रतिसाद मिळतो. दोन्ही प्रकारची अन्नद्रव्ये एकमेकांस पूरक आहेत.

सूक्ष्म अन्नद्रव्ये कोणास म्हणतात?

- पिकांच्या योग्य वाढीकरिता सतरा अन्नद्रव्यांची गरज असते. त्यामध्ये काही अधिक, काही मध्यम, तर काही अतिशय कमी प्रमाणात पिकांना लागतात. या अतिशय कमी प्रमाणात लागणाऱ्या पण मुख्य अन्नद्रव्यांइतक्याच महत्त्वाच्या समजल्या जाणाऱ्या अन्नघटकांच्या समूहास 'सूक्ष्म अन्नद्रव्ये' असे म्हटले जाते.
- यात जस्त, लोह, मँगनीज, तांबे, बोरॉन, मॉलिब्डेनम व क्लोरिन या अन्नद्रव्यांचा समावेश होतो.
- जमिनीत खनिजांच्या रूपाने बहुतेक सूक्ष्म अन्नद्रव्ये उपलब्ध अवस्थेत आल्यानंतर पिकांना लागू होतात. जमिनीतील अन्नद्रव्यांच्या प्रमाणात समतोलपणा पिकांच्या दृष्टीने अतिशय आवश्यक आहे.
- एखाद्या अन्नद्रव्याची कमतरता अथवा अति वापर दुसऱ्या अन्नद्रव्याच्या उपलब्धतेवर प्रतिकूल परिणाम घडवून आणतो. त्यामुळे मुख्य, दुय्यम आणि सूक्ष्म अन्नद्रव्यांच्या वापरात समन्वय असणे महत्त्वाचे ठरते.
- माती परीक्षण करून जमिनीस लागणारी खतांची गरज पूर्ण केली जाते. अनेक वेळेस सूक्ष्म अन्नद्रव्यांची कमतरता पीक उत्पादनात घट आणते. सूक्ष्म अन्नद्रव्ये विविध प्रकारे शेतीमाल, फळांचा दर्जा, टिकाऊपणा यावर आपला प्रभाव दाखवतात.
- पीक पोषणासाठी नत्र, स्फुरद व पालाश या मुख्य अन्नद्रव्यांनाच प्राधान्य दिले जाते; मात्र कॅल्शिअम, मॅग्नेशिअम, गंधक ही दुय्यम; तर लोह, मंगल, जस्त, तांबे, मोलाब्द, बोरॉन व क्लोरिन ही सातही सूक्ष्म अन्नद्रव्ये पीक पोषणात अत्यंत महत्त्वाचे कार्य करतात, त्यांचा वापर शिफारशीनुसार करणे गरजेचेच आहे.
- महाराष्ट्रातील जमिनींत ३५.४ टक्के जमिनींत उपलब्ध जस्त, २५.७ टक्के जमिनींत उपलब्ध लोह व २५.७ टक्के जमिनींत उपलब्ध बोरॉन यांची कमतरता आढळली आहे.
- वेगवेगळ्या अन्नद्रव्यांचे परस्पर संबंध हे मैत्रीचे किंवा शत्रुत्वाचे असतात. एक अन्नद्रव्य पिकाला जास्त पुरवल्यास दुसऱ्या अन्नद्रव्याची उपलब्धता अथवा क्रयशक्ती पिकांमध्ये वाढते, हा झाला मैत्रीचा सबंध. उदा. गंधकाच्या मात्रेमुळे लोह व जस्त या सूक्ष्म अन्नद्रव्यांची उपलब्धता वा क्रयशक्ती वाढते; परंतु कॅल्शिअममुळे लोह व जस्त या दोन्हीही अन्नद्रव्यांची उपलब्धता वा क्रयशक्ती कमी होते, यालाच शत्रुत्वाचे संबंध म्हणतात.

सूक्ष्म अन्नद्रव्यांच्या वापराचे फायदे

जस्त, लोह, तांबे, मँगनीज, बोरॉन, मोलाब्द व क्लोरिन ही सातही सूक्ष्म अन्नद्रव्ये पिकांच्या जीवनचक्रातील विविध जैव-रासायनिक प्रक्रिया अधिक गतिमान करण्याचे काम करतात; तसेच प्रकाश संश्लेषण व हरितद्रव्य निर्मिती, चयापचय तसेच मुख्य अन्नद्रव्यांचे शोषण आदी कार्य करतात. त्यामुळे वरखतांच्या स्वरूपात सूक्ष्म अन्नद्रव्यांच्या वापराने खालील फायदे आढळून येतात.

- पिकांची वाढ समृद्ध व जोमाने होते.
- कीड व रोगांचा प्रादुर्भाव कमी होतो.
- पिकाची रोगप्रतिकारक क्षमता वाढते.
- फुले व फळांची गळ होत नाही.
- पिकांच्या क्षमतेएवढे उत्पादन सातत्याने मिळते.
- पिकांचे आरोग्य ठीक राहून उत्पादनाची गुणवत्ता वाढते.

सूक्ष्म अन्नद्रव्यांचे पिकाच्या शरीरांतर्गत क्रियेत कार्य असे असते –

- कर्ब संश्लेषणाचे कार्य
- मुख्य अन्नद्रव्यांच्या चयापचयातील कार्य
- वनस्पतीतील वाढ प्रेरकद्रव्यांची उत्पत्ती

सूक्ष्म अन्नद्रव्ये जरी पिकास कमी प्रमाणात लागत असली, तरी त्यांचे महत्त्व प्रमुख अन्नद्रव्यांसारखेच आहे. कारण नुसत्या मुख्य पोषणद्रव्यांनी वनस्पती योग्य प्रकारे वाढत नाहीत, तर अन्य पोषण द्रव्ये साहाय्यक, पूरक, वाहक, नियामक, उत्प्रेरक आदी प्रकारे मदत करतात. त्यांचे कार्य असे -

- मुख्य स्ट्रक्चरल (रचनात्मक - जडणघडण करणारी) पोषणद्रव्ये - कार्बन, हायड्रोजन, ऑक्सिजन.
- साहाय्यक स्ट्रक्चरल पोषणद्रव्ये - नायट्रोजन, फॉस्फरस, गंधक.
- रेग्युलेटर्स (नियामक) आणि कॅरियर्स (वाहक) - पोटॅशियम, कॅल्शिअम, मॅग्नेशिअम.
- कॅटॅलिस्ट (उत्प्रेरक) आणि ॲक्टिव्हेटर्स (प्रेरक) - लोह, मॅंगनीज, झिंक, कॉपर, बोरॉन, क्लोरिन, मॉलिब्डेनम.

- वनस्पतीमध्ये विकरांना (एन्झाईम) चालना देणे
- अनेक विकरांचे भाग म्हणून कार्य करणे
- मुख्य अन्नद्रव्यांचे वनस्पतीमध्ये शोषण होण्यास मदत करणे
- पोषणद्रव्यांच्या वापराने पिके, फळझाडे कीड व रोग यांना बळी पडत नाहीत

जमिनीतील सूक्ष्म अन्नद्रव्यांचे प्रमाण, पिकाची सूक्ष्म अन्नद्रव्यांची गरज व उपलब्ध खतांचे योग्य नियोजन करून सूक्ष्म अन्नद्रव्यांचा वापर करावा.

शिफारशीनुसार करा सूक्ष्म अन्नद्रव्यांचा वापर :

नत्र, स्फुरद व पालाशशिवाय पीकउत्पादनात जस्त, लोह, मंगल, बोरॉन, मोलाब्द व कॉपर यांचा संतुलित वापर गुणवत्तेसाठी महत्त्वाचा आहे. एकापेक्षा अधिक सूक्ष्म अन्नद्रव्यांची कमतरता भरून काढण्यासाठी सूक्ष्म अन्नद्रव्ये मिश्रखतांच्या विविध ग्रेड राज्य शासनाने प्रामाणित केल्या आहेत.

सूक्ष्म अन्नद्रव्ये ही मुख्य अन्नद्रव्ये असलेल्या खतांच्या तुलनेत बरीचशी महाग आहेत. मुख्य अन्नद्रव्यांच्या खतांमधील भेसळ ओळखण्यासाठी विविध पद्धती प्रचलित झाल्या आहेत. मात्र सूक्ष्म अन्नद्रव्ये असलेल्या खतांमधील भेसळ सहजासहजी ओळखण्यासाठी असलेल्या पद्धतींची माहिती कमी प्रमाणात शेतकऱ्यांपर्यंत पोचली आहे. याचा फायदा घेऊन योग्य प्रमाण व गुणवत्ता नसलेल्या सूक्ष्म अन्नद्रव्ये खतांचीदेखील विक्री राज्यातील काही भागांत होत आहे. अन्नद्रव्यांचे योग्य प्रमाण नसलेल्या खतांमुळे शेतकऱ्यांना उत्पादनवाढीबद्दल योग्य तो प्रतिसाद मिळत नाही.

- नत्र, स्फुरद व पालाशशिवाय पीकउत्पादनात जस्त, लोह, मंगल, बोरॉन, मोलाब्द व कॉपर यांचे संतुलित पीक पोषणातील महत्त्व विशिष्ट प्रकारच्या जमिनीत व पिकांसाठी लक्षात आले आहे. यामुळे खतनियंत्रण कायद्यात सर्वप्रथम जस्त सल्फेट, हेप्टा, हायड्रेट या सरळ खतांचा समावेश करण्यात आला.
- १९८६ नंतर सूक्ष्म अन्नद्रव्ये सरळ खतांमध्ये जस्त सल्फेट, मोनोहायड्रेट, फेरस सल्फेट, मॅगनीज सल्फेट, कॉपर सल्फेट, बोरॅक्स, सोल्युबोर, अमोनियम मॉलिब्डेट, लोह इडीटीए व झिंक इडीटीए अशा नऊ खतांचा समावेश करण्यात आला. यासोबतच बोरॉनयुक्त सिंगल सुपर फॉस्फेट आणि झिंकयुक्त युरिया या दोन खतांचादेखील समावेश करण्यात आला. एकापेक्षा अधिक सूक्ष्म अन्नद्रव्यांची कमतरता भरून काढण्यासाठी आणि संतुलित पीकपोषणासाठी सूक्ष्म अन्नद्रव्ये, सरळ खतांच्या बरोबरीने अनेक सूक्ष्म अन्नद्रव्ये मिश्रखतांच्या विविध ग्रेड राज्य शासनाने प्रामाणित केल्या आहेत.
- महाग व सर्वसाधारणपणे सर्वांत जास्त विकली जाणारी सूक्ष्म अन्नद्रव्येखतांमध्ये स्वस्त व सहज उपलब्ध असणाऱ्या व सारख्याच दिसणाऱ्या खताचे मिश्रण भेसळ स्वरूपात केले जाऊ शकते. त्यामुळे अशा खतांमध्ये सूक्ष्म अन्नद्रव्यांचे योग्य प्रमाण राहत नाही.

सूक्ष्म अन्नद्रव्यांचे महत्त्व :

- पिकांच्या पोषणासाठी मुख्य, दुय्यम आणि सूक्ष्म अन्नद्रव्यांचा सेंद्रिय व रासायनिक खतांद्वारे

सूक्ष्म अन्नद्रव्यांचा परस्परसंबंध

- अन्नद्रव्यांचे परस्परसंबंध हे मैत्रीचे किंवा शत्रुत्वाचे असतात. त्यामुळे अन्नद्रव्ये संतुलित प्रमाणात पुरवण्याची आवश्यकता असते.
- एका अन्नद्रव्याची उपलब्धता केल्यास दुसऱ्या अन्नद्रव्याची उपलब्धता किंवा क्रयशक्ती पिकामध्ये वाढते. त्यास मैत्रीचे संबंध (सिनर्जिस्टिक इफेक्ट) म्हणतात. उदा. : गंधकाच्या मात्रेमुळे लोह व जस्त या सूक्ष्म अन्नद्रव्यांची उपलब्धता वाढते.
- एक अन्नद्रव्य अधिक प्रमाणात पुरवल्यास दुसऱ्या अन्नद्रव्याची उपलब्धता कमी होते. याला शत्रुत्वाचे संबंध (अँटागोनिझम इफेक्ट) म्हणतात.

उदा. : अधिक कॅल्शिअम वापरामुळे लोह व जस्त, दोन्ही अन्नद्रव्यांची उपलब्धता कमी होते.

पुरवठा करणे आवश्यक असते. मात्र, शेतकरी नत्र, स्फुरद आणि पालाश या मुख्य अन्नद्रव्यांना प्राधान्य देतात.

- दुय्यम अन्नद्रव्ये- कॅल्शिअम, मॅग्नेशिअम व गंधक यांच्याकडे फारसे लक्ष देत नाहीत. तसेच लोह, मंगल, जस्त, तांबे, मोलाब्द, बोरॉन व क्लोरिन या सात सूक्ष्म अन्नद्रव्यांकडे दुर्लक्ष असते. अल्प प्रमाणात लागत असली तरी ही अन्नद्रव्ये पीक पोषणामध्ये अत्यंत महत्त्वाची असतात.
- सूक्ष्म अन्नद्रव्यांचा वापर न केल्याने त्वरित परिणाम दिसत नसले तरी त्यांची कमतरता खूप नुकसान करू शकते.

सूक्ष्म अन्नद्रव्यांच्या कमतरतेची कारणे :

- भर खते किंवा सेंद्रिय खतांचा कमी वापर.
- अधिक उत्पादनक्षम सुधारित व संकरित पीक वाणांचा वापर.
- रासायनिक खतांचा अमर्याद किंवा असंतुलित वापर.
- बहुपीक पद्धतीचा वापर.
- पिकांचा फेरपालट नसणे. एकाच जमिनीत सातत्याने एकाच पिकाचे उत्पादन घेणे.
- संयुक्त किंवा अतिशुद्ध अशा सूक्ष्म अन्नद्रव्ये-विरहित रासायनिक खतांचा वापर.
- पिकातील व जमिनीतील सूक्ष्म अन्नद्रव्यांचा परस्परसंबंध. उदा.- जमिनीतून पाण्याचा निचरा न होणे, मुक्त चुन्याचे प्रमाण, क्षारवट व चोपण जमीन, जमिनीचा सामू अधिक असणे व खडकाळ जमीन.

लक्षात घ्या अन्नद्रव्यांची कमतरता :

तांब्याच्या कमतरतेमुळे फळझाडांमध्ये शेंड्याकडील नवीन पानांचा नाश होऊन शेंडे गळून पडतात. बोरॉन कमतरतेमुळे पाने पिवळी पडून जाड, खरखरीत व कडक होतात. हे परिणाम लक्षात घेऊन पिकाला शिफारशीत मात्रेत सूक्ष्म अन्नद्रव्यांचा पुरवठा करावा.

पिकांच्या पोषणाला लागणाऱ्या अन्नद्रव्यांच्या कमतरता जाणण्यासाठी अनेक पद्धतींचा अवलंब केला जातो. त्या विविध पद्धती पुढीलप्रमाणे आहेत.

अन्नद्रव्यांची कमतरता निदान करण्याच्या पद्धती :

- पिकांच्या दृश्य अभाव लक्षणाचे अवलोकन करणे व त्याआधारे निदान करणे.
- शेतातील मातीची तपासणी/ परीक्षण.
- पूर्ण झाडाचे/ झाडाच्या पानांचे रासायनिक पृथक्करण.
- जमिनीत किंवा कुंडीत चाचणी/ परीक्षण करणे.

तांबे :

- पीकवाढीच्या आवश्यक प्रक्रियांत कार्यरत प्रेरकांना कार्यशील बनवते.
- वनस्पतीमध्ये पुनरुत्पादन प्रक्रियेस प्रोत्साहन दिले जाते.
- 'अ' जीवनसत्त्व निर्माण करण्यास मदत करणे.
- फळे पिकवण्याच्या प्रक्रियेत सहभाग.

कमतरतेची लक्षणे :

- नवीन पानांत आढळते. प्रथम कोवळी पाने गर्द हिरवी पडतात व नंतर फिकट पिवळी होऊन गळून पडतात.
- पानांच्या टोकांकडून शिरांमधील भाग पिवळा होऊन तो पानांच्या देठांकडे सरकत जातो.

पाने देठाजवळ वाकतात.

- बुरशीजन्य रोगांचा प्रादुर्भाव वाढतो.
- हरितद्रव्य तयार करण्याकरिता अप्रत्यक्षरीत्या मदत करते. प्रथिने तयार करण्याच्या कार्यात तांबे मदत करते.
- कणसांत समाधानकारक दाणे भरत नाहीत.
- फळझाडांमध्ये शेंड्याकडील नवीन पानांचा नाश होऊन शेंडे गळून पडतात व फांद्या वरून खाली वाळत जातात. यालाच आपण डायबॅक म्हणतो.

मोलाब्द :

- हवेतील नत्र जमिनीत स्थिर करणाऱ्या जीवाणूच्या वाढीसाठी मदत करते.
- फॉस्फेट तयार करण्यास व 'क' जीवनसत्त्व तयार करण्यास मदत करणे.

कमतरतेची लक्षणे :

- सर्वसाधारणपणे तळाकडील जुन्या व त्यांच्या वरील लगतच्या पानांवर आढळतात.
- पाने पिवळी होऊन त्यावर तपकिरी ठिपके पडतात व पाने रंगीबेरंगी होतात. फळांमध्ये बिया कमी निर्माण होतात.
- ज्या जमिनीत मोलाब्दाची कमतरता असते अशा जमिनीत कडधान्य पिकांच्या मुळात रायझोबियम जीवाणूंद्वारा होणाऱ्या जैविक नत्र स्थिरीकरणाची प्रक्रिया मंदावते.

बोरॉन :

- पेशी विभाजन व निर्मिती, पर्यायाने पिकांची, तसेच मुळांची वाढ यात मोठा सहभाग.
- प्रथिने निर्मिती, बी व मधुर फळांच्या निर्माण कार्यात मदत करणे.
- कॅल्शिअमचे शोषण व वापर यात सहायता करणे.
- वनस्पतींत शर्करेची ने-आण करणे.

कमतरतेची लक्षणे :

- कोवळी मुळे व शेंडे सडतात. नवीन पालवी वाळून मुख्य शेंडा मरतो. त्यामुळे बगल डोळे फुटतात व आखूड कांड्याच्या फांद्या फुटतात.
- पाने पिवळी पडून जाड, खरखरीत व कडक होतात. पानांचा आकार बेढब होतो.
- परागीभवन व फलन यामध्ये अडथळा येतो. त्यामुळे कच्ची फळे गळून पडतात. मोठ्या

तक्ता १ : सूक्ष्म अन्नद्रव्ये खते व जमिनीद्वारा वापर

सूक्ष्म अन्नद्रव्ये	सूक्ष्म अन्नद्रव्ये खत/ संयुगे	अन्नद्रव्यांचे प्रमाण	जमिनीतून द्यावयाची मात्रा/प्रमाण
तांबे/कॉपर	कॉपर सल्फेट (मोरचूद) कॉपर इडीटीए चिलेट	२४ टक्के १३ टक्के	५ ते१० कि.ग्रॅ./हेक्टर १ ते २ कि.ग्रॅ./हेक्टर
जस्त/ झिंक	जस्त/ झिंक सल्फेट झिंक इटीटीए चिलेट	२१ टक्के १२ टक्के	२० ते ४० कि.ग्रॅ./हेक्टर १ ते ५ कि.ग्रॅ./हेक्टर
लोह/ फेरस	लोह/ फेरस सल्फेट फेरस अमोनियम सल्फेट फेरस इडीटीए चिलेट	१९ टक्के १४ टक्के १२ टक्के	१० ते १५ कि.ग्रॅ./हेक्टर १० ते २५ कि.ग्रॅ./हेक्टर १ ते ५ कि.ग्रॅ./हेक्टर
मंगल/मॅगनीज	मंगल/मॅगनीज सल्फेट मॅगनीज इडीटीए चिलेट	३० टक्के १२ टक्के	१० ते २५ कि.ग्रॅ./हेक्टर १ ते ५ कि.ग्रॅ./हेक्टर
बोरॉन	बोरॅक्स (टाकणखार) बोरिक ॲसीड	११ टक्के १७.५ टक्के	५ ते १० कि.ग्रॅ./हेक्टर ५ ते १० कि.ग्रॅ./हेक्टर
मोलाब्द	सोडीयम मोलाब्द अमोनियम मोलाब्द	३९ टक्के ५२ टक्के	५० ते १०० ग्रॅ/हेक्टर ५० ते १०० ग्रॅ/हेक्टर

तक्ता क्र. २ : सेंद्रिय पदार्थांमध्ये असणारी सूक्ष्म अन्नद्रव्यांची मात्रा				
सेंद्रिय खते	सूक्ष्म अन्नद्रव्यांचे प्रमाण (दशलक्ष भाग)			
	जस्त	लोह	तांबे	मंगल
शेणखत	४०.०	१४६५	२.८	६९
गांडूळ खत	३१.०	९६०	२१५	६२
उसाची मळीचे खत	३८.०	१२६५	२.२	६५
कोंबडीचे खत	५०.०	१०७५	६.९	१९०
बायोगॅस स्लरी	१०५.०	२५०४	५०.०	२४१
शेळीचे लेंडी खत	२५७०	१६७०	१९२७	६४२०

प्रमाणात फळांची परिपक्व होण्यापूर्वीच गळ होते.

- फळे वेड्यावाकड्या आकाराची होतात. फळांवर व फळांत काळा डाग पडतो.

मँगनीज :

- प्रकाशसंश्लेषण प्रक्रियेत मदत करणे.
- कॅरोटीन, रिबोफ्लोवीन, ॲसकॉर्बिक आम्ल या जीवनसत्त्वांची निर्मिती करणे.
- कॅल्शिअम व पोटॅशिअम वापरण्याच्या प्रमाणावर परिणाम करते.

कमतरतेची लक्षणे :

- नवीन पानांच्या शिरा हिरव्या राहतात व शिरांमधील भाग पिवळा पडतो व त्या ठिकाणी करपल्याचे डाग पडतात व पान जाळीदार दिसते.
- पानांवर काळसर व तेलकट डाग दिसतात. मँगनीजच्या अभावामुळे प्रकाशसंश्लेषण प्रक्रियेत अडथळा निर्माण होतो.

वापर सूक्ष्म अन्नद्रव्यांचा :

सूक्ष्म अन्नद्रव्यांचे प्रमाण माती परीक्षणाद्वारे निश्चित करूनच त्यांचा वापर करावा.सूक्ष्म अन्नद्रव्यामुळे पिकांची रोगप्रतिकारक क्षमता वाढते. फुले व फळांची गळ होत नाही.

सूक्ष्म अन्नद्रव्ये पिकास देण्यासाठी वेगवेगळ्या पद्धती आहेत.

- जमिनीद्वारा
- फवारणीद्वारा
- बियाण्यासोबत वापर

जमिनीतील सूक्ष्म अन्नद्रव्यांचे प्रमाण, पिकाची सूक्ष्म अन्नद्रव्यांची गरज व उपलब्ध साधन अथवा खते यांचे योग्य नियोजन करून सूक्ष्म अन्नद्रव्यांचा वापर करावा.

जमिनीद्वारा सूक्ष्म अन्नद्रव्यांचा वापर :

सूक्ष्म अन्नद्रव्ये जमिनीत कमी प्रमाणात असतील तर ते खतांतून/ संयुगातून जमिनीत दिली जा-तात. जमिनीतील सूक्ष्म अन्नद्रव्यांचे प्रमाण माती परीक्षणाद्वारे निश्चित करूनच सूक्ष्म अन्नद्रव्यांचा वापर करावा.

सूक्ष्म अन्नद्रव्यांच्या वापराचे फायदे :

- पिकांच्या क्षमतेएवढे उत्पादन सातत्याने मिळते.
- पिकांचे आरोग्य योग्य राहून उत्पादनाची गुणवत्ता वाढते.
- पिकांवर कीड व रोग यांचा प्रादुर्भाव कमी होतो.
- पिकांची रोगप्रतिकारक क्षमता वाढते.
- पिकांत फुले व फळांची गळ होत नाही.
- प्रकाश संश्लेषणाची क्रिया जलद होऊन पिकांची समृद्धी, वाढ जोमाने होते.
- पिकांच्या शरीरांतर्गत क्रिया व्यवस्थित राहून पिकापासून अपेक्षित गुणवत्तेचे उत्पादन मिळते.

डॉ. हरिहर कृष्णराव कौसडीकर

एम.एससी. (कृषी), पीएच.डी.
सहयोगी प्राध्यापक,
कृषी रसायनशास्त्र व मृद्‌विज्ञान विभाग
वसंतराव नाईक मराठवाडा कृषि विद्यापीठ, परभणी

- विशेष प्रावीण्यासह प्रथम श्रेणीत एम.एससी.,पीएच.डी. राष्ट्रीय योग्यता चाचणी २००१ (नेट परीक्षा) विशेष प्रावीण्यासह उत्तीर्ण
- जमिनीची आरोग्य पत्रिका, मोसंबी लागवड, माती परीक्षण, सेंद्रीय खत निर्मिती, सूक्ष्म अन्नद्रव्ये, मोसंबी बागेचा ऱ्हास : कारणे व उपाययोजना, पिकातील अन्नद्रव्यांच्या कमतरतेची ओळख, जमिनीचे आरोग्य आणि पीकपोषण संशोधन शिफारशी, कृषी मूलतत्त्वे कापूस उत्पादन अशा १० मराठी पुस्तकांचे लेखन.
- कृषी पदवीधर विद्यार्थी वर्गासाठी तीन क्रमिक पाठ्यपुस्तके आणि एक कृषी स्पर्धा परीक्षेसाठी वस्तुनिष्ठ प्रश्नांचे पुस्तक अशा चार इंग्रजी शैक्षणिक पुस्तकांचे लिखाण.
- संशोधनावर आधारित ४० लेख, १८ व्या जागतिक मृद्‌विज्ञान परिषदेत फिलाडेल्फीया, अमेरिका येथे पी.एच.डी. संशोधनावर आधारित लिखाण सादरीकरण
- कृषी तंत्रज्ञान विस्तार कार्याबाबत दूरदर्शन व आकाशवाणीवर विविध मुलाखती
- **पुरस्कार :** (कृषिशिक्षण, संशोधन व विस्तार कार्य बाबत)
  १. एम.एससी. शिक्षण उत्कृष्ट प्रबंधासाठी रजत पदक - १९९७
  (भारतीय मृद्‌विज्ञान संस्था, नवी दिल्ली)
  २. बळीराजा : डॉ. डी.जी. कुलकर्णी उत्कृष्ट कृषी लेखन पुरस्कार - २००२, २००५, २००८
  (बळीराजा मासिक: कृषिविज्ञान प्रकाशन,पुणे)
  ३. अखिल भारतीय आचार्य पदवी सर्वोत्कृष्ट संशोधन सुवर्णपदक -२००६
  (फर्टिलायझर्स असोसिएशन ऑफ इंडिया, नवी दिल्ली)
  ४. अखिल भारतीय सर्वोत्कृष्ट आचार्य प्रबंध सादरीकरण पुरस्कार - २००६
  (भारतीय मृद्‌विज्ञान संस्था, नवी दिल्ली)
  ५. कै.सौ. उषा झेंडे सूक्ष्म अन्नद्रव्ये कृषी संशोधन लेखन पुरस्कार २०१३
  (भारतीय मृद्‌विज्ञान संस्था, नवी दिल्ली)
  ६. राष्ट्रीय परिसंवादात उत्कृष्ट शोधनिबंध भित्तीपत्रक प्रथम पुरस्कार - २०१५
  (केंद्रीय लिंबूवर्गीय संशोधन संस्था, नागपूर)

कापूस पिकातील विविध सूक्ष्म अन्नद्रव्यांच्या कमतरतेची लक्षणे

मॅग्नेशिअमची कमतरता

मँगनीजची कमतरता

पोटॅशिअमची कमतरता

सल्फरची कमतरता

जस्त (झिंक) ची कमतरता

मका पिकातील विविध सूक्ष्म अन्नद्रव्यांच्या कमतरतेची लक्षणे

लोह (आयर्न) ची कमतरता

तांबे (कॉपर)ची कमतरता

मॅग्नेशिअमची कमतरता

नत्र (नायट्रोजन) ची कमतरता

स्फुरद (फॉस्फरस)ची कमतरता

गंधक (सल्फर) ची कमतरता

सोयाबीन पिकातील विविध सूक्ष्म अन्नद्रव्यांच्या कमतरतेची लक्षणे

लोह (आयर्न)ची कमतरता

पोटॅशिअमची कमतरता

मॅग्नेशिअमची कमतरता

जस्त (झिंक)ची कमतरता

मँगनीजची कमतरता

स्फुरद (फॉस्फरस) ची कमतरता

ऊस पिकातील कमतरतेची लक्षणे

नत्र

स्फुरद

पालाश

कॅल्शियम

गंधक

बोरॉन

लोह

मँगनिज

जस्त

मोलाब्द

www.ingramcontent.com/pod-product-compliance
Lightning Source LLC
LaVergne TN
LVHW062117171026
850499LV00045B/1947
* 9 7 8 9 3 8 4 3 1 6 2 8 0 *